புலவர் கு.இரவீந்திரன்

அகில ஒளி
அய்யா வைகுண்டர்

காவ்யா

அகில ஒளி அய்யா வைகுண்டர்

நூலாசிரியர்
©புலவர் கு.இரவீந்திரன்

முதல் பதிப்பு: 2022

வெளியீடு: காவ்யா

16, இரண்டாம் குறுக்குத் தெரு, டிரஸ்ட்புரம்,
கோடம்பாக்கம், சென்னை -600024
போன்: 044-23726882 / 9840480232

அச்சாக்கம் : ஸ்ரீசாய் எண்டர்பிரைசஸ், சென்னை - 14.

பக்கங்கள் : XXII+258 = 280

விலை : ரூ.300/-

Akila Oli Ayya Vaikundar

Author:
©Pulavar. K.Raveendran

First Edition :2022

Published by **KAAVYA**

16, 2nd Cross Street, Trustpuram,
Kodambakkam, Chennai - 600 02 4.

Phone: 044 - 23726882 / 9840480232

e-mail : kaavyabooks@gmail.com.

Website : www.kaavyaa.com.

Printed at : Sai Sri Enterprises, Chennai -14.

Pages: XXII+258= 280

Price : ₹ 300

ISBN: 978 - 93 - 93358 -12-7

அணிந்துரை
எழுத்துக்கு ஒளிதரும் இரவீந்திர ஒளி

முகிலை இராசபாண்டியன்,
முன்னாள் பதிவாளர்,
செம்மொழித் தமிழாய்வு மத்திய நிறுவனம்,
சென்னை.

    கவிதைத் துறையில் ஈடுபாடு கொண்டோர் பலரையும் இலக்கிய உலகத்தில் காண முடியும். அதிலும் புலவர் பட்டம் பெற்றவர்களில் கவிதை ஆர்வம் கொண்டவர்கள்தான் மிகுதி. ஆனால் கவிதைத் துறைக்கு அப்பாற்பட்டு நாவல் துறையில் காலடி எடுத்து வைத்த தமிழ் அறிஞர்களுள் குறிப்பிடத் தக்கவர் புலவர். கு. இரவீந்திரன். அவரது நாவல் மொழி நடையையும் கதை சொல்லும் திறத்தையும் நான் நன்கு அறிவேன். அவரது எழுத்துப்புனைவில் இப்போது **அகில ஒளி அய்யா வைகுண்டர்** என்னும் நூல் வெளிவர இருக்கிறது. நாவலுக்கும் கட்டுரைக்கும் இடைப்பட்ட ஒரு புதுமையான படைப்பாக இந்த நூல் வெளிவந்துள்ளது. அறுபத்து நான்கு அத்தியாயங்களில் அய்யாவின் வரலாற்றை அப்படியே புனைந்துள்ளார்.

    அய்யா வைகுண்டரின் வாழ்க்கை வரலாற்றைப் பலர் எழுதி இருக்கிறார்கள். முகிலை இராசபாண்டியன் 'அய்யா வைகுண்டரின் அருட் செயல்கள்' என்னும் பெயரில் ஒரு நூலைப் படைத்துள்ளார். முனைவர் சிவ. விவேகானந்தன் 'அய்யா வைகுண்டரின் வாழ்க்கை'யை எழுதியுள்ளார். இந்த நூல்களிலிருந்து மாறுபட்ட வகையில் அய்யா வைகுண்டரின் வரலாற்றுடன் திருவிதாங்கூர் வரலாற்றை இணைத்து வரலாற்றுப் புதினம் போல் படைத்துத் தந்துள்ளார் புலவர் கு. இரவீந்திரன். நாவல் எழுதுவதில் புகழ்பெற்ற இவரது நடையில் நாவலுக்கான வருணனையுடன் தமிழ் கொஞ்சி விளையாடுவதைக் காணமுடிகிறது.

IV

அய்யா வைகுண்டரின் பிறப்புடன் தொடங்குகிறது முதல் அத்தியாயம். இரண்டாம் அத்தியாயத்தை அய்யா வைகுண்டரின் வாழ்வியலோடு இணைத்துப் படிக்கலாம் எனப் பார்த்தால் அந்த அத்தியாயத்தில் சுவாதித்திருநாள் பிறப்பைக் காட்டுகிறார். ஒரே காலகட்டத்தைச் சார்ந்தவர்களான அய்யாவையும் சுவாதித்திருநாளையும் ஒன்றிணைத்து இந்த நாவலைப் படைத்துள்ளார்.

முடிசூடும் பெருமாள் என்னும் பெயரைப் பொன்னு நாடாரும் வெயிலாளும் தங்கள் மகனுக்குச் சூட்டுகின்றனர். மன்னர் குலத்துக்கு மட்டுமே உரியது; அந்தப் பெயரை நாடார் குலத்தைச் சார்ந்தவர்கள் சூட்டக் கூடாது என்று திருவிதாங்கூர் அரண்மனையில் திட்டம் இடுவதாகவும் அந்தத் திட்டமிடலில் மன்றோவும் இடம் பெற்றிருந்ததாகவும் தெரிவித்துள்ளார். பத்தொன்பதாம் நூற்றாண்டின் தொடக்க காலத்தில் நிகழும் இந்த நிகழ்வுகளில் மதம் பெரிய இடத்தை வகித்தாலும் அதற்கு அப்பாற்பட்டுச் சமூக நீதிக்காகப் போராடியவர் அய்யா வைகுண்டர். கண்ணாடி வழிபாடு என்னும் புதிய வழிபாட்டு முறையை அறிமுகம் செய்து சமத்துவ வாழ்விற்கான முன்னோடியாகத் திகழ்ந்தவர் அய்யா வைகுண்டர். சாதிக்கும் மதத்திற்கும் இடம் கொடுக்காமல் மனிதத்தை முன்னிறுத்திச் சமத்துவ வாழ்வு காண விரும்பியவர் அவர்.

ஒரே காலகட்டத்தைச் சார்ந்தவர்களாக இருந்தாலும் சுவாதித் திருநாளை விடவும் ஏழைகளின் நெஞ்சத்தில் நிறைந்தவராக விளங்கியவர் அய்யா வைகுண்டர். கடவுளின் அவதாரமாகத் தோன்றி புறக்கணிக்கப்பட்டோருக்குப் புதுவாழ்வு கொடுக்கப் போராடியவர் அவர். அந்த மகத்தான அவதாரத்தின் வரலாற்றை அழகிய மொழி நடையில் படைத்துள்ளார் புலவர் கு. இரவீந்திரன். டாக்டர் சஜீவ் வாயிலாக எனக்கு அறிமுகமான புலவரது எழுத்து நடையில் என்னைப் பறிகொடுத்து விட்டேன். இவ்வளவு அழகான எழுத்தோவியத்தைப் புனையும் கலை இவருக்குள் உறைந்து கிடந்திருக்கிறது என்பதை எண்ணிப் பூரிப்படைகிறேன்.

“இரவு வானம் கதிரவனைப் பிரசவித்துக் கொண்டிருந்தது.” என்று தொடங்கும் இந்த நூலின் முதல் தொடரிலேயே புதிய வருணனை வெளிச்சத்தைப் பாய்ச்சியுள்ளார். எழுத்தாளர் குறிப்பிட்டுள்ள கதிரவன் என்பது சூரியனையா அய்யா வைகுண்டரையா என்ற எண்ணம் எல்லோருக்கும் தோன்றும் வகையில் அமைத்துள்ளார்.

கடவுள் அவதாரமாகத் தோன்றிய அய்யாவே உழவுத்தொழில் வாயிலாகத்தான் தன் வாழ்க்கையை நடத்தி உள்ளார். பூவண்டனின் நிலத்தைக் குத்தகைக்குப் பெற்றுக் கொண்டு அதில் உழைத்துத்தான் குடும்பம் நடத்தியுள்ளார் என்று உழைப்பின் சிறப்பைத் தெரிவித்து உள்ளார். வாழ்வியல் விளக்கமாக அமைந்துள்ள இந்த நூலில் அய்யாவின் அருட் செயல்கள் பலவற்றையும் விளக்கி உரைத்துள்ளார்.

இரவி வர்மா, இராம வர்மா என்னும் திருவிதாங்கூர் மன்னர் வரலாற்றுடன் மார்த்தாண்ட வர்மாவின் வரலாற்றையும் இணைத்து வழங்கியுள்ளார். திருவிதாங்கூர் வரலாற்றைப் படைப்போரும், கன்னியாகுமரி மாவட்ட வரலாற்றைப் படைப்போரும், மொழிநடைப் பற்றி ஆய்வு செய்வோரும் இந்த நூலினைக் கடந்து போக முடியாத அளவிற்கு முத்திரை நூலாக இந்த நூலினைப் படைத்துத் தந்துள்ளார்.

அனந்த பத்மநாப நாடார் – பாருக்குட்டி இடையேயான காதலையும் இணைத்துத் தந்து அனந்த பத்மநாப நாடார் வரலாற்றுக்கும் ஒரு சிறிய வெளிச்சத்தைப் பாய்ச்சியுள்ளார். எட்டு வீட்டுப் பிள்ளைமார் யார் என்பதையும் வேறுபல திருவிதாங்கூர் புதிர்களையும் விடுவித்துள்ளார். டிலனாய் பற்றியும் திருவிதாங்கூர் நடத்தியப் போர்கள் பற்றியும் எடுத்துரைத்து எல்லாவற்றையும் சமநிலையில் விளக்கியுள்ளார். வரலாற்றைப் படைக்கும் படைப்பாளர் சாதி, மதம் என்னும் விருப்பு, வெறுப்பு இல்லாமல் இருக்க வேண்டும். அத்தகைய வரலாற்றை எல்லோராலும் போற்றப்படும் எந்த மதக்கருத்தையும் தனக்கு உகந்ததாக ஆக்கிக் கொண்டு படைப்பது எந்தப் பெருமையையும் சேர்க்காது எனத் தெளிந்து படைத்துள்ளார்.

கடவுள் எந்த மதத்திற்கும் உட்பட்டவர் அல்லர் என்பதுதான் பண்டைத் தமிழரின் கடவுள் கொள்கை. அந்தக் கடவுள் கொள்கைதான் சமத்துவத்தை முன்னெடுத்துச் செல்லும் கடவுள் கொள்கையாக இருக்கும் என்பது தெளிவு.

சாஸ்தான் கோவில் விளைக்கு அருகில் இருந்த பூவண்டன் தோப்பானது அய்யாவின் அவதாரத்தால் சாமித்தோப்பு என்னும் புதுப்பெயர்பெற்று இன்றளவும் பூமிப்பந்தில் புகழ்பெற்று விளங்குகிறது. இந்தப் புகழுக்கு அணி சேர்க்கும் வகையில் அகில ஒளி அய்யா வைகுண்டர் என்னும் நூலினைப் படைத்து வழங்கியுள்ளார் புலவர் கு. இரவீந்திரன். எழுத்துலகத்தில் கன்னியாகுமரி இடம் பெற்றிருக்கிறது என்றால் புலவர் கு. இரவீந்திரன் போன்றோரின் எழுத்துக்களால்தான் என்பதை எண்ணும்போது எனக்குள் ஒரு கர்வம் தோன்றுகிறது. கன்னியாகுமரி மாவட்டத்தில் தோன்றியவன்தான் நானும் என்னும் எண்ணத்தால் ஏற்பட்ட கர்வம்தான் அது. ஆம்! புலவர் கு. இரவீந்திரனின் புகழ் வெளிச்சத்தில் நானும் கொஞ்சம் குளிர்காய்ந்துக் கொள்கிறேன். எழுத்துக்கு ஒளிதரும் இரவீந்திர ஒளியாகப் படைத்துள்ள இந்த நூல் எல்லோராலும் போற்றிப் புகழப்படும் என்று நம்புகிறேன்.

அன்புடன்
முகிலை. இராச பாண்டியன்
30-01-2022

மதிப்புரை

பேராசிரியர் முனைவர் செ. சஜீவ்
செயலாளர்,
குமரி முத்தமிழ் மன்றம்.

தர்மம் என்பது எதுவெனக் கேள்வி எழும்போது அதற்குப் பலவகை விளக்கங்களை அகராதிகள் தந்த அறிவாலும், அறம் வளர்த்தவர்களின் வார்த்தைகள் வாயிலாகவும், அவதாரங்களை அனுஷ்டித்த மஹான்களின் அருளாலும் உணர முடிகிறது. என்றும் **“தாழக்கிடப்பாரைத் தற்காப்பதே தர்மம்”** என்பதுவே அகில ஒளி அய்யா வைகுண்டர் தந்த அருள்மொழி.

அந்த மஹானின் வாழ்வுதனை வரலாறாய்ப் புனைந்து நயம்பட உவமைகள் வெளிப்பட தமிழ்ப்புலமையோட மொழிந்திருப்பது இந்நூலில், மட்டுமல்ல இந்நூலாசிரியரின் தனிச்சிறப்பு.

தரித்திரம் என ஒதுக்கப்பட்டவர்களைச் சரித்திரம் ஆக்கிய சாஸ்தான்கோயில்விளை ஊரின் விடியலை ரம்மியமாகக் காட்சிப்படுத்தித் தொடங்குகிறார்.

கல்வி உடையாரின் மனம் போல அடிவானம் வெளுக்கத் தொடங்கியது.

சூரியன் உதயமாவதைப் பல்வகை உவமைகளைத் தந்து சிறப்பித்த கவிச்சக்கரவர்த்திகள் உண்டு. ஆனால் கல்வியின் சிறப்பையும், கற்றலின் மேன்மையையும், ஒய்யாரமாய்த் தந்திருக்கும் இவ்வரிகளைத் தவிர வேறு கண்ணுற்றது இல்லை என்றே உணர்கிறேன்.

வீடுகளில் ஆங்காங்கே விடியற்கால விளக்குகள் ஒளிவிட்டு பிரகாசித்துக் கொண்டிருந்தன என்று அக்காலத்தில் பிரம்ம முகூர்த்தத்தில் துயில் எழுந்து வீட்டில் விளக்கேற்றி தத்தம் வேலைகளைச் செய்யத் தொடங்குவர் எனச் சமகாலக்

கடமைகளைச் சமூகம் தெரிந்து கொள்ளும் விதமாகப் பதிவுசெய்து தொடர்வது எழுத்துக்கு வலு சேர்க்கிறது.

இப்படி காலச்சூழலைக் கண்ணியமாய் காட்டி சாஸ்தான் கோயில்விளையில் முடிசூடும் பெருமாளின் பிறப்பையும், திருவிதாங்கூர் அரண்மனையில் சுவாதித்திருநாள் இராமவர்ம மஹாராஜா பிறப்பையும் சுணக்கமில்லாது அனுமனும் அங்கதனும் போல எனப் பிணைத்துக் கொண்டு செல்வது பலவற்றைக் கடந்து செல்லும் வாய்ப்பை வாசகனுக்கு வழங்குவது நூலாசிரியரின் பரந்த அறிவினை வெளிப்படுத்துகிறது.

பெற்றோர்கள் தங்கள் குழந்தைகளுக்கு விருப்பமான பெயர் சூட்டுவதற்குக் கூட ஒரு சாராருக்கு உரிமை மறுக்கப்பட்ட காலத்தை வெளிச்சம்போட்டு சாடியிருக்கிறார்.

ஆளும் வர்க்கத்தின் அதிகாரத் தனத்தால் முடிசூடும் பெருமாள் முத்துக் குட்டி எனப் பெயர் மாற்றம் செய்யப்பட்டபோதும் ஊராரின் அழைப்புப் பெயரான பகவான் என்பதே அவருக்கு நிலைத்துப் போயிற்று.

பகவான் படிப்பில் படுசுட்டி. கவிராயர்கள் மத்தியில் ஒரே நேரத்தில் ஐம்புலன்களுக்கும் இன்பம் தரும் ஒரு பொருளைக் கூறுங்களேன்? என வினா எழுப்பி யாவரும் பதில் சொல்லாது நிற்கவே

கண்டுகேட்டு உண்டு உயிர்த்து உற்றறியும் ஐம்புலனும்
ஒண்டொடி கண்ணே உள

என வள்ளுவத்தின் வரிகளைச் சொல்லி அவர்களைத் தலைகுனிய வைத்தார் என்பது தனிச் சிறப்பாய் அமைந்து நுண்ணறிவின் நுட்பத்தை வெளிப்படுத்துகிறது.

பெண்கள் மேலாடை அணிவதற்கான உரிமை மறுக்கப்பட்டதும் ஆலய நுழைவுக்கு விதிக்கப்பட்ட தடைகளுமாகிய மறுக்கப்பட்ட கால வரலாறே மதமாற்றத்திற்கு வழிவகுத்தது என்பதனையும் சான்றாக்கி நகர்கிறார்.

பூவண்டன் தோப்புதனில் தொடங்கி மணவாழ்க்கை மேட்டுக்குடி மக்களின் நய வஞ்சகத்தால் பொலிவிழந்து போக, திருச்செந்நூர் கடற்பரப்பில் மகரவொளி மண்டபத்துள் போக திருச்செந்தூர் கடற்பரப்பில் சென்று புறம் வருகையில் நாராயணர் ஆகி நின்றார் என்று பகவானின் அவதார நிலையைத் தெளிவு படுத்துகிறார்.

பூவண்டன் தோப்பு சுவாமித்தோப்பு ஆகிறது. மக்களின் துயர் துடைக்க வந்தவராய் அய்யா அறியப்படுகிறார். அற்புதங்கள் பல புரிகிறார். பதிகள் பல உருவாயின. மனித உடல்களில் **96** வகையான தத்துவங்கள் ஒரே சமயத்தில் நடைபெறுகிறது எனும் சித்தர்கள் கருத்தினை உலகுக்கு உணர்த்துவதற்காக, அம்பலப்பதி நிறுவும் போது மேற்கூரையானது **96** கழுக்கோல்கள் கொண்டு அமையப்பட வேண்டும் எனறு விரும்பினார்.

நாராயணனின் எழுச்சி திருவிதாங்கூர் மன்னனுக்கு வெறுப்பினைத் தந்தது. ஆதலால் அவருக்குப் பல வகைகளிலும் துன்பத்தைத் தந்தார். ஆனால் எல்லாவற்றையும் முறியடித்து அவதாரப்புருசனாய் அகிலத்தோடு ஐக்கியமாகிறார்.

அய்யாவின் பிறப்பு முதல் இறுதிவரை பல அத்தியாயங்களாகக் காட்சி படுத்தியதோடு பல்வேறு முடிச்சுகளை அவிழ்த்துச் சென்றிருப்பதால் இதனை ஒரு வரலாற்று ஆவணம் என்றே பெருமைப்பட முடியும்.

படைப்புகள் பல தந்த நூலாசிரியரின் புத்தக வரிசையில் இது ஒரு மைல்கல் மட்டுமல்ல; அய்யா வழி நூல்களில் இது ஒரு மணிமகுடம் என்ற இறுமாப்புடன் நூலாசிரியரின் எழுத்துப் பணி சிறக்கவும் தர்மயுக வித்தாகி இந்நூல் வளர்மரமாய் தழைத்தொளிரவும் வாழ்த்துகிறேன்.

பேரா. செ.சஜீவ்

ஆசியுரை

பூஜிதகுரு. பாலபிரஜாபதி அடிகளார்
தலைமைப்பதி,
அன்புவனம், சுவாமித் தோப்பு

அய்யாவின் ஆசி பெற்ற புலவர் கு. இரவீந்திரன் அவர்கள் எமது துவக்ககால அய்யாவழி சமயப் பணிகளில் பெரிதும் உழைத்தவர். ஒரு சிறிய வட்டத்துள் எமது பணிகள் துவங்கியபோது துணைநின்றவர் அவர். இன்று எமது வட்டம் பெரிதிலும் பெரிதாய் வளர்ந்துவிட்டது. பல மத, பல இன, பலமொழி பல இயக்கங்களுடன் இணைந்தும், விலகியும் எமது வாழ்வுப் பணியும் தொடர்கின்றது. வெகுநாட்களுக்குப் பிறகு உள் வட்டத்தை எட்டிப் பார்க்கிறபோது புலவர் கு. இரவீந்திரன்அவர்கள் அகில ஒளி அய்யா வைகுண்டர் எனும் புதினத்தினைப் படைத்து யாத்துள்ள செய்தி அறிந்து மகிழ்ந்து போனோம். படைக்கும் படைப்பு எதுவாக இருந்தாலும் கவிதையோ, கட்டுரையோ, கதைகளோ, நாவலோ அதன் உள்ளே தன்னுணர்வு ஊடாடாதிருக்க முடியாது. அன்று பேச்சால், எழுத்தால் அய்யா வைகுண்டர் புகழ் பரப்பியவர் இன்று தான் படைத்துள்ள வரலாற்று புதினத்தினுள்ளும் அய்யா வைகுண்டர் எனும் உலக மகா தீபத்தினை ஏற்றி ஏற்றம் பெறச் செய்துள்ளார்.

பெருமதிப்பிற்குரிய முகிலை இராசபாண்டியன் அவர்கள் அணிந்துரை தந்து அணி செய்திருப்பது சிறப்பே. புலவர் நீ. ஐய்யப்பன் அவர்கள் அடிப்படை அய்யா வைகுண்ட பக்தராவார். எமது துவக்ககால பணிகளில் துணைநின்ற பெருந்தகை, சீரிய பண்பாளர் அளப்பரிய அன்புடையோர் அவர்களது வாழ்த்துரை நூலுக்கு வளம் சேர்க்கும்.

பேராசிரியர் சஜீவ் அவர்கள் நூலுக்கு மணிமகுடம் சேர்ப்பதுபோல மதிப்புரை வழங்கியிருப்பது இன்னும்

சிறப்புடையது ஆகிறது. சிவனி சதீஷ் அவர்களும் கோபால கிருஷ்ணன் அவர்களும் பாராட்ட இப்புத்தகம் புத்துலகு படைக்க கருத்துக்களைப் பரவலாக்கி பார் முழுக்க அய்யா வைகுண்டர் பேரொளி பரப்பும் என்பதில் எள்முனையளவு ஐயமில்லை.

நூலாசிரியர் புகழ் சிறக்க நல்ல கருத்துக்களை ஏற்றுலகம் ஏற்றம் பெற அய்யா வைகுண்டர் பொன்னடி பணிந்து ஆசிகள் நிறை வாழ்த்தினை வழங்குகிறேன்.

வாழ்க!

நலமுடன் அன்பாய் என்றும்

வெற்றி நிச்சயம்

அய்யா உண்டு

வாழ்த்துரை

புலவர் நீ. ஐயப்பன்
தலைவர்,
அம்பைத் தமிழ் இலக்கியப் பேரவை,
அம்பாசமுத்திரம்.

புலவர் கு. இரவீந்திரன் அவர்கள் எழுதியுள்ள, 'அகிலஒளி அய்யா வைகுண்டர்' கற்றவர் போற்றும் கற்பகமரம் எனலாம். நூலைத் தொட்டால் உள்ளம் மகிழ்வால் துள்ளுகிறது. சொல்லழகும், சுவை அழகும், பொருள் அழகும் கற்பவரைத் தெய்வீக மணம் பெற்றவர்களாக மாற்றுகிறது. பொன்னுநாடார் செய்தத் தவப் பயனால் மண்ணும் விண்ணும் அடிமை வாழ்வு ஒழிந்து அறவாழ்வு மணக்க அய்யா வைகுண்டராக வந்துதித்தார். தங்கச் சிலை எனப் பிறந்துள்ள இவன் நாடாள்வான் எனப் போற்றிப் புகழ்ந்தனர். வெயிலாள் என் தவம் பலித்தது என மகிழ்ந்தாள். அழகு தமிழில் படிப்பவர் மகிழும்படி சொற்களை அமைத்துள்ள திறன் புலவர் கு. இரவீந்திரன் அவர்களுக்கு அமைந்த தனிப்பண்பு.

சாஸ்தான் கோவில் விளை இருள் நீக்கி இன்பம் தரும் ஓர் தெய்வமகனை உலகிற்குத் தந்திருக்கிறது என ஊரார் போற்றினர் என்ற செய்தி நாட்டை ஒரு குடைக்குள் ஆள வைகுண்டம் பிறந்துள்ளது என்பதை உணர்த்துவதாக அமைந்துள்ளது.

புலவர் கு. இரவீந்திரன் அவர்கள் வரலாற்று உண்மைகளை அகழ்ந்து எடுத்து நூலில் மலர வைத்துள்ள நுண்ணறிவு போற்றுதலுக்குரியது.

அய்யா வைகுண்டம் பிறந்ததால் இயற்கையில் ஏற்பட்டுள்ள மாற்றங்கள் வருங்காலத்தில் நாடு அடிமை விலங்கு அறுபட்டு மக்கள் மறுமலர்ச்சி பெற்று வாழ்வார்கள் என்ற உண்மையை உணர்த்துவதாக அமைந்துள்ள திறம் போற்றி

XIII

புகழ்வதற்குரியது. டச்சுப் படைத்தளபதி டிலனாய் காலத்திலே மதம் மாற்றம் என்னும் கொடிய வியாதியைப் பரவவிட்டான் என்ற உண்மையினை நுட்பமாகக் காட்டியுள்ளார் ஆசிரியர். நூலின் ஊடே வரலாற்று உண்மைகள் பொன்மணியாய் ஒளி வீசுகிறது.

வெயிலாள் அம்மைக்குப் பிறந்த மகனுக்கு முடிசூடும் பெருமாள் என நாமம் சூட்டினார். இழிகுலத்தில் பிறந்தவனுக்கு முடிசூடும் பெருமாள் என நாமம் சூட்டுவதா? படையை அனுப்பி பெயர் மாற்றம் செய்ய கட்டளை இட்டாள் அரசி. அடிமைநிலை சேரநாடாகிய நம்மிடையே இருந்தது என்பதை நயமாக ஆசிரியர் சுட்டிக்காட்டியுள்ள பாங்கு போற்றுதலுக்குரியது.

இதுபோன்ற பல வரலாற்று உண்மை அடிமை வாழ்வு வாழ்ந்த மக்கள் அறிந்து உணரும் வண்ணம் தந்துள்ளார்.

இக்காலகட்டத்தில்தான் சிப்பிக்குள் முத்தாக வந்து தோன்றினார் பகவான். ஆன்மீகத்திலும் அறிவிலும் சிறந்தவராக வளர்ந்தார்.

அரசன் இராமவர்மா காலத்தில் சான்றோர் மக்களுக்குச் சில சலுகைகள் வழங்கப்பட்டன. சான்றோர் மக்கள் பெருமாள் எனப் பெயர் சூட்டிக் கொள்ள அனுமதி அளித்தான். நாடோடிகளாக அலைந்த வெள்ளையர்களுக்கு இவன் உறவுப் பாலமாக இருந்தான். அடிமை வாழ்விற்கு வழியமைத்தான் என்றால் அதுதான் உண்மை.

பல செய்திகள் வாயிலாக விளங்க வைத்துள்ள தன்மை ஆசிரியரின் வரலாற்று அறிவுக்கு ஓர் உதாரணம்.

நூலின் நாயகன் பகவானின் பெருமை ஊரெல்லாம் பரவியது. சான்றோர்குல மக்கள் பகவானைச் சார்ந்து வாழ்ந்தனர். பகவான் பரதேவதையோடு கூடி வாழ்ந்தார்.

உயர் சாதிக்காரர்கள் நயவஞ்சகமாக அழைத்துச் சென்று நஞ்சு கலந்த உணவினை உண்ணச் செய்தனர். தாயின்

XIV

அரவணைப்பால் உயிர் பிழைத்தான். வஞ்சகர் எண்ணம் பலிக்கவில்லை. நாடாளப் பிறந்தவரை நஞ்சு என்ன செய்யும்.

அய்யா வைகுண்டர் திருச்செந்தூர் கடலுக்குள் சென்று விஞ்சை பெற்ற வரலாற்றைச் சொல்லோவியமாகத் தீட்டியுள்ள திறம் ஆசிரியரின் நுண்ணறிவுக்கு ஓர் எடுத்துக்காட்டு.

விஞ்சை பெற்று வந்த நாராயணர் அம்மாவிடம், "இனி நானென்று ஒன்றுமில்லை. நாராயணர்க்கு மகவாய்த் தோன்றி வந்தேன் இனியாம் எவ்விடத்தும் இருப்போம்" என்று தான் பெற்ற கடவுள் தன்மையைத் தாய்க்கு உணர்த்தினார். என்ற உண்மைகளை விளக்கியுள்ள மதி நுட்பம் கற்போரை வியக்க வைக்கும்.

பூவண்டன் தோப்பு தனி அழகு பெற்றுத் திகழ்ந்தது. காரணம் நாராயணர் வருகை எனச் சுட்டிக் காட்டியுள்ளார். நாராயணர் நல்மகனுக்கு நாட்டு நிலைகளைக் கூறினார். நாடு நலம் பெற ஆறு ஆண்டுகள் தவம் செய்யக் கட்டளை இட்டார்.

முதல் தவம் யுகத்தவம், இரண்டாம் தவம் சாதித்தவம், மூன்றாம் தவம் பெண்ணடிமை ஒழியத் தவம். இத்தவங்களால் நாடும் சாதிக்கொடுமையும் பெண்ணடிமைத் தன்மையும் மாற வழிகாட்டிய கடவுள் தன்மை வியப்புக்குரியது.

தீரா நோய் தீர்த்தருள வந்த பிரான் எனப் போற்றிக் கொண்டாடினர் மக்கள்.

"எவருக்கும் பதறாமல் வாழ்ந்திடுங்கோ கண்ணுமக்கா" என அருள் உரை பகர்ந்தார்.

தகாதவர்கள் துர்போதனையால் அரசன் தர்ம தேவனைச் சிறையில் அடைத்துத் தண்டித்தான். இன்னும் எண்ணரியத் துன்பங்களைச் செய்தான். விஞ்சை பெற்ற வைகுண்டர் மீண்டு வந்தார். அரசன் தவறை உணர்ந்தான்; விடுதலை செய்தான். அய்யா தான் எண்ணியபடி பலகாலம் அங்கிருந்தார். மாசி பத்தொன்பது அன்று நான் இங்கிருந்து புறப்படுவேன் என்றார்.

XV

சிங்காரத்தோப்பு தவச்சாலையாய் மாறியது. ஆடவரும் மகளிரும் கூடி அய்யாவின் மலரடியைப் பணிந்து போற்றினர். அரசனைச் சிந்திக்க வைத்தவர் அய்யா. அரசனுக்குத் தவறை உணர்த்தினார். தண்டிக்கவில்லை. இவர்தான் வைகுண்டர் என உலகம் உணர்ந்தது. நாராயணர் நாமம் எங்கும் பரந்து ஏற்றத்தாழ்வு மறைந்து ஓர் குலமாய் உயர வைத்தார் வைகுண்டர் என்னும் உயர்தத்துவத்தை உணர்த்தியுள்ளார் ஆசிரியர்.

அய்யா சிறை மீண்டு வந்ததால் தோப்புப்பதி கடவுள்பதி போல் பொலிவு பெற்று விளங்கியது.

பாற்கடலில் பச்சைமால் நாராயணர் உரைத்தபடி அய்யா கடுந்தவம் செய்தார்.

அய்யா தவம் இருந்த செயல் வாயிலாக மக்கள் தவம் செய்ய வேண்டும். தவத்தால் தலைவனை அறியலாம்; அவனை அடையலாம் என்று உண்மையை உணர்த்தியுள்ளார்.

பொய்மாய்கை, வஞ்சனைகள் சூது வாது தான்அழிய மெய்யான வைகுண்டர் பூலோகத் தவம் இருந்தார். தவம் இருப்பதின் நோக்கத்தை மக்களுக்குப்புரிய வைத்துள்ளார். "தானம் தவம் செய்து கொண்டு தளைப்பீர்கள் நீங்கள் மக்கா" என்ற வரிகள் நோக்கத்தக்கது.

இத்தருணத்தில் வெள்ளையர்கள் ஒடுக்கப்பட்ட மக்களுக்கு நல்வழிகாட்டுவது போல பாசாங்கு காட்டி மதம் மாற்றினார்கள். இக்காலத்தில் அய்யா நாராயணர் வைகுண்டராக அவதாரம் செய்தார். அம்பலப்பதி ஆதரவற்றோர் கூடாரமாய் அமைதிக்கு வழிகாட்டியது. அய்யா ஆற்றிய அரும் செயல்கள் பல. சில உதாரணங்கள்:—

கிறித்தவமத போதகர் இராஜமணி நாடார் வாய்பேச முடியாதவர் ஆனார். உறவினர் வருந்தினர். வெங்கடாசலம் ஐயர் வழி காட்டத் தோப்புப்பதிக்குச் சென்றார். அய்யா சிவசிவ மந்திரத்தை ஓதி போதகர் இழந்த பேச்சை மீண்டும் பெற வைத்தார். அதன்பின் மூலப்பண்டாரத்தை முறையாய்ப் போற்றி

XVI

வழிபட்டார். சரணம் என வந்தவரை வாழ்விப்பவர் அய்யா நாராயணர்.

கல்குளம் பகுதியில் வாழ்ந்தவர் சுடலைமுத்து நாடார். அம்பலப்பதி வந்தார். அய்யாவை சிவனாகக் கண்டார். அய்யாவின் பக்தர் ஆனார். சுடலைமுத்து நாடாரைப் பின்பற்றி அவ்வூர் மக்கள் கலியழிக்க வந்த வைகுண்டரைப் போற்றி அவர் வழி வாழ்ந்தனர்.

அய்யா கருணை வள்ளல். தாழ்வுற்ற மக்களெல்லாம் சமதர்மம் பெற்று வாழ ஊர்கள் தோறும் தாங்கல்களை ஏற்படுத்தினார். ஒடுக்கப்பட்ட மக்கள் பகவானைத் தொழும் பாக்கியம் கிடைத்தது என மகிழ்ந்து வைகுண்டரைப்போற்றி வாழ்ந்தனர்.

பிச்சம்மாள் என்னும் பெண்மணியின் பக்தி, அய்யா வைகுண்டர் அனைவரையும் ஒன்றாகப் பார்க்கும் உயர்குணத்திற்குச் சிறந்த உதாரணம். சீடர்கள் வேற்றுமை மறந்து தொண்டாற்றுவதே அய்யாவின் தர்மம் என்ற கோட்பாட்டை உணர வைத்துள்ளது.

"ஒரு புத்தியாய் இருங்கோ பூலோகம் ஆள வைப்பேன்" என்ற கோட்பாட்டிற்குப் பிச்சம்மாள் பக்தி வாழ்க்கை சிறந்த சான்று.

அய்யா "ஏகம் ஒரு பொருள் எல்லாம் ஆனான்" என்பதை விளக்க அனைத்து சக்திகளையும் தன்னகத்தே கொண்டார்.

எல்லா உயிர்களிலும் இறைவன் உள்ளான். அதனால் அனைத்து உயிர்களிடமும் அன்பு காட்டுங்கள் எனப் போதித்தார். மக்கள் அவர் கூற்றுப்படி வாழ்ந்தனர்.

பல்வேறு வகைகளில் துன்புற்ற மக்களுக்கு இளைப்பாற அய்யா நிழலானார். ஆண்டவன் நிழல் அன்பர்களுக்குச் சொர்க்கம். அய்யாவின் உபதேசம் அரும் பொக்கிசம். நிழலில் ஒதுங்கிய மக்களுக்கு அய்யாவின் பொன்மொழிகளைக் கூறி அய்யாவழியில் நிலைத்து வாழ வழிகாட்டுவது அய்யா வழி

அன்பர்கள் கடமையாகும். "தாழக் கிடப்பாரைத் தற்காப்பதுவே தர்மம்" என உணர வேண்டும்.

தர்மம் பெரிதெனத் தப்புமிகச் செய்யாமல் அய்யாவழி அன்பர்களாக வாழ்வோம். எல்லோரும் எல்லாம் பெற்று இன்புற்று வாழ வழிகாட்டியவர் வைகுண்டர். நன்றி மறவாமல் போற்றி வாழ்வோம். வைகுண்டம் பிறந்ததால் வாழ்வு பெற்றோம் என அனைவரும் கொண்டாடி மகிழ்வோம். இத்தகு உண்மைகளை இந்நூலில் உணர்த்தியுள்ளத் திறன் புலவர் கு. இரவீந்திரன் அவர்களின் தனித்திறமை.

இந்நூலினை வாசிக்கும் அன்பர்கள் வைகுண்டர் அருள் பெற்று பல்லாண்டு வாழ வாழ்த்துகிறேன்.

அன்புடன்

புலவர் நீ. அய்யப்பன்

முதுகலைத் தமிழாசிரியர்,
திலகர் வித்யாலயம் மேல்நிலைப்பள்ளி,
கல்லிடைக்குறிச்சி,
நெல்லை மாவட்டம்.

XVIII

என்னுரை

மலையும் கடலும் காடும் கழனியுமாய் விரவி வளங்கள் பலவும் நிறையணியாய் அணிந்து பாரத தேசத்தின் தென்கோடியில் அழகுக்கோலம் கொண்டு விளங்குவது கன்னியாகுமரி. காலந்தோறும் தமிழும் தமிழ் புலவர்களும் தோன்றிப் புகழ்பாடிக் களித்த திருத்தலம். கன்னியாகுமரி பகவதி கன்னிகையாய் நின்று தவம் செய்து அருள் பாலிக்கும் சக்தி திருத்தலம். மும்மூர்த்திகளும் ஒரு மூர்த்தியாய்த் தோன்றி சமத்துவப் பந்தலில் அருள்மாரிபொழியும் தெய்வத் திருத்தலம். மூவேந்தர்களும் தம் ஆதிக்கத்தைச் செலுத்தி அரசாண்டு முறைசெய்த நன்னிலம். சிற்றரசர்கள் பலரும் அரசோச்சி வாழ்ந்த அழகியப் பெருநிலம். வழிவழி அடியார்களும் அறிஞர்களும் தோன்றி பக்தித் தமிழ் வளர்த்த பக்தித் திருத்தலம்.

அரசர்களின் படையெடுப்பும் அன்னியர்களின் ஆதிக்கமும் கலந்து செல்வ வளங்களைச் சூறையாடி பகையும் பூசலும் வளர்ந்த காலத்தில் சாதிகளும் மதங்களும் தோன்றி கோலோச்சின. மூடநம்பிக்கைகளும் பசியும் பிணியும் வாட்டி வதம் செய்தன. ஆதிக்கச் சக்திகளின் அரசாட்சியில் வாழ்விழந்த மக்கள் வறுமையில் வாடி பிணி எய்தினர். மொழி மாற்றமும் மதமாற்றமுமாய் மக்கள் வாழ்வைத் தள்ளாடச் செய்தன. தொழிலும் வளமும் சூறையாடப்பட்டதால் வறுமை எங்கும் தலைவிரித்தாடியது. அடக்கு முறைகளால் ஒடுக்கப்பட்ட மக்கள் வீடிழந்து நாடிழந்து வாழ்விழந்து வாடி வதங்கினர். இரவுக்குப் பின் பகல்தோன்றி உதயமாவதைப் போல அதர்மம் தலைவிரித்தாடும் காலத்தில் தர்மம் காக்க ஆங்காங்கே நல்லோர் பலரும் தோன்றினர்.

அத்தோற்றத்தின் முன்னோடியாய்த் தோன்றி வழிகாட்டி வாழ்வு தந்தவர் அய்யா வைகுண்டர். திருவிதாங்கூர் சிற்றரசின்

XIX

முறையற்ற ஆட்சியும் ஆங்கில ஆட்சியாளர்களில் கிளர்ச்சியும் கலந்து உறவாடி மகிழ்ந்த நேரமது. ஆண்டு மகிழ்ந்த மக்கள் ஆண்டிகளாய் அலைந்து அமைதி இழந்தனர். கட்டிய வீடும் வணங்கிய கோயிலும் உழைத்த வயலும் உரிமையாய் வாழ்ந்த வாழ்வும் இழந்து வருந்தியக் கொடுமை. இளைப்பாற வழியின்றி இல்லாமையால் களைப்புற்று வாடிய மக்களுக்காய் வழிகாட்டி ஒளியூட்டியப் புரட்சிக்கனல் அய்யா வைகுண்டர். சாதியப் பிரிவினையின் சங்கறுத்து மோதிப் பகையின்றி மூடநம்பிக்கைகளின் முதுகெலும்பை முறித்துப் பந்தாடி சமத்துவ பந்தலில் மக்கள் ஒன்றாய் வாழ்ந்து வளம் செய்ய வழிகாட்டி ஒளியூட்டிய கருணைப்புனல் அவர்.

அன்பு வழிகாட்டி அறநெறி ஒளியூட்டி ஒக்க ஒரு இனம் போல் ஓரிடத்தில் கூட்டி அன்னமிட்டு ஆதரித்து பசி நீக்கிய பசிப்பிணி மருத்துவர் அவர். கிணற்றில் நீரெடுக்கவும் ஆறுகுளங்களில் குளிக்கவும் சான்றோர் மக்களுக்கு உரிமை மறுக்கப்பட்ட காலத்தில் பலசாதி மக்களையும் அன்பால் வரவழைத்து முத்திரியில் நீராடி முறையாக இறை தொழுது வயிறார உணவிட்டு வெப்பந்தணித்த விமலன் அவர்.

தூய்மை பாரதத்தின் முன்னோடிக் காவலன். துவையல் பந்தி கண்டு குளித்துத் துவைத்து பண்பாய் ஓரிடத்தில் கூடி மக்கள் ஒன்றாய் உண்டு உடுத்து உரிமை பெற்றுயரச் செய்த சமத்துவப் பகலவன் அவர். பசி போக்கி பாருக்கு வழிகாட்டியப் பண்பாளர். அகிம்சை நெறியை அகிலத்தில் காட்டி ஆண்ட அரசனையும் அடிபணியச் செய்த அருளாளர். எச்சாதிக்காச்சோ அச்சாதி நன்றாகும் என்று சாதிப் பகையறுத்து சமத்துவம் கண்ட கருணை வள்ளல்.

கோயில் வழிபாடின்றி கோமகனின் கொடுமையில் ஆத்மபோதமின்றி அலைக்கழிந்த மக்களுக்கு ஆறுதல் வழங்கி அமைதி பெறச் செய்த அருள் வள்ளல். தோள்சீலை அணியவும், தன்மானமாய் வாழத் தலைப்பாகை அணியவும் மானமாய்

XX

வாழும் குடும்பத் தலைவியர் தங்கத்தால் தாலி அணியவும், பட்டாடை உடுத்தி பாரில் பாவையர்கள் பவனி வரவும் உரிமை தந்து உயர் வாழ்வு வாழ வழிகாட்டியவர். அனைத்திலும் ஆண்டவனைக் கண்டு தன்னைத் தானே தலைவனாய்க் கண்டு தரணியில் வாழ கண்ணாடி வழிபாட்டைத் தரணிக்குத் தந்து தயவாய் ஒளிர்ந்தவர். அவர் அகிலத்தில் பூத்த ஆத்மப் பேரொளி. அதுவே அகில ஒளியாய்த் தோன்றிய அய்யா வைகுண்டர்.

"தாழக் கிடப்பாரைத் தற்காப்பதே தர்மம்" என்னும் தர்ம வாழ்விற்கு அடிகோலியவர். அகில ஒளி அய்யா வைகுண்டர் என்னும் இந்நாவல் பாருக்கு வழிகாட்டும். இந்நாவல் எழுதுவதற்குத் துணை நின்று உதவியதோடு மதிப்புரை தந்து சிறப்பித்த பேரா. சஜீவ் அவர்களுக்கும், அணிந்துரை வழங்கி நூலுக்கு மகுடம் சூட்டிப்பெருமை சேர்த்த மத்திய செம்மொழித் தமிழாய்வு மையத்தின் முன்னாள் பதிவாளர் பேரா. முகிலை இராசபாண்டியன் அவர்களுக்கும், வாழ்த்துரை வழங்கிச் சிறப்பித்த என்றும் உடன் நின்றுதவும் அம்பை தமிழ் இலக்கியப் பேரவைத் தலைவரும் முதுகலை தமிழாசிரியருமாகிய புலவர் நீ. ஐயப்பன் அவர்களுக்கும், அகில ஒளி போல ஆசியுரை வழங்கி நாவலுக்குப் பெருமை தந்த அய்யாவழி அன்புவன நிறுவனர் வணக்கத்திற்குரிய மகாகுரு பாலபிரஜாபதி அடிகளார் அவர்களுக்கும் நூலினைத் தட்டச்சு செய்து நூல்வடிவம் ஆக்கித் தந்த சிவசக்தி கமர்ஷியல் ஸ்கூல் உரிமையாளர் மாலன்விளை கு. மகேஷ்வரி அவர்களுக்கும், நாவலாசிரியர் பற்றிய செய்திகளைப் பின்னட்டையில் பதிவு செய்த கிரேஸ் கல்வியியல் கல்லூரி முதல்வர் முனைவர் கமல. செல்வராஜ் அவர்களுக்கும் அவ்வப்போது உடனிருந்து உதவிசெய்த பொறியாளர் வி.கே. மூர்த்தி அவர்களுக்கும், என் மகள் சிவபாரதி, மருமகன் விக்கிரம், மகன் சிவபிரசாத், மருமகள் வித்யா, பேரன் விஷ்வா, பேத்திகள் சிவன்யா, சிவானிகா ஆகியோருக்கும் நூலினைப் பதிப்பித்து எனது

எழுத்துப் பணிக்குச் சமூக அங்கீகாரம் தந்துகொண்டிருக்கும் சென்னை காவ்யா பதிப்பக உரிமையாளர் பேரா. சண்முகசுந்தரம் அய்யா அவர்களுக்கும் நான் என் நன்றிகளை உரித்தாக்கி மகிழ்கிறேன்.

என்றும் அன்புடன்
புலவர் கு. இரவீந்திரன்

பதிப்புரை

அய்யா வைகுண்டர்
ஓர் அகில ஒளி,
இவரால் 'குமரி' மட்டுமன்று
உலகமே உயர்ந்தது.
சாதி மதப் பேதங்கள்
சாயத் தொடங்கின.
இவர் சமதர்ம சிற்பி,
சனாதனத்தின் வைரி.
புலவர் கு.இரவீந்திரன்
குமரித் தமிழின் கோலாகலன்
ஆக்கமும் ஆய்வுகளும்
அடுக்கடுக்காய் படையெடுக்கும்.
கூரையேறி கோழியும் பிடிப்பார்
வானமேறி வைகுண்டமும் செல்வார்.
வரவேற்போம், வாழ்த்துவோம்!

- காவ்யா சண்முகசுந்தரம்

அகில ஒளி அய்யா வைகுண்டர்

1

இரவு வானம் கதிரவனைப் பிரசவித்துக் கொண்டிருந்தது. காரிருளும் மெல்ல மெல்லக் கரைந்து விடியலுக்காய் ஒளிந்து கொண்டிருந்தது. கல்வி உடையாரின் மனம் போல அடிவானம் வெளுக்கத் தொடங்கியது. தலைக்கோழிகள் விடியலை வரவேற்றுக் கூவின. பறவைகளும் பச்சைக் கிளிகளும் ஆலோலம் பாடிப் பறந்தன.

கருங்குயில்கள் இன்னிசையால் விடியலுக்குக் கட்டியம் பாடின. விண்மீன்கள் வானின் தாரகைகளாய் ஒளிமழுங்கிக் கொண்டிருந்தன.

சாஸ்தான் கோவில்விளை விடியலில் சலசலப்பாய் காணப்பட்டது.

வீடுகளில் ஆங்காங்கே விடியற்கால விளக்குகள் மின்மினிகளாய் ஒளிவிட்டுப் பிரகாசித்துக் கொண்டிருந்தன.

விளக்கொளியின் வெளிச்சத்தில் பொன்னுநாடார் வீட்டைச் சுற்றி அங்குமிங்குமாய் நடந்து கொண்டிருந்தார்.

அண்டை அயலார்கள் அங்கே ஒவ்வொருவராய் வந்த வண்ணமிருந்தனர்.

முதுமகளிர் சிலர் வீட்டிற்குள் சமாதானம் செய்து கொண்டிருந்தனர்.

வெயிலாள் அம்மை பிரசவ வலியால் துடித்துக் கொண்டிருந்தார்.

மருத்துவச்சி ஒன்றுமில்லை... எல்லாம் சரியாகிவிடும் என்பது போல அமைதிப்படுத்திக் கொண்டிருந்தாள்.

சுசீந்திரம் ஆலயமணி கணீர்! கணீர்! என ஒலித்தது. தென்னை மரக்கீற்றுகளைத் தென்றல் தாலாட்டி மகிழ்ந்தது. அங்கே தூக்கணாங்குருவிக் கூடுகள் ஊஞ்சலாய் ஆடிக்களித்தன.

பூமரத்து வண்டுகள் ரீங்காரம் பாடிப் பறந்தன.... தேனுண்டு மகிழமலர்களின் மஞ்சங்களில் அமர்ந்து மகரந்தங்களை உதிர்த்தன.

மகளிர் வாழ்த்தொலியில் குவாவ்....குவாவ்....! குழந்தையின் அழுகுரல்....! எங்கும் அமைதி நிலவியது.... அமைதிக்குப் பின் ஆரவாரமாய்த் தோன்றியது.

பொன்னு நாடார் விம்மிப் பெருமூச்சு விட்டார்.... தோளில் அணிந்திருந்த துண்டினைக் கைகளால் எடுத்து வீட்டின் ஓரத்தில் விரித்து அதில் அமர்ந்தார்.

எல்லோரும் நல்ல நேரத்தில் குழந்தை பிறந்திருக்கிறது! என்று பேசிக் கொண்டனர்.

மருத்துவச்சி நாடாரே! தங்கச்சிலை போல ஓர் ஆண் குழந்தையைப் பெற்றிருக்கிறீர்....! என்று பெருமிதப்பட்டாள்...

நாடாள்வான் இவன் என்று முதுமகளிர் பலரும் குழந்தையை வாழ்த்தினார்கள்.

விடியலில் பிறந்த இவன் நமக்கு விடியலைத் தருவான் என்று வந்தவர்களில் சிலர் பேசிக்கொண்டனர்.

மகளிர் எல்லாம் கூடிக் குரவையிட்டனர். வெயிலாளின் தவமும் தானமும் வீண்போகவில்லை. தங்க மகனைத்

தரணியாளும்படிப் பெற்றெடுத்தாள் என்றாள் ஒருத்தி. கலியுகத்தைக் கட்டழித்து நாடாள்வான் இவன் என்றாள் மற்றொருத்தி.

சாதி பதினெட்டும் தலையாட்டிப் பேய்களையும் கட்டழித்து நாட்டை அரசாள்வான் இவன் என்றாள் வேறொருத்தி.

குழந்தை மூக்கும் விழியுமாய் சக்கர சூலம் தாங்கிப் பிறந்திருக்கிறது! என்று முதியோர் பேசிக் கொண்டனர். வெயிலாள் உணர்வு பெற்றாள்... பெற்றக் குழந்தையை வாரி அணைத்தாள்... அவள் மேனி மெய்ஞான உணர்வில் சிலிர்த்து மகிழ்ந்தது. மார்புடன் அணைத்தாள். அருள் ஞான ஒளியில் நனைந்து மகிழ்ந்தாள். பாலூட்டிப் பரவசம் அடைந்தாள். ஞானியர் பெற்ற நல்லுணர்வு அடையப் பெற்றாள். பால்குடித்தக் குழந்தை வேதங்களைக் கற்றுணர்ந்த மெய்யறிவு கிடைக்கப் பெற்றது. சாஸ்தான் கோவில்விளை இருள் நீக்கி இன்பந்தரும் ஓர் புனிதரை உலகுக்குத் தந்திருக்கிறது என்று ஊரார் பாராட்டி மகிழ்ந்தனர்.

●

2

தலைநகர் எங்கணும் தங்க நகரமாய்க் காட்சியானது. கொண்டாட்டங்களும் கேளிக்கைகளும் மலிந்து கிடந்தன. ஆட்சியாளர்களும் பணியாளர்களும் ஆர்ப்பரித்து மகிழ்ந்தனர்.

விருந்தும் விழாவுமாய் மக்கள் கூடிக்களித்தனர்.. தான தர்மங்கள் தடபுடலாய் நடந்து கொண்டிருந்தன. மலர்களை நாடும் வண்டினமாய்ப் பலரும் வந்துசென்று கொண்டிருந்தனர். ஆலயங்கள் அலங்கார ஒளியில் மின்னித் திளைத்தன. வழிபோக்கர்கள் குடியும் கும்மாளமுமாய் ஆடிப்பாடினர். அதிர்வேட்டுகளும் வாணவேடிக்கைகளும் வெடித்துச் சிதறின.

உழைப்பாளிகள் உரிமைகள் இன்றி ஒதுங்கி ஓடினர். அனந்த பத்மநாபனுக்கு மலரும் மாலையும் அலங்காரமுமாய் அழகு செய்தனர். வேதமந்திரங்கள் ஒலித்தன... தானம் பெறுவதற்கு அந்தணர்களும் நம்பூதிரிகளும் கூடிக் கிடந்தனர்.

மாவிளக்கும் தாலப் பொலியுமாய் மங்கையர்கள் தேவ மகளிராய்க் காட்சி தந்தனர். நகர் எங்கும் தோரணங்களும் அலங்கார வளைவுகளும் அழகு சேர்த்துக் கிடந்தன. தோரணங்களில் செவ்வாழையும் செங்கரும்பும் அலங்காரமாய் அலங்கரித்துக் கிடந்தன.

கூந்தல் பனம்பூக்கள் தலைவிரித்துக் கிடந்தன. தென்னங் குலைகளும் செம்பொற்பாக்கும் நுங்குக் குலைகளுமாய் அலங்கார வளைவுகளை அழகு சேர்த்துக் கொண்டன.

சளம்பனை ஓலைகளால் வரிசைப் படுத்தி மலர்ச்சரங்கள் தொங்கவிடப்பட்டிருந்தன.

நடன நாட்டியங்கள் நடைபெற்றன. ஓட்டந்துள்ளலும் கதகளியும் குறத்தியாட்டமும் சேரநாட்டுக் கலைகளுக்குச் செம்மை சேர்த்தன.

அரண்மனை ஒளிவெள்ளத்தில் முழ்கிக் கிடந்தது. வேதியர்கள் வேள்விச் சாலையில் ஆகுதீ வளர்த்தனர். அரண்மனை ஆட்சியாளரும் நிர்வாகிகளுமாய் ஆங்காங்கே சுற்றி வந்தவண்ணமிருந்தனர்..

திருவிதாங்கூர் அரண்மனை விதவிதமான அலங்காரங்களால் மணமகள் போல் பார்ப்போரை மகிழ்வித்தது.

முதன்முதலாய் அங்கே மன்னனுக்கு மகனாக மகாராணி பட்டத்து இளவரசு ஒன்றைக் குழந்தையாகப் பெற்றெடுத்தாள்.

வானவர் உலகம் போல் வேதியர்கள் கூடி மகிழ்ந்தனர். பாவாணர் பாடிக்களித்தனர். மகளிர் குரவையிட்டு நடனம் செய்தனர். சங்குமணி ஒலியில் சதங்கை ஒலியும் கேட்டவண்ணமிருந்தது.

சாஸ்தான் கோவில் விளையில் பிறந்த குழந்தை பின்னாளில் காணப்போகும் விழாவுக்கு அடித்தளமாய் மன்னன் மாடம் மகிழ்ந்து கிடந்தது.

புரோகிதர்கள் அழைக்கப்பட்டார்கள். நாளும் கோளும் நிமித்தமும் பார்த்தனர்.

வெள்ளைக்கார மந்திரிகள் அனைத்தையும் கவனித்து வந்தனர். கிறிஸ்தவமதப் பிரார்த்தனைகள் அரங்கேற்றப்பட்டன. தங்கள் பிரார்த்தனையால் மகாராணிக்குக் குழந்தை

கிடைத்ததாய் போதகர்கள் கூறிக்கொண்டனர். புரோகிதர்கள் அரச குழந்தைக்குச் சாதகம் கணித்தனர்.

இராணி இலட்சுமிபாய் திருமகள் போல மகிழ்ச்சி கொண்டாள். நாடாளப் பிறந்த பிள்ளை இவன்! என்று அவள் குழந்தையை உச்சி மோந்து முத்தமிட்டாள். கண்ணான பிள்ளை என்று கருத்துணர்ந்து பால் ஊட்டினாள்...

புரோகிதர்கள் குழந்தை வித்தகனாய் வளர்வான் என்றனர். சுவாதி நட்சத்திரத்தில் பிறந்து உலகாள வந்துள்ளான் என்றனர்.

அமைச்சர்கள் வேட்டுகள் முழக்கி ஆரவாரம் செய்தனர். இராணி இலட்சுமி, குழந்தைக்கு, சுவாதித்திருநாள் இராமவர்ம மகாராஜா! எனப்பெயர் சூட்டினாள். (1813)

3

மலைக் குன்றுகள் எங்கும் வான் முட்டி நின்றன. மேகக் கூட்டங்கள் மலை முகடுகளில் உறங்கி இளைப்பாறின.

மலை முகடுகளுக்குப் பச்சைப் பட்டுடுத்திப் பசுங்காடுகள் அழகு சேர்த்தன.

கானக மங்கை காட்டாறுகளாகிய சேலைகளை உடுத்தி மடிப்பிட்டுக் கிடந்தாள்.

மலைகளின் மார்பில் வெள்ளி மாலைகளும் மணியாரங்களுமாய் அருவிகள் ஆர்ப்பரித்துக் கொட்டின.

தென்றலின் தாலாட்டில் தென்னையும் புன்னையும் சாய்ந்து மகிழ்ந்தன..

காயலும் ஏரியும் எங்கும் மயங்கிக் கிடந்தன.

நெல்வயலும் பூஞ்சோலையுமாய் மலை நாடெங்கும் மணமகளாய்ப் பொலிவுற்றுக் கிடந்தது.

ஆடல் அரங்காய் தாமரைத் தடாகங்களில் செங்கழுநீர்ப்பூக்கள் அல்லிமலர்களை அரவணைத்து மகிழ்ந்தன.

மானும் மயிலும் அங்கே துள்ளி ஆடின...

மாமரக்கிளைகளில் கன்னங்கருங்குயில்கள் இன்னிசை பாடி ஒலியெழுப்பின...

குரங்குகள் கிளைக்குக் கிளை தாவி இசை கேட்டு மகிழ்ந்தன...

எங்கும் இன்னிசையும் பூமணமுமாய் மங்கல அணியாய் மணம் நிறைந்த நாடு அது.....

மலர்க்காவுகளைச் சூழ்ந்து வரும் தும்பிகளாய்ப் பல மன்னர்களும் அந்நாட்டை முற்றுகையிட்டுக் கிடந்தார்கள்.

மன்னன் மார்த்தாண்ட வர்மா அந்நாட்டை ஆண்டு வந்தான்.

சாதிப்பகைகளும் சண்டாளர் மோதல்களுமாய் நஞ்சு கலந்த வஞ்சனையில் அமைச்சர்கள் மன்னனுக்கு அறிவுரை கூறினர்.

நாயர்களும் நம்பூதிரிகளும் மன்னனுக்குத் துணையாய் அமர்த்தப் பட்டார்கள்.

நெடுஞ்சேரலாதனும் பெருஞ்சோற்றுதியனும் ஆட்சி செய்து மாட்சி பெற்ற சேரர் பூமி அது....

கட்டெறும்பு தேய்ந்துக் கழுதையான கதை போல் நம்பூதிரிகளின் போதனைகளில் நாடாண்ட மக்கள் நாடுவிட்டு நாடு சென்று வாழவும் வழியற்றுக் கிடந்தனர்.

சொத்துரிமைகள் பறிக்கப்பட்டதால் அடிமைகள் ஆக்கப் பட்ட மக்களின் அவலம்.....

நாட்டில் வாழ்ந்து கொண்டிருந்த மக்கள் பெருந்துன்பங்களுக்கு ஆளாயினர்...

கோவிலுக்குச் செல்வதும் வழிபாடு இயற்றுவதும் கூடாது எனத் தடை விதிக்கப்பட்டது.

நீர்நிலைகளுக்குச் சென்று துவைப்பதும் நீராடுவதும் குற்றமாய்க் கருதப்பட்டது.

கிணறுகளில் நீர் எடுக்கவும் குடிக்கவும் தடை விதித்திருந்தனர்.

ஆலயப் பிரவேசத்துக்காய் ஆர்ப்பாட்டங்களும் போராட்டங்களும் நடத்தினர்.

ஆலயத்தில் பணியமர்த்தப்பட்டவர்களே ஆலயத்துக்கு உரியவர்களை அடித்து உதைத்தனர்.

ஆர்ப்பாட்டம் செய்தவர்களைக் கைது செய்து சிறையில் தள்ளினர்....

நீதிபதிகள் வெள்ளையர்கள் என்பதால் நீதிமன்றம் செல்லவும் உரிமைகள் மறுக்கப்பட்டன. டச்சுப் படை தளபதி **டிலனாய்** அன்புகாட்டி மோசம் செய்வதில் வல்லவராய்த் திகழ்ந்தவர்... பாதிக்கப்பட்ட மக்களிடம் இயேசுகிறிஸ்துவின் போதனைகளை எடுத்துக் கூறி மதம் மாற்றத் தலைப்பட்டுக் கொண்டிருந்தார்.

அவர் ஆதரவால் மதபோதகர் பலரும் திருவிதாங்கூருக்குள் புகுந்தனர்.

மேட்டுக்குடி சார்ந்த நீலகண்டபிள்ளை திருவிதாங்கூர் அரண்மனைப் பணியாளர் டிலனாயின் அன்பு கலந்த பேச்சால் கிறித்தவ மதத்திற்கு மாறினார்.

மேட்டுக்குடியார் மதம் மாறுவதை மன்னர் விரும்பவில்லை. அதனால் பல துன்பங்கள் அவருக்கு இழைக்கப்பட்டன.

இன்று நீலகண்டபிள்ளை பெயர்மாற்றம் செய்யப்பட்டு புனிதராய்ப் போற்றப்படுகிறார்.

திருவிதாங்கூர் எங்கும் சாதிமத மோதல்கள் வெடித்தன. சொந்த நாட்டில் வாழ்ந்தவர்களின் நிலவுரிமைகள் பறிக்கப்பட்டன.

அரசுப் பணிகளில் அவர்களுக்கு உரிமை இல்லை. கல்விச் சாலைகளில் கல்வி பயிலும் உரிமைகளும் பறிக்கப்பட்டன.

வேத இதிகாசங்கள் மறுக்கப்பட்டன. தேவாரம் பாடவும் திருவாசகம் ஓதவும் தடைகள் விதித்தனர். உழைக்கும் உரிமைகளையும் சொந்த நாட்டில் வாழ்ந்தவர்கள் இழந்து வாடினர்.

தக்கலை அருகே சாரோடு என்றொரு கிராமம். வயல்வெளிகளும் தென்னந்தோப்புகளும் நிறைந்ததாய் விளங்கியது.

சேரமன்னன் அரண்மனையாகிய பத்மநாதபுரத்திற்கு அரணாய் விளங்கியது அக்கிராமம்.

சான்றோர் மக்களுக்குப் பாதுகாவலனாய் அங்கே வாழ்ந்தவர் அனந்த பத்மநாப நாடார்....

ஆற்றலும் வீரமும் ஒருங்கே அமையப் பெற்றிருந்தார். நாடார் குல மக்களின் விடுதலைக்கென அவர் கொரில்லாப் படையை அமைத்திருந்தார்.

அவ்வப்போது ஒடுக்கப்பட்ட மக்களுக்காக அவர் படைகள் மன்னர் படைகளை மோதிக் கொள்வது உண்டு.

இக்கால கட்டத்தில்தான் டச்சுப்படை தளபதியை மார்த்தாண்டவர்மா மகாராஜா தன் படைத்தளபதி ஆக்கி மகிழ்ந்தார்.

காயாங்குளத்தில் போரிட்டுக் கொண்டிருந்த மன்னனுக்கு டச்சுப்படையின் தோல்வி பேரானந்தமானது...

தோல்விக்குக் காரணமாக விளங்கியவர் அனந்த பத்மநாப நாடார்.

அனந்த பத்மநாப நாடாரைப் பாராட்டி மகிழ மன்னர் விருப்பங் கொண்டார்.

அவரைச் சூழ்ந்திருந்த உயர்சாதி அமைச்சர்கள் அதை விரும்பவில்லை.

எனினும் மன்னன் தன் அந்தரங்க ஆலோசகராய் அரண்மனையில் அனந்த பத்மநாப நாடாரை நியமித்தார்.

4

இலவமரக்கிளியாய் அரண்மனைக் கிளியொன்று அழகு தேவதைபோல் உலவிக்கொண்டிருந்தது.

முள்முருக்கம் பூக்களுக்கு நடுவே முத்தாரப் பற்களின் வரிசை முழுமதி முகத்துக்குப் பொலிவூட்டிக் கொண்டிருந்தது...

தாமரைத் தடாகத்திற் பூத்துக் கிடந்த கருநீலக் குவளை மலர்களாய் உருண்டு திரண்ட கண்கள் முகத்தை வசீகரம் செய்து கொண்டிருந்தன.

உருண்டு திரண்ட பருத்தத் தோள்கள் பருவமங்கையவள் இளமைக்குக் கட்டியம் கூறின.

கருமேகங்களைப் பின்னலிட்டு விரித்தாற் போன்ற அவள் கூந்தல் பின்னழகை மறைத்துக் கிடந்தன.

காமனின் கரும்பு வில்லாய் வளைந்து கிடந்த புருவங்கள் வளர்பிறையின் தோற்றம் போல் அசைந்தாடிக் களித்தன.

அல்லி மொட்டுக்களாய்ச் சிறுத்துப் பருத்த மார்பகத்து மெல்லழகை அவள் முந்தானை மூடி மறைத்துக் கிடந்தது.

செந்தாமரை ஒத்த அவள் செவ்விய வட்ட முகம் சித்திரை மாதத்தில் தோன்றும் பௌர்ணமி நிலவாய்ப் பார்ப்போரைப் பரவசப் படுத்தும்.

அவளைப் பொறிவண்டாய்ப் பற்றி அணைக்கப் பலரும் இசைந்ததுண்டு.

கட்டிளங்காளை ஒன்று குற்றால மலைக்குன்று போலதோள்களைக் குலுக்கி அரண்மனைக்கு நடந்து வந்தது.

அரும்பு மீசை அவன் செவ்விய அதரங்களைப் புன்சிரிப்பாய் மீட்டிக் கிடந்தது.

தட்டி இமைக்கும் கரிய புருவங்களின் அரவணைப்பில் அவன் கண்கள் அங்கலாய்த்துக் கிடந்தன.

நீண்டு தொங்கும் கரங்களை அவன் வீசி நடந்தான்.

வீரவாளாய் நிமிர்ந்த நெஞ்சங்கள் அவன் வீரத்துக்கு விதைபோட்டுக் கிடந்தன.

எதிரியைப் பிடிக்கப் பிடரியைக் குலுக்கி நடக்கும் சிங்கமாய் அவன் கால்கள் நடந்தன.

அரண்மனை வாசல் அவனுக்குத் தெய்வலோக வாசலாய் விரிந்து கிடந்தது.

மன்னனின் பின்னே மாமலையொன்று அசைந்து வருவதுபோல அவன் வந்தான்.

அவன் நடையழகில் அந்தப்புர தோழியர்கள் கண்விழித்து நின்றனர்.

மன்னன் மாளிகையில் மணிவிளக்கொன்று மாயமானாய் சுற்றி வருவதை அவன் கண்டான்.

பாவையவள் பருவத்தோளில் அவன் வேற்கண்கள் பாய்ந்தன.

செம்பஞ்சுக் குழம்பில் தோய்த்தெடுத்த பவளக் கொடியென்று அவன் பார்வை இமையாது பார்த்தது...

பொங்கியெழும் கடல் நடுவே துள்ளிக் குதிக்கும் பால்சுறாபோல் அவள் துள்ளி வந்தாள்....

பால் நிலவைப் பந்தென்றுத் தட்டிவிளையாட அவன் கைகள் ஆர்ப்பரித்தன....

மன்னவனைப் பற்றிக் கிடக்கும் மின்னற்கொடியென்று அவள் அதரங்கள் அசைந்தாடிக் கொண்டன....!

காந்த விழிகளை இமையாது நின்ற அவனுக்குக் கயல்விழியாளின் பார்வை அம்பாய்க் குத்தியது.....

பருவமங்கையவள் பார்வை அவன் மார்பினைப் பாய்ந்து கிழித்தது...

நெஞ்சத்தில் உறவாடி அவன் மஞ்சத்தில் புரள்வதாய் கற்பனைக் கனவுகளில் கண்ணிமையாது நின்றான்.....

பாருக்குட்டி......! பாருக்குட்டி......! அன்பான குரலில் மன்னனின் அழைப்பொலி...?

இடியொலியாய் அவளுக்குக் கேட்டது... நடுங்கிய குரலில் அப்பா.... என்றாள் அவள்..

மகளே ...! யார் வந்திருக்கிறார்... பார்...!

அவள் பருவப் பார்வை அரைகுறையாய்ப் பார்த்தது; யாரப்பா? இவர்.....

இவர் யாரென்றா கேட்கிறாய்...? தனிக்காட்டு ராஜா.

தனியொருவனாய் டச்சுப் படையைத் தோற்றோட வைத்து நம்மை வெற்றிப் பிரவாகத்தில் வாகை சூட வைத்த வஞ்சிமகன்... அனந்தபத்மநாப நாடார்........?

மன்னன் வீறாப்பாய்ச் சிரித்தான்....! மகள் நாடாரா? என்று வாய் பிளந்தாள்.....

நாடார்! நாடாரேதான்! அனந்த பத்மநாப நாடார் என்றான் மன்னன்.

பாருக்குட்டி பருவ மொட்டுகளைத் தாவணியால் மூடினாள்.

குறுநகையால் பார்த்துப் புன்சிரித்தாள். அரண்மனை அனந்தபத்மநாப நாடாராய் ஆடிக்களித்தது.

அவள் நாடானின் மேனியழகில் மதிமயங்கி நின்றாள்...

விழித்தவள் கற்பனையில் தோன்றிய கனவோ? என ஐயுற்றாள்.

கட்டழகுக் காளையவன் கருவிழிகளை உருட்டி கண்சிமிட்டி நிற்பதை அவள் கண்டாள்....

பொன்னழகு மேனி மின்னலடித்து மருட்டுவதுபோல் அவளுக்குத் தோன்றியது.

தாமரைத் தடாகத்துக் கயல்விழிகள் அவன் மேனியழதைத் தழுவிப் பரிசம் செய்தன.

காட்டு முருக்கின் செவ்விதழ் அதரங்கள் அவன் மெல்லழகைச் சுவைத்து மகிழ்வதுபோல அசைந்து துடித்தன...

அவள் இமைகள் தம் கடமைகளை மறந்து விழித்துக் கிடந்தன.

அவள் கைவிரல்கள் அலையாய் அலைந்து கிடக்கும் அவள் அடி வயிற்றைத் தடவித் தாளமிட்டன..

அவள் முத்துப் பற்கள் அவள் செவ்விதழ் அதரங்களைக் கடித்துக் காதலுக்குத் தூதுவிட்டது.

மானொன்று மருண்டு நிற்பதை அவன் கண்டான். வானிற் தோன்றும் வட்ட நிலா கண்ட மழலைபோல அவன் மயங்கினான்.....!

அவன் வாயில் தேனூறித் துளித்தது.

அவள் கொடியிடை பற்றி மார்போடு அணைப்பதுபோல் அவன் கைகள் மேலெழும்பின..!

அவள் மான்விழிப் பார்வையில் அவன் வேற்கண்கள் தடம் பதித்துக் காதலுக்குத் தாள மெருகேற்றியது....

இருவரும் பார்த்தனர். விழிகளில் ஒன்றினர்; மனங்களில் இணைந்தனர்; காதல் கூடுகையில் அரண்மனை மாடம் கம்பளம் விரித்தது.....!

நந்தவனமும் மாடவீதி கோபுரமும் நாடாரின் நாடாளும் காதலுக்காய் மஞ்சணை விரித்துக் காத்துக் கிடந்தது.

பருவமகளும் இளமகன் காளையும் காதலில் உருவேறிக் கருவாகிக் கிடந்தனர்.

அரண்மனைக்குச் செய்தி எட்டியது. அமைச்சர்கள் மன்னருக்குக் காதற் செய்தி கூறினர்; மன்னவன் நாடார் இல்லாத உலகம் வெறுமையானதாய் உணர்ந்தான்.

பாருக்குட்டியை நாடாருடன் உறவாடி மகிழ உத்தரவு தந்தான். அரண்மனை மேட்டுக்குடியாரின் துர்போதனையால் தலையாட்டிக் கிடந்தது.

நாடாரைக் கொல்ல குறுநரிக் கூட்டமொன்று குள்ளத்தனம் செய்தது....

பாருக்குட்டி சோலைமயிலாய் ஆடிக் களித்தாள். காலைப் பொழுதில் கண்விழிகள் அவனைத் தேடிக் கிடந்தன.

அனந்த பத்மநாப நாடாரை அவள் அன்று காணவில்லை; அவள் பதறிப் போனாள். அங்குமிங்கும் உலாவிப் பார்த்தாள். அவள் எல்லாம் வெறுமையாய்ப் போனதை உணர்ந்தாள்.

மன்னர் நாடாரைத் தேடிப் படைகளை ஏவினார்.. படைகளும் நயவஞ்சகர் வஞ்சனையில் நஞ்சாய்க் கிடந்தன.

எவ்விடத்தும் தேடிக் காணோம் என மன்னனுக்கு உரைத்தனர்.

மன்னன் பலநாளும் தேடினான்... எங்கும் தேடினான். அவன் விழிகள் இமைகளை மறந்தன....

அவன் கனவிலும் நாடாரை நாடி உலாவிக் கிடந்தான். அவன் பொன்னுடல் மெலிந்தது. பொலிவற்றுப் போனது; அவன் உள்ளம் உணர்வற்றுக் கிடந்தது.

அவன் தன்னை மறந்தான்; படுத்த படுக்கையானான்.

பாருக்குட்டி நாடாரைத் தேடி நாளெல்லாம் துடித்தாள்.

துடியிடைத் தோழியர்கள் வசைமாரி பொழிந்தனர்.

வையம் எல்லாம் அவளை வசை மொழியால் இகழ்ந்தது;

கடலகப்பட்டத் துடுப்பிலாக் கப்பல் போல அவள் மனம் கலங்கித் துடித்தது...

அன்றில் புறாவாய் அவள் அழகு குன்றியது.

பொன்னொளிர் மேனி பொலிவிழந்து போனது.

அவள் விழிகள் ஆழ்ந்து குழிந்தன. வாழ்க்கைப் பயணத்தில் இன்னிசை பாடிப் பறக்க வேண்டிய பூங்குயில் வாழ்வினை வெறுத்தது.

அரண்மனைக் கிணற்றில் வாழ்வழிய வீழ்ந்தது; இன்னுயிரை மாய்த்த இளமான் ஆனது.

நாடாரைக் காணாது மயங்கிய மன்னனை ஆறுதலும் தேறுதலும் செய்தனர் மேட்டுக் குடியார்.

அவர் உணர்வும் உள்ளமும் மெலிந்து போனது. நாடாரே? அனந்தரே? என்று அவர் வாய் உளறியது.

நாடாரைக் கண்டால் மன்னர் உயிர் பிழைத்து விடுவார் என அவர்கள் நம்பினர்.

அனந்த பத்மநாபன் ஆலய வாசலில் அனந்த பத்மநாடாருக்கும் பாருக்குட்டிக்கும் சிலை வடித்தனர்.

மன்னன் உயிர் பெறுவார் என்று சிலைகளுக்கு உற்சவம் நடத்தினர்.

மன்னருக்குக் காட்டினர் மன்னன் சில நாட்களில் சித்தி பெற்றான்.

5

மகாராணிக்குப் பிள்ளை பிறந்தது என்ற செய்தி ஊரெங்கும் பரந்தது.

மக்கள் மகிழ்ச்சி வெள்ளத்தில் துள்ளிக் குதித்தனர். உயர் சாதியார்கள் இனி நமக்குக் குறையில்லை என ஆர்ப்பரித்து மகிழ்ந்தனர்...

பிராமணர்களும் நம்பூதிரிகளும் தானம் பெறுவதற்காக அங்கே கூட்டமாய்க் குழுமிக் கிடந்தனர்.

மகாராணி தனது களஞ்சியங்களை எல்லாம் திறந்து விட உத்தரவிட்டாள்.

ஆலயங்களின் வருவாய்களை நிர்வகித்தவர்கள் எல்லாம் செல்வங்களை வாரிச் சுருட்டிக் கொண்டார்கள்.

பசுக்களும் பட்டாடைகளும் தானமாய் கொடுக்கப்பட்டன.

மகிழ்வுரை கூறுவோர் எல்லாம் தங்கக் காசுகளைப் பரிசுப் பொருளாய்ப் பெற்று மகிழ்ந்தார்கள்.

மன்னனுக்கு மகன் பிறந்தான் என யானைகளின் மேல் பாகர்கள் அமர்ந்து முரசறைந்து தெரிவித்தனர்.

நகர்பகுதிகளில் மேளதாளங்கள் ஒலித்துக் கிடந்தன.

ஆலயங்களில் விழாக்களும் சீர்வரிசைகளுமாய் ஆர்ப்பாட்டம் ஆயின...

விருந்தும் விழாவுமாய் அரண்மனை குதூகலம் ஆனது.

திருவிதாங்கூரின் மன்னனுக்கு மகன் பிறந்தான் என ஆங்கிலக் கிழக்கிந்தியக் கம்பெனியாரும் அரண்மனையைச் சூழ்ந்து நின்று வாழ்த்தினர்.

ஆடலும் பாடலும் கேளிக்கையுமாய் அரண்மனை அமர்க்களம் ஆனது.

உயர்சாதியாரின் கொண்டாட்டங்களால் ஒடுக்கப்பட்ட மக்கள் ஓட ஓட விரட்டப்பட்டார்கள்....

இழிவுரைகளும் இறுமாப்புரைகளும் பேசி வசைபாடப்பட்டனர்.

சான்றோர்குல மகளிரின் கற்பு சூறையாடப்பட்டது. உடைமைகள் பறிக்கப்பட்டன.

தாலிக் கயிறுகள் அறுத்து வீசப்பட்டன... ஓலைக் கூரைகள் தீயிட்டு எரிக்கப்பட்டன.

பொன்னு நாடாரின் வீட்டில் அச்சத்துடன் மக்கள் சென்று வந்தார்கள்...

பிறந்திருக்கும் குழந்தையைச் சான்றோர்த் திலகமாய் வாழ்த்தினர்.

இக்குழந்தையால் விடிவுகாலம் பிறக்கும் எனப் பேசினர்.

வெயிலாள் தாம் பெற்ற பிள்ளையைக் கொஞ்சி மகிழ்ந்தாள். கண்ணின் இமையாய் கண்ணுறங்காது காத்தாள்.

வந்த பெரியோர்கள் இவன் வையம் ஆள்வான் என வாழ்த்தி மகிழ்ந்தனர்.

குழந்தை நாளொரு மேனியும் பொழுதொரு வண்ணமுமாய் வளர்ந்து வந்தது.

அரண்மனையில் பிறந்த குழந்தை அரசு முறை காரியங்களால் அலங்காரமாய் வளர்ந்தது.

வெயிலாளின் பிள்ளையோ அடக்குமுறையின் அகங்காரத்தில் அடக்கமாய் வளர்ந்தது.

பொன்னு நாடாரின் வீட்டார் பிள்ளைக்குப் பெயர் சூட்டுவிழா நடத்தினர்.

குலமுறை வழக்கப்படி பெரியோர் ஒருவர் குழந்தைக்கு முடிசூடும் பெருமாள் என நாமகரணம் சூட்டினார்.

எல்லோரும் வாழ்த்தினர்....

அரண்மனையில் பிறந்த குழந்தைக்கு விமரிசையாகப் பெயர் சூட்டுவிழா நடைபெற்றது.

இராணி இலட்சுமிபாய் தன் மகனுக்குச் சுவாதித்திருநாள் இராமவர்ம மகாராஜா எனப் பெயர் சூட்டினார்.

அரண்மனைப் பாதுகாவலர்களும் அமைச்சர்களும் உயர்சாதி மக்களும் விருந்துண்டு மகிழ்ந்தனர்.

குழந்தைகள் இருவரும் இருவேறு சூழலில் அனுமனும் அங்கதனும் போல் வளர்ந்தனர்...

மன்னர் மடியில் தவழ்ந்து வளர்ந்தது சுவாதித் திருநாள்... வறுமையின் பிடியில் வாடி வளர்ந்தது நாடார் பிள்ளை.

இருவருக்கும் அகவை ஒன்றரை ஆனது...

ஆயாவும் அம்மாவும் தாதியரும் தோழியருமாய் தாலாட்டிக் கொஞ்சி பூவாய்ப் பேணினர் அரச குழந்தையை.....

வாடிய பயிர்போல வற்றிக் காய்ந்த கம்பங் கொல்லையிற் பூத்த பூளைப்பூ போல வாடி வளர்ந்தது நாடார் பிள்ளை.

●

6

குழந்தைகள் இருவரும் குறும்பும் கும்மாளமுமாய் பார்ப்போரைச் சிரிக்க வைத்து விளையாடிக் கிடந்தன.

அன்று அரண்மனை எங்கும் கொண்டாட்டமாய்க் கிடந்தது. அமைச்சர்களும் ஆலோசகர்களும் அங்குமிங்குமாய் அலைந்து திரிந்தனர்.

உறவினர்களின் வருகையால் அரசவையில் உள்ளோர் உற்சாகமாய்க் காணப்பட்டனர்..

மதுவும் மாமிசமும் அங்கே மலிந்து கிடந்தன... ஆடல் மகளிர் பலரும் ஒய்யாரமாய் ஆடிக் களித்தனர்... மேட்டுக்குடி மக்கள் காணிக்கை பொருள்களோடு கைகட்டி நின்றனர்...

தலைமைத் தளபதி மன்றோதுரை ஆசனத்தில் சிம்மம் போல அமர்ந்திருந்தான்.

நாடு எங்கணும் கலவரப் பூமியாய் வேட்டையாடப்பட்டுக் கிடந்தன.

உழைக்கும் மக்களை உதைத்தும் அடித்தும் விரட்டிக் கொண்டனர்.

கோடியும் மாடியுமாய்க் கிடந்த வீடுகளை உடைப்பதுபோல் உடைத்து தமதாக்கிக் கொண்டிருந்தனர்.

மகளிரின் நகைநட்டுகளைச் சூறையாடிப் பறித்துக் கொண்டனர்.

கன்னிப் பெண்கள் பலரையும் பிணைக் கைதிகளாய் பிடித்து அடைத்துச் சித்திரவதை செய்தனர்...

திருவிதாங்கூர் நாடெங்கும் வேட்டைக் களமாய் மாறிக் கிடந்தது.

அரண்மனை மட்டும் ஆடம்பரமாய் ஆர்ப்பரித்துக் கிடந்தது.

மகாராணி இலட்சுமிபாய் ஒப்பனையால் திருமகளோ இவள் என்பது போல் அழகுக் கோலம் கொண்டிருந்தாள்.

அரண்மனையில் பிறந்த குழந்தைக்கு வந்தவர்கள் எல்லாம் நகை ஆபரணங்களால் அழகு செய்து கொண்டிருந்தனர்.

குழந்தை குபேர செல்வனாய் அழகு கொண்டிருந்தான். மகாராணி தோழியர் புடைசூழ அரசக் குழந்தையை அழகிய கைகளில் ஏந்தியிருந்தாள்.

அவையோர் அரச குழந்தையை வாழ்த்தினர். வாழ்த்தொலியில் குழந்தை மல்லிகைப் பூவாய்ச் சிரித்தது. மன்றோ துரை மலர்க்கொத்துக்களோடு எழுந்து நின்றான்..

கிழக்கிந்திய கம்பெனியின் நிர்வாகிகள் அங்கே பெருமிதத்தோடு வந்து கொண்டிருந்தனர்...

மேளதாளங்களின் ஒலியில் அவையோர் வெள்ளையர்களை வாழ்த்தினர்.

மன்றோதுரை பூங்கொத்துக்களைக் கொடுத்து வந்தவர்களை வரவேற்றார்....

வந்தவர்களும் ஒருவரை ஒருவர் அறிமுகம் செய்துகொண்டனர்....

மதபோதகர்கள் பலரும் அவர்களோடு வருகை தந்திருந்தனர்.

அவர்களை மன்றோ துரை அறிமுகம் செய்தார்.

விருந்தும் ஆடல் பாடலுமாய் அரண்மனை கொண்டாடி மகிழ்ந்தது....

மதபோதகர்களின் பிரார்த்தனை நடைபெற்றது. மன்றோ துரை மண்டியிட்டுப் பிரார்த்தனையை ஏற்றுக் கொண்டார்.

அவர்கள் குழந்தையை ஆசீர்வதித்தனர்.....!

மகாராணி வந்திருந்த வெள்ளையர்களை வாயார வாழ்த்தினார்....

நாடாளும் வேந்தர்கள் இவர்கள் என்று நட்பு பாராட்டினார்.

சிங்கத்தின் காட்டில் சிறுநரிக் கூட்டம்போல் வந்தவர்கள் சிரித்து மகிழ்ந்தனர்.... கொண்டாடிக் களித்தனர்.

மகாராணியார் தன் குழந்தையை இருகைகளாலும் உயர்த்திப் பிடித்தாள்...

எல்லோரும் பரவசமாய்ப் பார்த்திருந்தனர்...

இக்குழந்தைக்கு இனி இவரே பாதுகாவலர் ஆவார்!

குழந்தையை இவர்களிடமே ஒப்படைக்கிறேன் என்று குழந்தையைக் கையடையாகக் கொடுத்தாள்.

மன்றோ துரை புதையல்கிடைக்கப் பெற்றதுபோல குழந்தையைக் கைகளால் வாங்கினார்.

அடுத்த கணமே கிழக்கிந்தியக் கம்பெனியிடம் ஒப்படைத்தார்..... கிழக்கிந்திய கம்பெனியார் குழந்தையை ஆசீர்வதித்து வாழ்த்தினர்.

அரண்மனை அடிமைகளின் கூடாரமாய் அடங்கிக் கிடந்தது!

7

சிறுநரி சிங்கக் காட்டில் நுழைவது போல அங்கே சேவகன் ஒருவன் ஓடிவந்தான்....

மகாராணி... மகாராணி என அவன் இராணியை அழைத்தான்...

மகாராணி நிமிர்ந்து பார்த்தாள்...?

சேவகன் மகாராணியை வணங்கினான்......

சேவகா! என்னகுறை? ஏன் ஓடி வருகிறாய்...? என்ன நடந்தது...!

மகாராணி ! நடக்கக் கூடாதது நடந்து விட்டது...!

நடக்கக் கூடாததா?

அப்படி என்ன நடந்தது ? கேட்டாள் மகாராணி!

மகாராணி! சாஸ்தான் கோயில் விளைக்குச் சென்றிருந்தேன்...

சரி! சென்று என்னவாயிற்று? சொல்...,?

அங்கே.... அங்கே....நாடார் குலத்தில் பிறந்த குழந்தைக்கு.....

குழந்தைக்கு என்னவானது?

ஒன்றுமில்லை.... குழந்தைக்கு....

சேவகரே! என்ன நடந்தது? தெளிவாகச் சொல்.

மகாராணி! முடிசூடும் பெருமாள் என்று பெயர் சூட்டி அழைக்கிறார்கள்....!

என்ன? என்ன? முடிசூடும் பெருமாளா! யார் அவன்? நாடாளும் வேந்தனின் பெயரை அடிமைகள் பெயரிட்டு மகிழ்வதா? ... கூடாது... கூடவே கூடாது.....

முட்டாள் குழந்தையை முடிசூடும் பெருமாள் என்பதா? என்றான் மன்றோ துரை?

யாரங்கே? மகாராணி முழங்கினாள்.....

சேவகர்கள் வணங்கினர்! மகாராணி.....?

சேவகர்களே...! படைகளைத் தயார் படுத்துங்கள்...

சாஸ்தான்கோவில் விளை நோக்கிப் புறப்படுங்கள்.... இழிகுலத்தில் பிறந்தவன் முடிசூடும் பெருமாள் ஆவாரோ? பெயர்மாற்றி உருமாற்றம் செய்து வாருங்கள்....?

கட்டளை இட்டாள் மகாராணி....

படை வேகமாய் விரைந்தது....

பார்த்தவர்கள் அச்சத்தால் கலைந்து ஓடினர்.....

நாடு சுடுகாடாய் மாறிக் கிடந்தது!

சேரர் குலம் தழைக்க நாடாண்டு வாழ்ந்தவர்கள் சான்றோர் குலமக்கள்.....

தமிழும் தமிழ்ப்பாட்டும் வளர்த்துப் பாரெல்லாம் சென்றவர்கள்...

வணிகமும் தொழிலும் உயிராய்க் கொண்டு உழைத்தவர்கள்...

கலையுங் கல்வியுமாய் காலமெல்லாம் சிறந்து வாழ்ந்தவர்கள்.

பெருமாள் பட்டத்தால் பாராண்டு மகிழ்ந்தவர்கள்...

ஆன்மீகமும் அறநெறியும் அகிலத்திற்கே தந்தவர்கள்.

சேரமான் பெருமாளின் வழி வழித் தோன்றல்களாய் தோன்றி வளர்பவர்கள்..!

முடிசூடும் பெருமாள் என்னும் பெயர் கண்டு மகிழ்ந்தவர்கள்.

சுற்றம் சூழ குலசாமியைத் தொழுது காலமெல்லாம் வாழ்ந்தவர்கள்....!

முடிசூடும் பெருமாள் பெயர் கேட்டு வியந்தனர் மேட்டுக்குடி அவணர்கள்..!

அவர்களுக்கு அப்பெயர் வயிற்றில் புளி கரைப்பதாய்த் தோன்றியது.....

அடிமைகள் இவர்கள்... ஆதிக்கம் செலுத்தலாம் என்ற நினைப்போ? எனப் பேசி நடந்தனர்.

மன்றோ துரையின் மதமாற்றத்திற்கும் இப்பெயர் தடையாகி விடுமோ? எனப் பதறினர்.

முளையிலேயே கிள்ளிவிட்டால்....? மூளை வேலை செய்யத் தொடங்கியது.

தேனீயாய் உழைப்பவர்கள் சாஸ்தான் கோவில்விளை மக்கள்.

வயல்வெளிகளிலும் தோப்புகளிலும் பனங்காடுகளிலும் உழைத்துக் கிடந்தார்கள்.

மேட்டுக் குடியார் புடைசூழ சமஸ்தானப் படைகள் சாஸ்தான் கோவில் விளையை முற்றுகையிட்டது.

படையும் நடையுமாய் வரும் காட்சிகளைக் கண்ட மக்களுக்கு வியப்பாய் போனது.

பனைமரத் தொழிலாளர்கள் பனைமர உச்சியில் அமர்ந்து கொண்டு கூச்சலிட்டனர்.

சூத்திரப் பட்டாளம் வருதுடோய்...! எனக் குரல் எழுப்பினர் சான்றோர் குல மக்கள். சாதிப்படை கண்டு நடுங்கி ஒடுங்கினர்! ஓலமிட்டுக் கதறினர்....

மகளிர் கூட்டம் இடியொலி கேட்ட நாகமாய் வீடுகளில் பதுங்கிக் கொண்டது!

வானரச் சேனைகளாய் இளையோர் பலரும் படை கண்டு இடிமுழக்கமிட்டனர்....

எட்டப்பர்களின் வழிகாட்டலில் சேவகர்கள் பொன்னு நாடார் வீட்டை முற்றுகை இட்டது படை.

பொன்னு நாடார் வயல்காட்டிலிருந்து ஓடிவந்தார்....!

வெயிலாள் அம்மை மகனைத் தாலாட்டி உறங்க வைத்தாள். ஓடிவந்தவர் படைகண்டு வணங்கினார்...... பொன்னுநாடார் நீவிர் தாமோ?

ஆமாம்...! முடிசூடும் பெருமாள் என்பது யார்?

எமது குழந்தை....!

அடிமை இப்பெயரைச் சூட்டுவது அரசகுற்றம் என்பதை நீ அறியாயோ!

அடிமைகளா? யாருக்கு யார் அடிமை? மண்ணின் மைந்தர்கள் நாங்கள்... வந்தேறிகள் நீங்கள்....

வாதம் செய்வதற்காக நாங்கள் வரவில்லை? அப்படியானால் எதற்காக வந்தீர்கள்?

பெயர் மாற்றம் செய்துவிடு என எச்சரிப்பதற்காக வந்துள்ளோம் யாம்...?

பெயர்மாற்றமா? யாருக்கு... சொந்த மண்ணில் பாடும் பறவைகளாய் வாழ்ந்து வாழ்க்கையை நடத்துபவர்கள் நாங்கள்...

நாங்கள் ஏன் பெயரை மாற்ற வேண்டும். அரச தண்டனைக்கு ஆளாக நேரிடும்? எச்சரித்தனர் சேவகர்கள்.....

இமயத்தில் கொடி நாட்டி தமிழுக்குக் கவி புனைந்து திரைகடல் ஓடித் திரவியம் சேர்த்த தமிழர் பரம்பரையில் வந்த எங்களை வெள்ளையனுக்கு வால்பிடித்து கொள்கை எல்லாம் விட்டெறிந்து எச்சரிக்க வந்திருக்கிறீர்கள்?

கலியின் கொடுமையா? காலத்தின் கோலமா.? மன்னனின் கொடுங்கோல் ஆட்சியா? வியப்பாக இருக்கிறது...!

அடுத்தவர் என்ன? உனது வீரமொழிகளைக் கேட்க நாங்கள் வரவில்லை. அரச கட்டளையால் வந்துள்ளோம்......

அதட்டினான் சேவகன்...?

இளைஞர்கள் தோள்தட்டி ஆர்ப்பரித்தனர்....!

சேவகர்கள் படைகளோடு இடியாய் முழங்கினர்... சாஸ்தான் கோவில் விளை போர் நடந்த போர்க்களம் போல் பொலிவிழந்து கிடந்தது!

பொன்னு நாடார் அமைதியானார்?

என்ன மௌனம்? கொக்கரித்தான் படைத்தலைவன்... சொன்னதைச் செய்! இல்லையேல்... நாடு பொடிபட்டுவிடும்... சாஸ்தான் கோவில்விளை தூள் தூளாய் பறந்து போகும்....

சொந்த மண்ணில் பிள்ளைகளுக்குப் பெயர் சூட்டுவதும் கூட குற்றமா? கூடிப் பேசியது கூட்டம்..!

கொடுங்கோல் ஆட்சியிது... கொள்ளையர் கூட்டம் ஆட்டம் போட்டு மக்களை வாட்டுகின்றனர்.

காலம் மாறும் எனத் தலைகவிழ்ந்து நின்றார் பொன்னு நாடார்..... இன்னும் ஒரு வாரம் கால அவகாசம் தருகிறோம்... பெயரை மாற்றிவிடு... வருகிறோம்.....

வீரம் பேசியவன் படை வீறாப்புடன் சென்றது! படைகள் நடைகொண்டன....

மக்கள் கூடினர்... மாவீரர்கள் வாழ்ந்த தமிழகம்.... மாற்றானுக்கு அடிமைப் பட்டுப் போனது.... சங்கம் வளர்த்து தமிழ் வளர்த்த தமிழன் மாற்றானுக்குக் கட்டுண்டு கிடக்கிறான்... காலத்தின் மாற்றம் இது... என்று மக்கள் பேசினர்...

தொட்டிலில் படுத்திருந்த குழந்தை கைகளைத் தட்டிச் சிரித்தது!

செருக்கும் மிடுக்குமாய் சேவகர்கள் சென்றனர்....

ஊதாரிகளும் ஊளையிட்டவாறு அவர்களைப் பின் தொடர்ந்தனர்.

நிலவில்லாத இருள் வானமாய் சாஸ்தான் கோவில்விளை ஒலியடங்கிக் கிடந்தது.

●

8

உதயசூரியனாய் ஊர்த்தலைவர் தோன்றினார்!

பொன்னு.... மெல்லியக் குரலில் அழைத்தார் அவர்...!

ஐயா! என்றபடி பொன்னு நாடார் வந்தார்....!

அரசகட்டளை! ஏற்பதுதானே முறை...

ஆமாம்! என்ன கொடுமை தலைவரே...!

வெயில் இருந்தால் நிழலும் வரும் தானே!

இரவுக்குப் பின் பகல்வரும்... இப்போ நிலைமை மோசமாக இருக்கிறது!

சேரமான் பெருமான் வழித்தோன்றல்கள் தாமே நாம். அப்படியெனில் ஏன் பணிய வேண்டும்? என்றான் இளைஞன் ஒருவன்...

வழித் தோன்றல்கள் தாம்... அமாவாசையில் ஆதவனைத் தேடுவதால் என்ன பயன்.... ஊர்த் தலைவர் கேட்டார்...... சேரமான் பெருமாளா? யார் அவர்...பொன்னு நாடார் அமைதியாய்க் கேட்டார்.

சேரநாட்டின் மாமன்னன் அவர். வெற்றிக் கொடி நாட்டி விற்கொடியைப் பறக்கவிட்டவன்...

பாண்டியன் பரம்பரையில் தோன்றி சேர நாட்டுக்கு பெருமை சேர்த்தவன்....

கொல்லத்தில் மாநாடு கண்டு தங்கக் காசும் தமிழ்ப்பணியும் செய்தவன்.

கொல்லம் ஆண்டு என்று புதியதோர் வருடத்தை உலகுக்கு அறிமுகம் செய்தவன் ... **(826–ஆகஸ்ட்–5)**

வன்தொண்டராகிய சுந்தரமூர்த்தி நாயனாரோடு திருத்தலம் பலவும் சென்று சிவத் தொண்டு செய்தவன்...

தன் மகன் குலசேகரப் பெருமாளுக்கு முடிகொண்டு அரசாளத் துணிந்தவன்....

அறுபத்து மூன்று நாயன்மார்களில் ஒருவராய் கழற்றறிவார் நாயனார் எனச் சிவஞான சித்தி பெற்றவன்.

குலசேகரப் பெருமாள் சிறுவனாக இருந்ததால் தனது சகோதரி மகன் கேரளப் பெருமாளுக்கு முடிசூட்டி அரசாளச் செய்தவன்...

கேரளப் பெருமாளா? அப்படி ஏன் பெயர் வந்தது?

அவன் பெயராலேதானே இன்று சேரநாடு கேரளம் எனப் படுகிறது.

ஓ! அப்படியானால் குலசேகரப் பெருமாள் என்ன ஆனார்?

கேரளப் பெருமான், குலசேகரப் பெருமாளையும், அவன் தாயாரையும் சூழ்ச்சியால் நாடுகடத்திச் கொடுமை செய்தான்...

பாவம்! அன்றிலிருந்தே சேரநாட்டுக்குத் துன்பம் தொடங்கியிருக்க வேண்டும்....

உண்மைதான். அன்றிலிருந்துதான் நம்பூதிரிகளின் ஆதிக்கம் நாட்டில் உருவானது!

நம்பூதிரிகளா? யார் அவர்கள்?

உதிரிகளாய் வந்து நம்பச் செய்தவர்கள் அவர்கள்! மருமகன் ஆட்சியை மாட்சியாய்க் கருதி கேரளப் பெருமாளுக்குத் துணை செய்தவர்கள்...?

பிறகு என்னவாயிற்று. நரிக்கு நாடாளும் உரிமை கிடைத்தது போலாயிற்று...

நாடாண்ட நாடார்கள் விரட்டியடிக்கப் பட்டனர். நாட்டில் கலகங்களும் பிரிவினைகளும் தோன்றின. வேணாடு என்றோர் புது நாடு உருவாயிற்று. அங்கே மருமக்கள் ஆட்சிமுறை வேரூன்றி நிலைத்தது!

சேரமான் பெருமாள் வழிவந்தோர்களுக்குத் தண்டவரிகள் விதிக்கப்பட்டன.... கடுமையான சட்டங்களால் வாழ்வாதாரங்கள் சிதைக்கப்பட்டன.

சேரர் ஆரியர் கலப்பு ஆங்காங்கே ஆதிக்கம் செலுத்துவதாயிற்று.

நாயர் என்றோர் புதிய மக்கள் தோன்றி வளர்ந்தனர்.

நம்பூதிரிகள் துணையுடன் ஆதிக்கம் செலுத்தினர். வேணாடு வேண்டாத நாடாய் கொடுமைகள் செய்தது!

சான்றோர் மக்கள் தர்மத்தைக் காக்க அறவழிப் போராட்டங்களை நடத்தினர்.

புதிதாய்ப் பிறந்த எட்டுவீட்டுப் பிள்ளைமார் அரசனிடம் செல்வாக்குப் பெற்றனர்.

அவர்களால் வேணாடு பெருந்துன்பத்திற்கு உள்ளானது.....

ஆதித்ய வர்மா வேணாட்டு அரசர் (1661)

அவர் காலத்தில் வேணாடு ஆரல்வாய் மொழியிலிருந்து கொல்லம் வரைப் பரவியது.

எட்டுவீட்டுப் பிள்ளைமார் அரண்மனையைத் தீயிட்டுக் கொளுத்தினர். அனந்தபத்மநாதசுவாமி ஆலய நைவேத்தியப் பிரசாதத்தில் நஞ்சு கலந்து அவரைக் கொன்றனர்.

உமையம்மை ராணியார் அரசியானார்....

அவருடைய ஐந்து பிள்ளைகளை எட்டுவீட்டுப் பிள்ளைமார் களிப்பான் குளத்தில் மூழ்கடித்துக் கொன்றனர்.

எஞ்சிய மகன் இரவிவர்மாவுடன் அம்மையார் நெடுமங்காட்டிற்குச் சென்று மறைந்து வாழ்ந்தார்.

இக்காலகட்டத்தில் கொள்ளையடிக்க முகிலன் என்பான் வேணாட்டில் புகுந்தான்.

அவன் படைகளுடன் கைகோர்த்து பேரம் பேசி கொள்ளையடிக்க உதவி செய்தனர் எட்டுவீட்டுப் பிள்ளைமார்கள்.

அந்நாளில் கோட்டயத்தைத் தலைநகராகக் கொண்டு குலசேகர ஆழ்வாரின் வழித்தோன்றல்களில் ஒருவரான கேரள வர்மா ஆண்டு வந்தார்.

முகிலன் நாட்டில் கொள்ளை கொள்வதை அறிந்த இராணி உமையம்மை அவரின் உதவியோடு முகிலனை எதிர்த்து திருவட்டாறில் போரிட்டு முகிலனைக் கொன்றார்.

அதனால் கோபமுற்ற எட்டு வீட்டுப் பிள்ளைமார் கேரளவர்மாவிடம் அன்பு காட்டுவதுபோல் நடித்து அவரையும் கொன்றனர்.

எட்டுவீட்டுப் பிள்ளைமார்களால் வேணாடு திக்கு முக்காடியது.

அடக்கப் பட்ட நாடார் குலமக்கள் தங்கள் மூதாதையரின் பெயரால் பெருமாள் என்னும் பெயரைக் குலப்பெயராகக் கொண்டிருந்தனர்.

இவர்கள் மக்கள் வழி ஆண்வாரிசு அரசமுறையைப் பின்பற்றி வந்தனர்.

9

நானில வளம் கொண்ட நாடு நாஞ்சில் நாடு. இந்நாட்டை பல மன்னர்களும் போரிட்டு வென்றிருக்கிறார்கள். எனினும் வேணாட்டு அரசுகளே அதிகமாக ஆதிக்கம் செலுத்தி வந்தது!

மார்த்தாண்ட வர்ம மகாராஜாவின் ஆட்சியை வேணாடு பெருமை மிக்கதாகக் கருதியது...!

அவரையும் கொன்றனர் பாவிகள்...!

காட்டுத் தீயில் ஒளிரும் மாணிக்கம் போல நாடார் குலமக்கள் வேணாட்டாரின் வேண்டாத ஆட்சியால் பட்ட இன்னல்களை நீக்கவே இக்குழந்தை இன்று இங்கே பிறந்திருக்கிறது!

முத்துப் போல குழந்தையின் முகம் ஒளிவீசுகிறதே என்றார் ஒருவர்!

உண்மைதான்.... நம் குலம் ஒளிர வேண்டும்.

இறைவனின் ஆசியோடு இக்குழந்தைக்கு நாம் முன்னர் சூட்டிய முடிசூடும் பெருமாள் என்னும் பெயரை மாற்றி முத்துக்குட்டி என நாமம் சூட்டுவோம் என்றார் ஊர்ப் பெரியவர்.....

ஏதோ ஒரு பெயர் இருந்தால் போதும் என்று தழுதழுத்தக் குரலில் அழுதார் வெயிலாள் அம்மை..

வந்தவர்கள் பெயரில் என்ன இருக்கிறது! வாழ்வதில்தானே வாழ்க்கை இருக்கிறது என்றனர்.

ஊர்ப் பெரியவர் குழந்தையைத் தம் இரு கரங்களால் தூக்கினார்.

குழந்தையை உயர்த்திப் பிடித்தார். இக்குழந்தை இன்று முதல் முத்துக்குட்டி என்று அழைக்கப்படுவான் என்றார்.

நீலவானம் நீர்மலர்களைச் சிந்தி ஆரவாரம் செய்தது! மக்கள் மகிழ்ந்தனர்.

பெயர்ப் பதிவேட்டில் பெயர் மாற்றம் செய்யப்பட்டது.

சாஸ்தான் கோவில்விளை ஓர் அற்புதம் நிறைந்த ஊராக மாறிக் கிடந்தது!

அரண்மனைச் சேவகர்களின் வருகையால் அவ்வூருக்குப் பலரும் வந்து சென்றனர்.

குழந்தையும் பொக்கைவாய் சிரித்துக் கைகளை விரித்து வருவோரைக் கவரும்.

குழந்தை குறும்புச் சிரிப்பும் விளையாட்டுமாய் காண்போரை மகிழ்வித்துக் கிடந்தது...! வருவோரெல்லாம் நாடாள வந்த நாயகன் இவன் என்று நாவார வாழ்த்தினர்.

கடலின் ஆழத்தில் இருந்தாலும் மன்னனின் மகுடத்தை அலங்கரித்து ஒளிர்வது முத்து. சேறுண்டு வாழும் சிப்பிக்குச் சொத்தாகி வளர்வதும் முத்து.

முத்து கடலில் பிறந்தாலும் அணிவார்க்குத் தானே அழகு தரும்.

முத்துக் குட்டியும் அதுபோல அகிலத்தில் அழகு சேர்ப்பான் எனப் பலரும் பேசிக் கொண்டனர்.... பொன்னு நாடார் அமைதி ஆனார்.....

வெயிலாள் அம்மையும் பெற்ற பேரின்பம் கொண்டவளாய் மகிழ்ந்திருந்தாள்.

அன்றைய நாட்களில் உயர்ந்தோர் ஒருவரை ஒருவர் பார்க்கும் நேரத்தில் பகவானே என அழைத்து அறிமுகம் செய்வர்.

முடிசூடும் பெருமாள் என்னும் திருநாமத்தை மாற்றிய பின்னர் முத்துக் குட்டி என்னும் பெயரால் அழைக்க எவரும் முன்வரவில்லை....

பெரியோரை அழைப்பது போல பகவான் என்றே குழந்தையை அழைக்கத் தொடங்கினர். அப்பெயர் ஊரில் எங்கும் தெரிந்த பெயராய்ப் பரவி ஒலித்தது!

அக்காலத்தில் நீர்நிலைகளில் நீராடிய மக்கள் காலைப் பொழுதில் கிழக்கு முகமாக ஈரத்துணியுடன் நின்று கொண்டு கைகளைக் கூப்பி சூரியனைப் பார்த்து பகவானே என மூச்சிழுத்துத் தொழுவர்....

நிலத்தில் விழுந்து எண்சாண் கிடையாகக் கிடந்து கைகளைத் தூக்கி உயர்த்தியவாறே கூப்பி பகவானே! எனத் தொழுவர்....

காலைச் சூரியனின் ஒளி இருள் மாசும் உடல் மாசும் களைந்து வெளிச்சமும் சுறுசுறுப்பும் தருவதால் பகவானே என அழைத்துப் போற்றுவது அக்காலத்தில் மரபாகவே இருந்தது!

முத்துக் குட்டியும் அக்கால உலகிருட்டை தலைகீழாக்கி நாடாள்வான் என்னும் நம்பிக்கையில் மக்கள் பகவானே என அழைக்கத் தொடங்கினர்...! குழந்தை வளரத் தொடங்கியது....

முத்துக் குட்டி என்னும் பெயரை எவரும் பயன் படுத்தவில்லை.

உற்றார் உறவினர்களும் பகவான் என்றே அழைத்தனர்... அதுவே விளிப் பெயராகிக் கிடந்தது!

10

மன்னர் பரம்பரையினர் ஒடுக்கப்பட்டவர்களுக்கென நடைபெற்றுக் கொண்டிருந்த கல்வி நிறுவனங்களைக் காலி செய்திருந்தனர்.

கற்றுத் தேர்ந்த சான்றோர் மக்களுக்குக் கல்வி கானலாய்ப் போனது!

இலக்கியமும் இதிகாசமும் கற்றுணர்ந்த சான்றோர்கள் திண்ணைப் பள்ளிகளை நடத்தினர்.

மன்னர் பரம்பரையினர் அறியாத வகையில் மாணவர்களைச் சேர்த்துக் கல்வி கற்பித்தனர். சான்றிதழ் வழங்கிச் சிறப்பித்தனர்.

திண்ணைப் பள்ளிகளால் சான்றோர் குல வாரிசுகள் உலகியல் நடப்புகளையும், அறிவு ஞானத்தையும் பெற்றனர்.

அறிவும் குடத்திலிட்ட விளக்காய்ப் பயனற்றுக் கிடந்தது!

பசி வந்திடப் பத்தும் பறந்துபோம் என்பதுபோல கற்றவர்களும் பசியாற்றிடப் பாடாய்ப் பட்டுக் கிடந்தனர்.

பொன்னு நாடாரும் உழைப்பினால் தம் பிள்ளைகளைச் சீரும் சிறப்புமாய் வளர்த்தார்.

தன் மக்கள் இருவரும் கற்கும் பருவம் வந்ததும் திண்ணைப் பள்ளிக்குச் சென்றனர்.

முத்துக்குட்டி படிப்பில் சுட்டியாய்த் திகழ்ந்தான். சிறுவயதிலேயே வேதம், ஆகமம் அறியும் ஆர்வம் மிகுதியாய்க் காணப்பட்டது!

இலக்கிய இலக்கணங்களை இயல்பாய்க் கற்றறிந்தான்.

கற்றவற்றை மற்றவர்களோடு உரையாடியும் உணர்த்தியும் வந்தான். தெய்வக்குழந்தை இது என்று சான்றோர்கள் போற்றி மகிழ்ந்தனர்.

அதனால் கவிராயர்கள் பலரும் சாஸ்தான்கோவில்விளைக்கு வந்து சென்றார்கள்.

குழந்தைப் பருவத்திலேயே குதூகலமாய் விளங்கும் முத்துக்குட்டியிடம் வாத விவாதங்களில் ஈடுபட்டார்கள்.

தெய்வக்குழந்தை கலங்காமல் கவிராயர்களின் வினாக்களுக்குக் கணப்பொழுதில் விடைகூறி விடுவான்.

நான் ஒரு கேள்வி கேட்கட்டுமா என்றான் குழந்தை. கேள் என்றனர் கவிராயர்கள்.

ஒரே நேரத்தில் ஐம்புலன்களுக்கும் இன்பம் தரும் ஒரு பொருளைக் கூறுங்களேன்?

கேட்டது குழந்தை. குழம்பிப் போயினர் கவிராயர்கள். ஒரே நேரத்தில் ஐம்பொறிகளுக்குமா?

மலர், தேன், வெல்லம், பழம் என மாறிமாறி ஒவ்வொரு பொருளாகக் கூறிக்கொண்டே இருந்தார்கள்.

இல்லை! ... இல்லை.... இதுகூட அறியாத கவிராயர்களா? நீங்கள்? ஏளனமாகச் சிரித்தது குழந்தை.. ..

ஏளனம் செய்யாதே? நீயே சொல் என்றனர் கவிராயர்கள். குழந்தை,

"கண்டுகேட்டு உண்டுயிர்த்து உற்றறியும் ஐம்புலனும்

ஒண்டொடி கண்ணே உள"

என இரண்டாயிரம் ஆண்டுகளுக்கு முன் பாடிய திருக்குறளை அறியீரோ? என்றான். கவிராயர்கள் தலை கவிழ்ந்து சென்றனர்.

●

11

அரண்மனையில் அரசமரியாதையோடு வளர்ந்தது அரச குழந்தை.

ஒன்றரை வயதில் தாய் இலட்சுமிபாய் மகாராணி காலமானார்.

இராமவர்மா மூன்று குழந்தைகளுக்குத் தாயாகிய இலட்சுமியின் தங்கை கௌரிபார்வதிபாயைத் துணையாக்கினார்.

நாளடைவில் கௌரி பார்வதிபாய் திருவிதாங்கூர் இராணியாக அறிவிக்கப்பட்டாள்.

இராணி சுவாதி திருநாள் இராமவர்மாவைத் தன் குழந்தையாக அன்பு செய்தாள்.

ஆயாக்களும் ஆபத்து நேராமல் குழந்தையைப் பராமரித்து வளர்த்தனர். வேலேந்திய வீரர்கள் பாதுகாப்பாய் இருந்து குழந்தையைக் கவனித்துக் கொண்டனர்.

குழந்தைக்குப் பாலுந் தேனும் ஆறாய் ஓடியது.......!

உயர்சாதியாரின் கதையும் பாட்டும் அரண்மனையை அழகு செய்தன. குழந்தைக்குப் பாலுக்கு நிகரான உணவு

வகைகளை ஆங்கிலேய ஆலோசகர்கள் வெளிநாட்டிலிருந்து வாங்கித் தந்தனர்.

தாய்ப்பால் நல்லது என்ற யோசனையால் செம்படவர் பெண்ணொருத்தியை அரண்மனையில் அமர்த்தினர். குழந்தை அவள் தரும் பாலைக் குடிக்க மறுத்து அழுதது!

சத்துமிக்க உணவுகளால் குழந்தை கொழு கொழுவென இராஜ குமாரனாகவே வளர்ந்தது!

சாஸ்தான்கோவில்விளைக் குழந்தையைப் போலவா?! குழந்தைக்கு அரண்மனையில் ஆச்சார்யார்கள் அமர்த்தப்பட்டனர். தாய்மொழி தமிழோடு ஆங்கிலம், சமஸ்கிருதம், பாரசீகம் இந்துஸ்தானி, மராத்தி, தெலுங்கு ஆகிய மொழிகளில் கல்வி புகட்டப்பட்டது.

சிறுவயது முதற்கொண்டு இசைப் பயிற்சியும் நடனப் பயிற்சியும் தரப்பட்டன. இதனால் கீர்த்தனைகள் இயற்றுவதில் வல்லவரானார் சுவாதி.

போர்ப்பயிற்சியிலும் கல்வியிலும் மேதாவியாகத் திகழ்ந்தார் சுவாதித்திருநாள்.

இந்நாளில் இராணி கௌரிபார்வதிபாய் கிறித்தவ மிசனரிகளுக்குச் சலுகைகள் பல வழங்கினார். நாகர்கோவில் இலண்டன்மிசன் நிறுவனத்தாருக்கு நிலையாக வளர்வதற்கான ஆவணங்கள் வழங்கப்பட்டன. மைலாடியில் ஸ்பானிஷ் மிசனரிக்கென ஓர் பெரிய கட்டடத்தையே இலவசமாய்த் தந்தார். ரெவரெண்டு சிமிடு என்பாரை நாகர்கோவில் நீதிமன்றத்தின் நீதிபதியாக்கினார்.

கோயிலுக்கு வர உரிமையில்லை என ஒடுக்கப்பட்ட மக்களுக்காக கிறிஸ்தவ மிசனரிகள் பல இடங்களிலும் வளர்ந்து ஆதிக்கம் செலுத்தியது! ஒடுக்கப்பட்ட மக்கள் பலரும் அரச கொடுமைகளிலிருந்து மீளலாம் எனக் கருதி இந்து சமயத்திலிருந்து பிற மதங்களுக்குச் சென்றனர். இந்நிலையில் நாட்டில் பல இடங்களில் கலவரங்கள் வெடித்தன.

கர்னல் வெல்ஸ் என்ற ஆங்கிலேயர் சுவாதித் திருநாளுக்கு ஆங்கிலமொழிப் பயிற்றுநராக நியமிக்கப்பட்டார்.

இராஜகுமாரன் பல மொழிகளில் பயிற்சி பெற்றதால் பேரறிஞனாக விளங்கினான்.

இக்கால கட்டத்தில்தான் சிப்பிக்குள் முத்துப்போல சாஸ்தான்கோவில் விளையில் ஆன்மீகத்திலும் அறிவிலும் சிறந்தவராய் விளங்கினார் பகவான்.

பாலைவனப் பறவையொன்று பாடிக் களிப்பதுபோல பகவான் அறிவும் அருளும் பெற்றிருந்தார்.

கவியராயர்கள் கலக்கம் அடைந்தனர்.

பகவானின் அறிவுரைகள் அப்பகுதி மக்களுக்குத் தேனாய்த் தித்தித்தது!

கவிராயர்களுக்கு வேம்பாய்க் கசந்தது!

நாயர்களிடம் நயவஞ்சகமாய் உரைத்தார்கள்!

நாயர்களின் அறிவுரைகளே அரண்மனையில் வேதவாக்காய் ஒலித்துக் கிடந்தது!

இராணிகௌரி பார்வதிபாய் காலம் திருவிதாங்கூர் ஆட்சியின் இருண்ட காலமாய் விளங்கியது. இக்காலத்தில் இந்து நாடார் பெண்கள் மேலாடை அணியக் கூடாது எனவும் குளத்திலும் ஆறுகளிலும் நீராடக் கூடாது எனவும் கிணற்றிலிருந்து நீர் எடுத்து வரக்கூடாது எனவும் பெண்கள் இடுப்பில் குடம் எடுத்து வரக் கூடாது எனவும் தடைகள் விதிக்கப்பட்டன. உயர் சாதியாரைக் கண்டால் மற்றவர்கள் ஓரமாய் ஒதுங்கிச் செல்ல வேண்டும் என ஆணையிடப்பட்டது. இதனால் நாடார் குலப்பெண்கள் வீடுகளில் அடைபட்டுக் கிடந்தனர். இதனால் ஏற்பட்ட போராட்டங்களால் 1829 ஆம் ஆண்டு கிறித்தவ மதத்திற்கு மாறிய நாடார் பெண்கள் மேலாடை அணியலாம் எனச் சட்டம் இயற்றப்பட்டது.

மானம் பேணவும் உரிமை காக்கவும் நாடார் குலப் பெண்கள் கிறித்தவ மதத்திற்கு மாறிக்கொண்டிருந்தனர். இம்மாற்றம் வெள்ளையர்களுக்குத் தயிர்ப்பானை உடைந்த கதைபோல் மகிழ்ச்சியைத் தந்தது.

மதம் மாறிய பெண்கள் உயர்சாதிப் பெண்களைப் போல உடையணியும் உரிமை பெற்றனர்.

சிவகாசி, திருநெல்வேலி, இராமநாதபுரங்களில் இராணியின் இந்த உத்தரவால் நாடார்கள் கொதித்தெழுந்தனர்.

வெறுப்பு மாநாடுகள் நடத்தப்பட்டன. ஆர்ப்பாட்டங்களும் போராட்டங்களும் வெடித்தன.

கலவரங்களும் தீவைப்புகளுமாய் நாடு கலவரப் பூமியானது.

உயர்சாதியார் எனக் கூறிக் கொண்ட நாயர்கள் சட்டங்களைத் தானே கையில் எடுத்துக்கொண்டனர்.

நாடார் வீடுகளும் சொத்துகளும் கையகப்படுத்திக் கொடுமை செய்தனர்.

கல்குளம், விளவங்கோடு பகுதி நாடார் மக்கள் இதனால் பெரும் பாதிப்புக்கு உள்ளாயினர்.

மேக்கோடு கிராமத்தில் கிறிஸ்தவப் பேராலயம் தீவைத்துக் கொளுத்தப்பட்டது

கோட்டாறிலும் இரணியலிலும் நடந்த கலவரத்தில் பல கடைகள் தீ வைத்துக் கொளுத்தப்பட்டன.

நாகர்கோவிலில் அமைந்திருந்த ரெசிடென்டின் பங்களாவும் மாதா கோவிலும் தீக்கு இரையாயின. அகஸ்தீஸ்வரம் தாலுகாவில் நாடார்களுக்காக ஒரு மாநாடு நடத்தப்பட்டது!

திருவிதாங்கூர் அரசை எதிர்த்துத் தீர்மானங்கள் நிறைவேற்றப்பட்டன. இம்மாநாட்டிற்கு உலகெங்கும் உள்ள நாடார்களின் பொருளுதவியும் ஆதரவும் பெருகியது...

காட்டுத்தீபோல் நடைபெற்ற போராட்டங்களால் அரசு ஆட்டம் கண்டது!

செய்தி இங்கிலாந்து மகாராணி விக்டோரியா காதுகளை எட்டியது.

12

விக்டோரியா மகாராணி இங்கிலாந்தில் இருந்தவாறே நாடார் பெண்களும் மேலாடை அணியலாம் என ஒரு சட்டம் இயற்றினாள்.

நாடார் மக்கள் நிம்மதிப் பெருமூச்சு விட்டனர். பகவான் இக்கொடுமைகளை எல்லாம் நம் நாட்டில் ஏன் நடக்கிறது? எனச் சிந்தனை செய்வார்.

நாடாண்ட நாடார்கள் சொந்த நாட்டை ஆள்வார்கள்! என அவர் உறுதியாய்க் கூறினார்.

அவர் கூறியவாறே காலம் சுழல்வதாய் மக்கள் நம்பிக்கை கொண்டனர்.

இப்போது பகவானுக்கு வயது பதினாறு.

சுவாதித் திருநாள் இராமவர்மாவும் பதினாறு வயது உடையவரானார். அவருக்குத் திருவிதாங்கூர் மன்னர் பட்டம் வழங்கப்பட்டது.

திருவிதாங்கூர் அரண்மனைப் பணியாளராகப் பூவண்டர் இருந்தார். சாஸ்தான்கோவில் விளையில் வாழ்ந்த நற்பண்பாளர்களுள் அவரும் ஒருவர். மனிதநேயச் சிந்தனையால் மக்களை அன்புடன் நேசிப்பவர். அவர்

நாஞ்சில்நாட்டு மக்களின் வேண்டுதல்களை மன்னரவையில் உரைப்பதும், மன்னரின் கூற்றுகளை மக்களிடம் கூறுவதுமாய் அனைத்து மக்களுக்கும் நன்மை செய்பவராகவே இருந்தார்.

ஓய்வு கிடைக்கும் நேரங்களில் அவர் நாட்டு நடப்புகளைப் பகவானிடம் கேட்டறிவார். பகவானும் நீதிபிறழாமல் இலக்கிய இலக்கண விளக்கங்களை அவரோடு பேசி மகிழ்வார்.

பகவானின் வார்த்தைகளைக் கடவுள் வார்த்தைகளாகவே பூவண்டர் உணர்ந்தார். பகவானிடம் பக்தியும் பரிவும் அதனால் அவரிடம் அதிகமாயிற்று.

உயர் சாதியார் பலரும் பூவண்டரை எச்சரித்தனர்.

நாடார் குலத்தில் பிறந்த ஒருவனை பகவான் என்பதும் அவரை ஞானம் நிறைந்தவர் என்பதும் அவர்களால் பொறுத்துக் கொள்ள இயலவில்லை. அரண்மனைச் செய்திகளை நாஞ்சில்நாட்டு நாடார்களிடம் சொல்வதும் அவர்களின் குறைகளை அறிந்து செயல்படுவதும் பூவண்டரின் பொதுவான குணமாகவே இருந்தது!

உயர்சாதி மக்கள் பூவண்டரின் நாடார்குல உறவு அரசவைக்கு ஆபத்தாக முடியும் என்று பேசிக் கொண்டார்கள்.

பூவண்டரின் நேர்மையும் உழைப்பும் மன்னரவையில் அவருக்கு நல்ல மதிப்பினைத் தந்திருந்தது. அதனால் வஞ்சகர்களின் நஞ்சுரைகளை அரசவை ஏற்கவில்லை.

தாய்தந்தையரைப் போலவே பகவானும் ஆழ்நிலை தியானத்தில் அமர்வார்...

அவர் தியானத்தைக் கண்டு களிப்பாரும் அங்கே இருந்தனர்.

வேடிக்கை பார்ப்போரும் ஏளனம் செய்வோரும் அங்கு குழுமியிருப்பர்.

அவர்களுக்கு எதிர்காலச் சிந்தனைகளை அருள் வாக்கு போலவே பகவான் கூறுவார்.

பூவண்டருக்குப் பகவானின் பக்தியும் வாக்கும் உயர்வாய்த் தோன்றும்.

ஏழைக் குடும்பம் என்பதால் பகவான் மற்ற நேரங்களில் தந்தையுடன் வேலைக்குச் செல்வார். தாய் தந்தையரின் மனம் கோணாமல் நடப்பார். ஊராருக்கு ஏதேனும் துன்பம் நேர்ந்தால் துணையாய் இருந்து தீர்த்து வைப்பார்.

சாதிக் கொடுமைகளுக்கு எதிராக மக்களிடம் பேசி போராடத் தூண்டுவார்.

பெண்கள் மேலாடை அணியவும், ஆண்கள் முட்டுக்கு கீழ் ஆடை அணியவும், தலைப்பாகை கட்டவும் அறிவுரை கூறுவார்.

நாடார்மக்கள் வீரம் குறையாமல் முறுக்குமீசை வைத்துக் கொள்ள வேண்டும் என்பார்.

கடவுள் ஒருவரே என்பார். அவருக்குச் சாதிமதம் இல்லை என்பார்.

பகவானின் நம்பிக்கையால் சாஸ்தான்கோவில் விளை நாடார் மக்கள் நம்பிக்கை பெற்றனர். பூவண்டரும் பகவானின் வார்த்தைகள் உண்மையானவை என மற்றவர்களிடம் கூறி மகிழ்வார்.

கண்டவர் வியக்கும் கட்டான உடல்;

கருணையும் அருளும் நிறைந்து விளங்கும் கரிய கண்கள்.

காங்கேயம் காளையின் திரண்ட திமிலனைய தோள்கள்.

பவள வாயிற் பூத்த முருக்கம்பூ இதழ்கள்.

வட்ட முகத்திற் பொருந்திய அரும்பு மீசை.

முத்துப் பற்களின் புன்னகை வரிசை.

நீண்டு தொங்கும் வலிமையான கைகள்.

பகவான் பார்ப்போரைக் கவரும் பருவத்தினராய் வயது இருபதைக் கடந்தார்.

அறமும் மறமும் நிறைந்த அவர் போதனைகளால் திறவான் என்றனர் மக்கள்.

பகவானின் குணங்கள் அளவிடற்கரியன... தாயுந்தந்தையும் இவன் துறவு கொள்ளுந் தன்மையுடையானாய்த் தோன்றுகிறதோ? என அஞ்சினர்.

பருவத்திற் கொத்த பருவக் கொடியிடையாள் ஒருத்தியை மணம் செய்து வைக்க அவர்கள் மனம் எண்ணியது. பகவான் பரதேவதையோடு கூடி வாழ எண்ணினார்.

பரதேவதையும் மின்னற் கொடியாய் பகவானைச் சேர்ந்து பக்தி மணங்கமழ வாழ விரும்பினாள்.

நாணற்கொடியொன்று வன்னிமரத்தைப் பற்றினாற்போல் பரதேவதை பகவானைப் பற்றி நின்றாள்; பற்றினாற் பற்றி இருவரும் கூடினர். இனிதாய் வாழ்ந்தனர்.

பொன்னு நாடாரும் வெயிலாள் அம்மையும் குடித்தனம் சிறக்க வேண்டியன செய்து பெருமை கொண்டனர்.

தெய்வத் திருமணம் போல் தம்பதியரைப் பேணிக் களித்தனர்.

பரதேவதையும் பகவானும் உழைப்பும் பக்தியுமாய் பெற்றோரைப் போற்றி ஊர் மகிழ வாழ்ந்தார்கள்...

பிழைப்புக்கு வழி வேண்டுமே!

பசி வந்திடப் பத்தும் மறந்துபோமே!

குடும்பமும் மனைவியுமாய் குழப்பம் வந்துவிடுமே...! உழைப்புக்கு வழி தேடினார்... பகவான் !

பூவண்டருக்குத் தன் வறுமை நிலையினைக் கூறினார்... பூவண்டரும் தனக்குச் சொந்தமான தோட்டத்தைக் குத்தகைக்குத் தருவதாகக் கூறி ஆறுதல் படுத்தினார்.

பகவான் அங்கே ஓர் ஓலைக் கொட்டகை அமைத்தார். தனிக் குடித்தனமும் இல்லறமுமாய் வாழ்வை செம்மையாக்கினார்.

பூவண்டனின் தோட்டம் நந்தவனம் போல் பூத்துக் குலுங்கியது. செல்வம் விளைந்தது;

பகவானும் பரதேவதையும் இன்பமாய் வாழ்ந்தனர். உயர்சாதியாரின் கண்களை அது உறுத்தியது...!

பூவண்டரை எச்சரித்தனர்.

சந்திரனைக் கண்டு நரி ஊளையிடுவதால் என்ன பயன்? என அவர் கருதினார்.

பகவான் உயர்சாதியாருக்கு எதிராய் உயர்த்திக் குரல் கொடுத்தார். மக்கள் எழுச்சி கண்டனர்.

சிறைப்பட்டாலும் சிங்கத்தின் சீற்றம் குறைவதில்லை... சுட்டாலும் தங்கத்தின் ஒளி மங்குவதில்லை... குடத்தில் இட்டு வைத்தாலும் தண்ணீரின் தன்மை மாறுவதில்லை. காய்ச்சினாலும் பாலின் சுவை குறைவதில்லை......!

உயர்சாதியாரின் உள்ளம் கொதித்தது; பொறாமைத் தீ எரிந்து வளர்ந்தது;

பூவண்டர் உயர்சாதியாருக்கு எதிரானவராய்த் தீட்டிய சித்திரங்கள் பொய்த்துப் போயின...!

யோசனையில் ஆழ்ந்தனர். திட்டம் தீட்டினர்... சிந்தனை செய்தனர்...!

13

இரவி வர்மாவுக்குப் பின் இராமவர்மா வேணாட்டின் அரசர் ஆனார்.

இவன் சேரமான் பெருமாள் மரபில் தோன்றிய உமையம்மை மகாராணியின் வழித்தோன்றல் ஆவான்.

இவன் காலத்தில் சான்றோர்குல மக்களுக்குச் சில சலுகைகள் வழங்கப்பட்டன.

பெருமாள் எனப் பெயர் சூட்டிக் கொள்ளலாம் என ஆணையிட்டான்.

மன்னனும் மக்களும் கலகம் இல்லாமல் வாழ்ந்தனர்.

நாடோடிகளாய் அலைந்து திரிந்த வெள்ளையர்களின் உறவுக்கு இவன் பாலம் அமைத்தான். கிழக்கிந்தியக் கம்பெனியார் காலூன்ற இந்நிகழ்வு காரணமாயிற்று.

விருந்துக்கு வந்தவர்கள் வீட்டைக் கொளுத்திய கதை போல வெள்ளையர்கள் வேணாடு எங்கும் சென்று வணிகம் செய்தனர்.

நாணயங்களை அச்சிட்டு மன்னனை மகிழ்வித்தனர். நன்றிக் கடனாகக் குளச்சலில் கோட்டை கட்டும் உரிமை

பெற்றனர். குளச்சலில் கோட்டை கட்டி சீமான்களாய் வாழ்ந்தனர்....

நரிக்கு இடம் கொடுத்து மந்தை காணாமல் போனது போல நாட்டைப் பிரித்தாளும் நயவஞ்சகச் செயல்களில் ஈடுபட்டனர்.

இந்நிலையில் மன்னன் காசிக்குப் புனிதப் பயணம் மேற்கொண்டான். காசிக்குப் புறப்படும் வழியில் அவன் காஞ்சி மாநகரம் சென்றான்....

நகர் அழகும் கோவில் காட்சிகளும் இராமவர்மாவை மகிழ்ச்சிப்படுத்தின...

கோட்டைகளும் கோயில் கோபுரங்களும் கண்டு அவன் வியப்புற்றான்....

இராஜசிம்மனால் கட்டப்பட்டக் கற்கோவில் கண்டு களிப்புற்றான்....

காஞ்சி மன்னனைக் கண்டு நகர்வளமும் ஆட்சிச் சிறப்பும் பற்றி பாராட்டிப் புகழ்ந்தான்...

காஞ்சிமன்னன் வந்திருப்பவர் வேணாட்டு மன்னன் என்பதால் அரசருக்குரிய மரியாதை கொடுத்து மகிழ்வித்தான்...

இராமவர்மா சில நாட்கள் காஞ்சிமன்னன் அரண்மனையில் தங்கி இருந்தான்...

காஞ்சியில் மன்னனுக்கு அழகுமயில் தோகை ஒருத்தி கன்னிகையாய் வளர்ந்திருந்தாள்...

எழில் மானின் விழியழகும் முழுநிலவின் முகப்பொலிவும் அன்னத்தின் நடையழகும் செம்பொற் சிலையழகும் முருக்கமலர் பூ இதழும் மல்லிகையின் பல்லழகும் கொண்ட காரிகையாய் அவள் காட்சி தந்தாள். அவள் கண்விழிப் பார்வையில் காதல் மயக்குற்றான் இராமவர்மன்...

கன்னியவளும் காதலன் இவனென்று கண்விழி இமையாது கலங்கி மறுகினாள்.

அவள் கருவிழி நயனம் கருநாவற்பூவாய் வாடிக்கிடப்பதைத் தோழியர் கண்டனர்;

மன்னனுக்கு உரைத்தனர்...!

காஞ்சி தேசத்து வஞ்சிக்கொடியொன்று வேணாட்டு வேங்கையைக் காதல் செய்வது முறையாமோ? என்று மன்னன் மலைத்தான்....

கடல்படு முத்தாயினும் அணிவது ஏதோ மற்றையோர் தானே? என அவன் ஆறுதல் அடைந்தான்...

தன்னாட்டுத் தூதர்களை வேணாடு அனுப்பி மன்னனை உசாவினான்....

வேணாடு வந்த தூதர்கள் அதிர்ச்சி ஆயினர்...!

காதல் மயக்கத்தில் கட்டுண்டு கிடப்பவன் மனையாளொடு பொருந்தி இல்வாழ்பவன் என்று அறிந்தனர். காற்றாய் விரைந்து காஞ்சிக்கு வந்தனர்... மன்னனுக்குச் செய்தி கூறினர்.

காஞ்சி மன்னன் வேங்கையாய்ச் சீறினான்.... சிங்கமாய் முழங்கினான்....

உறைவாளை உருவினான்... தோள்களைத் தட்டி வாளை உயர்த்தினான்...!

உயர்த்திய வாளைத் தட்டி வீழ்த்தினாள்... அவள்!...

அபிராமி... சீறினான் மன்னன்......?

அப்பா...! என்ன காரியம் செய்தாய்....?

மனதுக்குப் பிடித்தவனை மாலையிட்டு மணப்பது தான் மங்கைக்கு அழகு! அப்பா! உரிமையோடு பேசினாள்... அவள் ......

மணங்கொண்டு மாலையிட்டு மணவாட்டியோடு மனையறம் பேணும் ஒருவனையா நீ மனதுக்குப் பிடித்தவன்... என்கிறாய் மகளே...! கேவலம் ... கேவலம்...!

மன்னவர்கள் பல மனையாளோடு வாழ்வது முறைதானே அப்பா...!

முறையென்று மறைபேசி தவறிழைக்கிறாய் மகளே...! ஒருவனுக்கு ஒருத்தியென முறை தவறாத் தமிழகத்துப் பெண்மகள் நீ மகளே...! தொண்டைநாடு சான்றோருடைத்து என்பதும் நீ அறியாயோ மகளே!

அறிவேன்...! நன்றாக அறிவேன்...! அப்பா...! தொட்டிலிலிட்டு தோளிலிட்டு தூக்கியெனை வளர்த்தீர்கள்...! மட்டில்லா அன்பூட்டிப் பாராட்டி வளர்த்தீர்கள்...! மாணிக்க மணிபோல கண்ணிமையாய்க் காத்தீர்கள்...! பெண்மகள் என்று பாராது பேணி எனை வளர்த்தீர்கள்! இந்நிலையில் உங்கள் வருத்தமும் மயக்கமும் என்னை வருத்தத்தான் செய்கிறது.... மாணிக்க மணியெனினும் அது மாற்றான் மகுடத்தைத்தானே அலங்கரிக்கிறது அப்பா...! அவனோடு யான் கொண்ட காதல் பெரிது. கலக்கம் நீக்கி என்னை அவருக்கு மணம் முடித்துத் தாருங்கள்.... அவள் கண்விழிநீர் மன்னன் பாதத்தை நனைத்துக் கிடந்தது...!

அமைதியானான் மன்னன்... அவன் கண்கள் கலங்கிக் கசிந்தன... வேணாட்டு அரசே! என்றான்...

இராமவர்மன் காஞ்சி மன்னனைப் பணிந்தான்...! அரசே என்மகள் அபிராமி தொண்டை நாட்டுக் குலத்திலகம்...! காஞ்சி மன்னன் பெற்றெடுத்த அரசிளங்குமரி! அவளுக்குப் பிறக்கும் பிள்ளைகட்கு அரசுரிமை தருவேன் எனச் சத்திய சாசனம் எழுதித் தாருங்கள். நான் என் மகளை மணம் முடித்துத் தருகிறேன்... என்றான்...

நாளை வருவதை அறியாதவனாய் சத்திய சாசனம் எழுதித் தந்தான்... இராமவர்மன்....

காஞ்சி மன்னன் தன்மகள் அபிராமியை வேணாட்டு அரசர் இராமவர்மனுக்குத் திருமணம் செய்து கொடுத்தான்....

இராமவர்மன் வேணாட்டில் இருமனையாளோடு இனிதாகவே இல்லறம் நடத்தி இன்பம் எய்தினான்...

அபிராமிக்கு இராமன்தம்பி பப்புத்தம்பி எனப் புதல்வர் இருவர் பிறந்தனர்... இராமவர்மாவுக்குப் பின் இராமன் தம்பிக்குப் பட்டம் தரித்தனர்.....

இராமவர்மா ஆறு ஆண்டுகள் நீதி வழுவாது வேணாட்டை ஆட்சி செய்தான். பின்னர் மாண்டான்...

அவனுக்குப் பின் தம்பி பப்புத்தம்பி ஆட்சிக் கட்டிலில் அமர்ந்திருக்க வேண்டும்....

சதியாளர் வஞ்சனையால் இராமவர்மாவின் சகோதரி மகன் மார்த்தாண்ட வர்மன் புறவாசல் வழியாக அரசு கட்டிலில் ஏறினான். சதியாளர்கள் அமைச்சரவையை அலங்கரித்தார்கள். வேணாடும் கலவரங்களால் சுடுகாடாய் மாறிக் கொண்டிருந்தது....

14

சான்றோர் குல மக்கள் அரசுரிமை இழந்து அன்னியப்படுத்தப் பட்டனர்....

அனந்தபத்மநாப நாடார் துணையுடன் ஆர்ப்பாட்டங்களும் போராட்டங்களும் செய்தனர்.

உயர்சாதியாரின் சூழ்ச்சியால் பப்பு தம்பிக்கு எதிராக மார்த்தாண்டவர்மா மகாராஜாவின் கொடுமைகள் வலுத்தன. தம்பி சகோதரர்கள் பாண்டிய நாட்டு மன்னனின் உதவியை நாடிச் சென்றனர். திருச்சியில் வெள்ளைக்காரர் ஒருவர் ஆளுநராக அமர்த்தப்பட்டிருந்தார். தம்பி சகோதரர்கள் சேர நாட்டின் மக்கள்வழி அரசுரிமைக்கு மாறாக மருமக்கள் வழி அரசு நடப்பதை அவரிடம் கூறி ஆதரவு கேட்டனர்.

ஆளுநர் அழகப்ப முதலியாரின் தலைமையில் பெரும்படை யொன்றை வேணாட்டிற்கு அனுப்பினார்....!

படைகள் ஆரல்வாய்மொழி வழியாக கரமனையில் வந்து முகாமிட்டது.

அழகப்ப முதலியார் மார்த்தாண்ட வர்மாவுக்கு அங்கிருந்தவாறு முகமன் ஒன்றை எழுதி அனுப்பினார்.

இராமையர், நாராயண அய்யர் ஆகிய நம்பூதிரிகள் மார்த்தாண்ட வர்மாவுக்கு ஆதரவாக முதலியாரைச் சந்தித்தனர்.

மன்னனின் இராஜாங்க மந்திரிகள் எனத் தங்களை அறிமுகம் செய்தனர். திருவிதாங்கூர் முழுவதும் நடைபெறுவது மருமக்கள் வழி அரசுரிமை என அங்கீகாரத்தை உறுதிப்படுத்தினர்.

அய்யர்களின் சூழ்ச்சி வெற்றி பெற்றது. சான்றோர் படைகள் விரட்டியடிக்கப்பட்டன.

உயர்சாதியாரின் குரல் மார்த்தாண்ட வர்மருக்கு ஆதரவாய் ஒலித்தது!

மக்கள் பலமே அரசபலம் எனக் கூறி ஆர்ப்பரித்தார் அவர். முதலியார் அவர்தம் படைகளுடன் திரும்பிச்சென்றார்.

ஒடுக்கப்பட்டோரின் குரல்வளை நெரிந்தது!

வீடுகள் சூறையாடப்பட்டன. சொத்துகள் பறிமுதல் செய்யப்பட்டன. பெண்களின் கற்பு சூறையாடப்பட்டு அரை நிர்வாணமாய் விரட்டப்பட்டனர்.

பகவான் நடப்பதையெல்லாம் சான்றோரிடம் முன்கூட்டியே கூறிக்கொண்டிருந்தார்.

முதலியார் படைகள் திரும்பிச் சென்றன; நாடார் குலமக்கள் நாட்டில் கொடுமை செய்வதாய்ச் செய்திகளைப் பரப்பினர். வேணாடு எங்கும் சாதிக் கலவரங்கள் வெடித்துச் சிதறின.

பாண்டிய நாட்டிலும் சான்றோர் மறவர் புரட்சி நடைபெற்ற நேரம் அது.

சேரநாட்டுச் சான்றோரை ஒடுக்க மறவர் படையை அழைப்பது என உயர்சாதியார் சூழ்ச்சி செய்தனர். மறவர்களை அழைத்தனர்.... மறவர்களும் உயர்சாதியாரின் வேண்டுதலால் சான்றோரை முற்றகையிட ஆயத்தமாயினர்.....

மாலை நேரம் சான்றோர்கள் தெருவில் நடமாட முடியாது என்பதால் அவர்கள் வீட்டில் விளக்கேற்றி இறைபக்தியில் மூழ்கிக் கிடந்தனர்.....

பனையேறுதலும் படைத்தொழில் செய்வதுமாய் வாழ்வைக் கழிப்பவர்கள் அவர்கள்.... உழைத்த களைப்பால் மின்மினி விளக்கொளியில் தூக்கத்தில் ஆழ்ந்து கிடப்பர். தீவெட்டிக் கொள்ளையர்கள் நாட்டில் புகுவதாய் கூறினார் பகவான்.

சாஸ்தான்கோவில் விளையில் உள்ளோர் விழித்துக் கொண்டனர்.

நாஞ்சில் நாட்டில் சான்றோர் வீடுகள் மறவர்களால் சூறையாடப்பட்டன.

வீடுகளைத் தீயிட்டுக் கொளுத்தினர்

மகளிரும் குழந்தைகளும் தீயில் கருகித் துன்புற்றனர்.

சாஸ்தான் கோவில் விளைக்கும் வந்தனர். விழித்திருந்த மக்களால் மறவர்படையினர் விரட்டியடிக்கப்பட்டனர்.

பகவான் வீட்டிற்கும் வந்தனர்.

பூவண்டர் தோட்டத்தில் அமைக்கப்பட்டிருந்த ஓலைக் குடிசையில் நார்க்கட்டிலில் படுத்திருந்தார் பகவான்....

தீவெட்டி மறவர்படை ஆயுதங்களை ஏந்தியவாறு வந்தது....

நார்க்கட்டிலில் படுத்திருந்த பகவானை வெட்டுவதற்கு வாளினை ஓங்கினர்; அக்கணமே அவர்களின் கண்கள் பார்வையிழந்து போயின.... அலறினர்..........

ஒருவரையொருவர் வெட்டிக் கொண்டும், அடித்துக் கொண்டும் தவித்தனர். பகவானிடம் மன்னிப்பு கோரினர். கண் கெட்டபின் சூரிய நமஸ்காரம் எதற்கு? என யோசனையில் ஆழ்ந்தனர். பகவான் அவர்களைச் சிவசிவ அரகர மந்திரம் கூறியவாறு தோப்புக் கரணம் போட வைத்தார். நெற்றியில்

திருமண் எடுத்து நேராக நாமம் இட்டார். சிறிது சிறிதாக அவர்களின் கண்கள் காட்சி பெற்றன.

செய்தி உயர் சாதியினரின் காதுகளை எட்டியது. மன்னருக்குத் தெரியாமல் செய்த செயலுக்கு அவர்கள் மனம் நொந்து வாடினர். மறவர்கள் எல்லோரையும் திரும்பிச் செல்லுமாறு கூறினர். மறவர் தலைவன் கேட்ட பணத்தைக் கூலியாகப் பெற்றுக்கொண்டு ஓடி ஒளிந்தனர்.

15

பகவானின் பெருமை ஊரெல்லாம் பரவியது..! உயர்சாதியாருக்கு இடி விழுந்தாற் போலாயிற்று! சான்றோர் குல மக்கள் பகவான் குடிலில் கூட்டமாய் கூடினர்.

பகவானின் கருணையை வாயார வாழ்த்தினர்.

பரதேவதை பகவானை மணம் கொண்டதை நினைத்துப் பெருமை கொண்டாள்.

தன்னை உயர்சாதியார் வஞ்சனையால் கொல்ல நினைத்திருப்பதாய் பகவான் கூறினார். பொன்னு நாடாரும் வெயிலாள் அம்மையும் பகவானைத் தழுவி மகிழ்ந்தனர். வெளியில் எங்கும் செல்லக் கூடாது என எச்சரித்தனர்.

பகவான் எதற்கும் அஞ்சவில்லை. உல்லாசமாய் ஊரில் வலம் வருவார். உயர் சாதிள்யாரைப் பார்த்துச் சிரிப்பார்; நலம் விசாரித்துக் கொள்வார்.

மற்றச் சாதியாரிடம் அஞ்சாதீர்! என உரைப்பார்.

பகலவனைக் கண்டது போல மற்றைச் சாதியாரும் மகிழ்ந்தனர். சான்றோர் குல மக்கள் நாராயணர்தானோ இவர் என்று கொண்டாடி மகிழ்ந்தனர். பூவண்டர் தர்மம் தழைக்க வந்த வைகுண்டம் இவர் என்று வியப்புற்றார்.

உயர் சாதியாரின் திட்டங்கள் நிறைவேறாது போயின. வெம்பித் திரிந்தனர் வெங்கைப் பயல்கள்.

தலைவன் புலம்பினான். பூவண்டரிடம் செல்வோம்.

ஓநாய்க் கூட்டம் போல பின் தொடர்ந்தனர். பூவண்டர் வரவேற்றார்...!

பகவான் எனக் கூறித்திரியும் பரதேசியைத் தோட்டத்தை விட்டுத் துரத்துங்கள்.

ஒருசேரக் கூச்சலிட்டுப் பேசினர்.

பூவண்டர் சிரித்தார்...

அவரால் உங்களுக்கு ஏதேனும் தொல்லை உண்டோ? அமைதி கொள்ளுங்கள்....!

அவர் கடவுளின் அவதாரம்...!

கடவுள் அவதாரமா? சடையன் அவன் ஏளனமாய்ச் சிரித்தான்.

சித்தபிரமை ஆயிற்றோ? பூவண்டரே உமக்கு..! என்றான் ஒருவன்.

மன்னனுக்குத் தெரிந்தால்....? மிரட்டினார்கள். பூவண்டர் அவர்களோடு உரையாடினார். பக்தபிரகலாதனால் இரண்யன் மாண்டான்... கந்தனால் சூரன் ஆணவம் அழிந்தது! இராமனால் இராவணனின் வாழ்வு ஒழிந்தது! கண்ணனால் கம்சனும் வீரதீர துரியோதனாதியர்களும் மாண்டார்கள்...! அதர்மம் நிலையல்ல, தர்மமே வெற்றி தரும். பகவானால் நமக்கு யாதொரு தொல்லையும் இல்லையே............!

கண்கெட்டுப் போனவர்க்கும் அவர் கண் கொடுத்தவர் ஆயிற்றே...?

வீணாட்டம் செய்யாதீர்! விலகிப் போங்கள் என்றார்.

பூவண்டரின் வார்த்தைகளை அமைதியாய்க் கேட்டனர்.

ஆரவாரமின்றி கலைந்து சென்றனர்.

ஆயுதத்திற்கு அடங்காத கட்டுவிரியனும் மகுடி இசைக்கு அடங்கும் எனப் பேசிக் கொண்டனர்...!

அன்புகாட்டி ஆசைக்கு இணங்க வைத்தால்...!

சிங்கத்தின் பிடரிமயிரையும் உலுக்கி விடலாம்...!

சீறிவரும் காளையையும் அடக்கி விடலாம்...!

அப்படியானால் பகவானெனப் பேசித் திரியும் இந்தப் பண்டாரத்தை நம்மால் அடக்க முடியாதா...? என்ன?

ஓ... முடியும்?

எப்படி...!

சகாதேவனின் பக்திக்குக் கண்ணன் கூட கட்டுப்பட்டதில்லையா?

அன்புகாட்டி மோசம் செய்வோம் என்றான் ஒருவன்...

நாட்கள் செல்லட்டும் .. பழகப் பழகத் தானே பாதை புலப்படும்...

பகவானிடமும் சான்றோரிடமும் அன்பு காட்டினர்..

தோட்டங்களில் வேலை தந்தனர்...!

ஊதியமாகச் கோவிலில் உள்ள கட்டிச் சோறுடன் குழம்பும் தந்தனர்...

உயர்சாதியார் பணிந்ததாய் நினைத்தனர் சான்றோர் மக்கள்...!

பாம்புக்கு விடம் பல்லில் தான் இருக்கும் என எச்சரித்தனர் முதியவர்கள்...?

இளைஞர்கள் ஜல்லிக்கட்டுக் காளைகளாய் மல்லுக்கட்டி நின்றனர்.

விருந்து விழா எனச் சங்கமம் ஆயினர்...!

சாதிகள் இல்லாத சமத்துவ சங்கமமாய்த் தோன்றியது! கூட்டம்.....

பகவானை அன்பால் பிணைத்தனர்...

பகவானுக்கு உயர்சாதியாரின் சதிச்செயல்கள் யாவும் தெரியும்.

தெரிந்தும் தெரியாதவர் போல அவர் அவர்களோடு பழகினார்.

உயர் சாதியார் வேறுபாடின்றி பகவானோடு உறவாடினர். விளையாடுவதும் நையாண்டி பேசுவதும் வழக்கமானது! ஒரு நாள் பொழுதுபோக்கிற்காக ஓர் பயணம் செல்வதாக முடிவு செய்தனர்.

அதற்கான இடமும் தேர்வானது!

மருந்தும் மூலிகையுமாய் பச்சைப் பசேலென பார்ப்போரை மகிழ்விக்கும் மருத்துவாழ் மலைக்குச் செல்வதை அனைவரும் விரும்பினர். ஒருமித்த குரலில் சம்மதம் தெரிவித்தனர்.

ஞாயிற்றுக்கிழமை ஓய்வுநாள். அன்றைய தினம் எல்லோரும் வசதியாகச் சென்று வரலாம் என்றனர்.

16

ஞாயிற்றுக்கிழமை... புலர்காலைப் பொழுது.... பயணம் தயாரானது... வேண்டிய உணவும் பண்டங்களுமாய் உயர்சாதி நண்பர்கள் பகவானை அழைத்துக் கொண்டு மருந்துவாழ் மலைக்கு வந்தனர்...

மலையின் சிறப்புகளைப் பேசினர்.. இதிகாசச் சிறப்பினைப் பகவான் பேசினார்.

இராம இலக்குமணர்கள் போரில் மயக்கமடைந்த நிலையில் அனுமார் காசிக்குப் பயணமானதும் அங்கிருந்த மூலிகைகளைத் தேடி நேரத்தை வீணடிக்காமல் இருக்க மலையின் ஒரு பகுதியைப் பெயர்த்து வந்ததும், வரும்வழியில் மலையிலிருந்து ஓர் துகள் கீழே விழுந்த மலைதான் இந்த மருத்துவாழ்மலை என்றும் பேசி முடித்தார். கூட்டத்தில் எல்லோரும் கரவொலி எழுப்பி மகிழ்ந்தனர்.

அங்கிருந்த கிணற்றில் எல்லோரும் ஆனந்தமாய்க் குளித்தனர். அருகிலிருந்த கோயிலில் சாமி தரிசனம் செய்தனர். எங்கும் பார்த்து மகிழவில்லை.... சித்தர்களின் சிவயோக நினைவுகளை நினைத்துப் பார்க்கவில்லை...

அறுசுவை உணவினை அகமகிழ உண்ணத் தொடங்கினர். பகவானுக்கு என உணவு தனியாகப்

பரிமாறப்பட்டது. உணவு பரிமாறியோர் உணவு உண்ணும் பகவானையே உற்றுப் பார்த்துக்கொண்டனர்.

மற்றவர்கள் உண்பது போல நடித்தனர். பகவானின் கண்கள் மேலேறத் தொடங்கின. தலை தளர்வுற்றுச் சரிந்தது; கைவிரல்கள் இயக்கமற்று நின்றன. நெற்றியில் வியர்வை துளிர்த்தது; பகவான் மயங்கினார்; வந்தவர்கள் பகவானின் கதை முடிந்ததாய் ஆர்ப்பரித்தனர். பகவானை ஓரிடத்தில் படுக்க வைத்தனர். நாய் நரிகள் பரிமாறட்டும் என ஏளனமாய் பேசிச் சென்றனர்.

இனி பகவானின் ஆட்டம் மருந்துவாழ் மலையில் அடக்கம் என்பது போல் ஆளுக்கொருவராய் நடந்து சென்றனர்....

அந்தி மாலையாயிற்று...

சில்வண்டுகள் ஒலிக்கத் தொடங்கின... சில்லென்று காற்று வீசியது.... பகவானுக்கு அது உயிர்ப்பைத் தந்தது. வியர்வைத் துளிகள் காணாமல் போயின. மெல்லக் கண்களைத் திறந்தார்; வந்தவர்கள் எவருமில்லை. எழுந்தார்; உடல் தள்ளாடியபடி, நடை நடுங்கியது; கண்கள் மயங்கித் தெளிந்தன. நடந்தார். வீட்டு நினைவு வந்தது. சில பச்சிலைகளைப் பறித்து மென்று தின்றார். திடப்படுத்தியவராய் நடந்தார். வீட்டிற்கு வந்தவர் நடந்தவற்றை வெளிக்காட்டிக் கொள்ளவில்லை. பரதேவதையும் வெயிலாளம்மையும் வேண்டிய வேலைகளைச் செய்து முடித்திருந்தனர். பரதேவதை உணவு எடுத்தார். பகவான் உண்டேன் என்றவாறு அயர்ந்து உறங்கினார். உயர் சாதியார் உற்று உற்றுப் பார்த்தார்கள். நாய்க்கு உணவிட்ட பின்னர்தானே இவனுக்கு உணவிட்டோம் எனப் பேசிக் கொண்டனர்.

நாய் செத்தது; இவன் சாகாமலா இருப்பான்? எனப் பேசியவாறு கூறிக் கிடந்தனர்....

காலைப் பொழுதாயிற்று.

இனி இவர்களின் தொல்லை ஒழிந்தது என மகிழ்ந்திருந்தனர்.

கதிரவன் முகங்காட்டி இருளை விலக்கினான். உயர்சாதியார் பொன்னு நாடார் வீட்டை நோக்கினர். ஒப்பாரி சத்தம் கேட்கிறதா? என ஒய்யாரமாய்ப் பார்த்தனர்.

பகவான் பசுவின் பால் கறந்து கொண்டிருந்தார்.

பரதேவதை வேண்டிய உதவிகளைச் செய்தார். வெயிலாளம்மை பசுமாட்டிற்கான உணவும் நீரும் தயார் செய்தாள்.

விருந்திட்டவர்கள் வியப்புடன் பார்த்தனர்... இவன் கடவுள் அவதாரமோ? என ஐயுற்றனர். பக்த பிரகலாதனைக் கொல்ல இரணியன் செய்த வஞ்சக நஞ்சினை நினைத்துக் கொண்டனர்.

பாம்புண்டு இறந்த பாலகனை அப்பரடிகள் பாடி உயிர்ப்பித்ததை உணர்ந்தவர்களாய் அச்சம் கொண்டனர்.

ஊட்டப்பம் வீட்டைச்சுடும் என்ற பட்டினத்தார் பாடல்களும் பொய்யாகுமோ? எனப் பதறினர்.... உழைக்காமல் வாழும் ஊதாரி வாழ்க்கை இது! எனத் தம்மைத் தாமே கடிந்து கொண்டனர்.

ஆளும் வர்க்கத்தை அடிமைகளாய் ஆக்கிய அலக்கை வாழ்வை நினைத்து நடுங்கினர்........... விடம் தானே? போகப் போகத் தெரியும்? என ஒருவருக்கொருவர் சமாதானம் செய்து கொண்டனர்...

17

பகவான் தேனீயாய் உழைத்தார். பூவண்டரின் தோட்டத்தில் காய்களும் கனிகளுமாய் நிறைந்து கிடந்தன.

வாங்குவோரும் விலை பேசுவோருமாய்த் தோட்டம் கலகலப்பாய்த் தோன்றியது...!

பொன்னு நாடார் குடும்பம் இவனால் வளம் பெற்றது என மற்றோர் பேசினர்.

பரதேவதை தனக்குக் கிடைத்த அழகான வாழ்வு கண்டு அகமகிழ்ந்தாள்.

பறவைகள் அங்கே பாடிக் களித்தன........

வண்டுகளின் ரீங்காரம் வேதமந்திரம் போல் ஒலித்துக் கிடந்தது...!

பகவான் மாலை நேரத்தில் பக்தியும் பஜனையுமாய் கடவுளைப் பாடிப்பரவுவார்...!

நாட்கள் சென்றன...   உடல் களைத்தது...!

கன்னம் வீங்கியது.... கண்கள் ஆந்தைக் கண்களாய் குழிவிழுந்து அழகிழந்தது!   மெய் வாடியது...!

கை கால்கள் தள்ளாடின..!

உழைப்பினால் வந்த சோர்வு இது என்று பெற்றோர் லேகியமும் கசாயமும் கொடுத்தனர். பகவான் மருந்தும் லேகியமுமாய் உழைப்பினைக் கவனித்தார்.... உடலைக் கவனிக்கவில்லை.....

ஒருநாள் அதிகாலை நேரம்....!

பரதேவதை கண்களை விழித்து எழுந்தாள்.

பகவான் எழவில்லை........ படுக்கையில் சுருண்டு படுத்திருந்தார்......

அவள் எழுப்பினாள். அவர் முகம் வீங்கிக் கிடந்தது!

அவள் ... ஐயோ என அழுதாள்......!

அம்மா! எனக் கதறி அழுதாள்...!

வெயிலாள் ஓடி வந்தாள்...!

மகனைப் பார்த்தாள்... முகத்தைத் தன் இரு கைகளாலும் ஆரத் தழுவினாள்!

தாயின் கரங்கள் முகத்தில் பட்டது! முழுநிலவின் குளிர் கதிர்கள் பனி இலையைப் பாய்ந்தோடுவதாய் அவன் பரிசம் ஆனான்..

அம்மா! ஒன்றுமில்லை...! களைப்பினால் தோன்றுவது இது! என்று மெல்லிய குரலில் பேசினான்...

இல்லை மகனே! கண்கள் சிவந்து கிடக்கிறதே!

முகத்தில் கடந்தைக் குழவிகள் கொட்டியது போலல்லவா வீங்கிக் கிடக்கிறது...! என்றாள்...!

இல்லையம்மா! இன்னும் சிறிது நேரம் தூங்கி எழுகிறேன்; எல்லாம் சரியாகிவிடும்.

பரதேவதை திரிகடுகை பனைவெல்லத்தில் காய்ச்சி வடித்துப் பருகத் தந்தாள்..!

பகவான் குடித்தார்..!

ஒய்வெடுத்தால் சரியாகிவிடும்... தலையைத் தடவியவாறு வெயிலாளம்மை அழுதார்...!

பகவானின் முகம் வெளிறியது...!

கண்கள் குழி விழுந்து விரிந்தன...!

செம்பவள உதடுகள்.... கருகி வாடின...!

மெய் தளர்வுற்றது...!

விருந்து வைத்தவர்களுக்கு மெய்சிலிர்த்தது!

விருந்தில் வைத்த விடம் வேலை செய்யத் தொடங்கியதாய் பேசி மகிழ்ந்தனர்...!

பொன்னு நாடார் தேம்பி அழுதார்...! வீடு கவலையால் வாடியது...

நாட்கள் உருண்டோடின...!

பகவான் படுக்கையானார்..!

மருத்துவம் பொய்யானது...!

பாயில் ஒட்டியது பகவானின் திருமேனி....

தாயும் பரதேவதையும் உறங்காமல் உண்ணாமல் வாடிக் குலைந்தனர்...!

பகவான் உணர்வற்றுக் கிடந்தார். **உடம்பார் அழியின் உயிரார் அழிவார்**

திருமூலரின் திருமந்திரம் எவ்வளவு அழகானது...!

சாஸ்தான் கோவில்விளை சாவின் விளிம்பில் சரித்திரம் ஆனது...!

பூவண்டர் காலை மாலை வேளைகளில் வந்து போவார். சிரித்தவர்களும் சிந்தனை செய்தவர்களும் ஏளனமாய் பழித்துப் பேசினர்.

வெயிலாள் அம்மை நிலவில்லா வானமாய் சோர்ந்து கிடந்தாள்...!

பொன்னு நாடாருக்கு ஏதும் புலப்படவில்லை.

பரதேவதை நிழலில்லா மரம் போல கையற்றுக் கதறினார்.

வெயிலாள் இறைவனோடு பேசினாள். மன்றாடினாள்... வெள்ளையர்களின் வணிகமும் உயர்சாதியாரின் சூழ்ச்சியும் விரவிக் கிடந்ததால் நாஞ்சில் நாடு பண்பாட்டை அழித்துக் கிடந்தது...!

வெம்பி அழுதாள். புண்ணிய பூமியின் பழமையும் இந்து சமயத்தின் மேன்மையும் நினைத்தவள் புலம்பினாள்...!

வெள்ளையனுக்கு அடிமைப் பட்டுக் கிடந்த நாட்டு மக்களின் அவலங்களை அவள் அசை போட்டுக் கிடந்தாள். விளக்கிட்டு இறைவனிடம் வேண்டினாள்....! பரதேவதைக்கு நான் என்ன கூறுவேன். இளம் வயதில் கணவனை இழந்த காரிகையள் ஆவாளோ அவள்? என அவள் கண்கள் கலங்கின.,...

பசியும் தூக்கமும் அவளை விட்டு விலகி இருந்தன...! ஊரார் வந்து போயினர்.!

சிறுத்தையால் அடிபட்டுச் சிங்கம் மாள்வது போல் ஆயிற்றே என்று அவர்கள் வருந்தினர்..

ஊருக்கு ஒளிதந்த சூரியன் ஒளியற்றுப் போனதே என்று அண்டை அயலார் அழுதனர்...!

பகவான் ஏதும் தெரியாதவராய்க் கிடந்தார். நீர் பருகுவதையும் நிறுத்திக் கொண்டார்....

பரதேவதை மேனியைத் தொட்டுப் பார்ப்பாள்...!

வெப்பம் இருப்பதாய் அவள் கைவிரல்கள் உணர்ந்து கொள்ளும்....!

அவள் பெருமூச்சு விடுவாள்...

வெயிலாள் அவளுக்கு ஆறுதலும் தேறுதலும் தருவாள்....!

இறைவனை எண்ணி எண்ணி அவள் சிந்தை கலங்கும்....!

இடைவிடாது தொழுதேனே! இப்படி ஆயிற்றே! அவள் மனம் இறைவனையும் பழித்தது...!

இல்லை இறைவனுக்கு எல்லாம் தெரியும்...! நல்லோரைக் காப்பதற்காகத் தானே அவன் அவதாரம் பல எடுத்தான்...

அவள் மனம் தேறியது! இறைவனை எண்ணி எண்ணியே கண்ணில் தூக்கமின்றிக் கலங்கினாள்...! புரண்டு புரண்டு படுத்தாள்....

18

அன்று! இருள் விலகிக் கொள்ள தயாரானது!

காலைச் சேவல்கள் விழிப்புற்றன...!

வண்டுகள் பூக்களின் வாசத்தில் இறக்கைகளை விரித்தன....!

வெயிலாள் ... பாயில் படுத்துக் கிடந்தாள்...! அவள் மனத்திரையில் கடவுள் தோன்றினார்..... அம்மா! கலங்காதே...! நீ என் பக்தை...! நின் பாலகனை என்னிடத்தில் அழைத்துவா! பாவம் விலக்குவோம்...! நோய் பிணிகளை நீக்குவோம்...! புதுவாழ்வு தருவோம்!

பயப்படாதே... திருச்செந்தூரில் ஆயிரத்து எட்டாம் ஆண்டு மாசி பத்தொன்பதாம் நாள் கொடியேற்றப்படுகிறது. அன்றே என்னிடத்தில் அழைத்து வா...! மறவாதே...!..... காட்சி மறைந்தது!

கண்கள் விழித்தவள் மானாய் மருண்டாள்... அங்குமிங்கும் தேடினாள்... அங்கே வேலவனைக் காணவில்லை...!

கண்டுகொண்டேன் .. கண்டு கொண்டேன்... என் மகன் பிணிதீர்க்கும் மருத்துவனைக் கண்டுகொண்டேன்... என்று ஆரர்ப்பரித்தவள் மௌனமானாள்...!

எப்படி செல்வது? எவ்வாறு செல்வது...? யாரிடம் சொல்வது...? சிந்தனையில் அவள் சிறகுகள் விரிந்தன. விடியலும் மெல்ல வெளிச்சத்தைத் தந்து கொண்டிருந்தது!

அவள் பகவானைப் பார்த்தாள்... துடித்துப் போனாள்...! உடலில் வெப்பமும் சிறிது சிறிதாய் நின்று கொண்டிருந்தது...!

பக்கத்தில் அமர்ந்தவள் பரிதவித்து நின்றாள்! வெயிலாள் பரதேவதையிடம் ஏதோ பேசினாள்...!

பரதேவதை கண்களைத் துடைத்தாள்.. தவித்து நின்றாள்...!

மாட்டு வண்டிகளும் குதிரை பூட்டிய சாரட் வண்டிகளும் உண்டு...

சாரட் வண்டிகளில் உயர்சாதியார் செல்வர்...

மாட்டுவண்டிகளில் விளைபொருள்கள் ஏற்றிச் செல்வர். பகவானை எந்த வண்டியில் எடுத்துச் செல்வது? எழுபது மைல் தொலைவு கடக்க வேண்டுமே? செலவுக்கு என்ன செய்வது....?

கடவுள் காட்சியை வீணாக்கக் கூடாதே...? வெயிலாளின் மனம் அங்குமிங்குமாய் அலைந்து திரிந்தது!

அவள் தயிரிடைப் பட்ட மத்தாய் கலங்கித் துடித்தாள்...!

உழைத்தால்தான் பசியாற முடியும்....? உதவிக்கு யார் வருவார்...? பொன்னு நாடார் சிலையாய் மலைத்துக் கிடந்தார். அவர் எவரிடமும் பேசிக் கொள்வதில்லை. வெயிலாள் மனம் கல்லானது...

பரதேவதையும் தானுமாய் தொட்டில் கட்டி தோளில் சுமந்து செல்லலாம் என் அவள் சிந்தனை சிறகடித்து விரிந்தது.....

காலங்கள் உருண்டோடின...!

அலைவாரிச் செந்தில் கடற்கரை புனிதமானது!

சூரனை வதைத்த சுப்பிரமணியனுக்கு மாசித்திருவிழா கோலாகலமானது!

கொடியேற்றும் நாளும் வந்தது!

வெயிலாள் தான் கண்ட கனவை வெளிப்படுத்தினாள்!

ஊரார் கூடினர்; உரக்கச் சிரித்தனர்... ஏளனம் பேசினர்; பித்தெனப் புலம்பினர்....

பொன்னு நாடாருக்குச் சரியாய்ப் பட்டது...! தொட்டில் தயாரானது...

வழிநடை உணவும் கருப்புகட்டியும் பலகாரப் பண்டங்களும் வரிசைப்படுத்தப்பட்டன...!

உறவினர் சிலர் விதி இது.... என உடன் செல்லத் தயாராயினர்...!

உயர் சாதியாரின் ஏளனப் புன்னகை எங்கும் ஒலித்தது. தொட்டில் பயணம் இனிதே தொடங்கியது..

சேரமான் பெருமாள் தொடங்கிய கொல்லம் வருடம் ஆயிரத்து எட்டானது.

மாதம்... மாசியாய் மலர்ந்தது!

நாள் பத்தொன்பது ஆனது...!

அதிகாலையில் வெயிலாள் தொட்டிலை முன்னின்று தோள் கொடுத்தாள்....!

பரதேவதை பின்னின்று தோள் கொடுத்தாள்....!

பொன்னு நாடார் தின்பண்ட மூடையைப் பொக்கணமாய் எடுத்துக் கொண்டார்.

கையில் ஒரு கோலுடன் நடந்தார் அவர்.

உறவினர் பின் நடந்தனர்...

ஊரார் பலரும் எல்லைவரை சென்று வரத் தயாராயினர்....!

வெயிலாள் சிரமம் எதற்கு ? என அவர்களைத் தடுத்தார்.. தன் சுமையைத் தான்தானே சுமக்க வேண்டும்? என்றாள் அவள்...

நல்லோர் பலர் பின் சென்றனர்...!

உயர்சாதியார், தொல்லை தொலைந்தது! என எக்காளம் இட்டனர்..

ஊர்வலம் போல் தொட்டில் பயணம் நடைபயணமாய்ப் போனது...!

கானகம் சென்ற இராமனோடு அயோத்தி மக்கள் புறப்பட்டுச் செல்வதுபோல காட்சி தோன்றியது!

கண்பார்வையற்ற தாய்தந்தையரைக் காவடியில் தூக்கிச் சென்ற சிரவணனைப் போல வெயிலாள் நடந்து சென்றாள்....!

ஊரார் அழுது புரண்டனர்...!

19

பயணம் புறப்பட்டது.... பட்ட காலில் படும் என்பது போல கதிரவனும் வெம்மையால் சுட்டான்.

கல்லும் முள்ளும் நிறைந்த காட்டுவழி! அடிசுடும் மணலில் நிழலின்றி வியர்வையும் களைப்புமாய் வெயிலாளும் பரதேவதையும் தொட்டிலைத் தூக்கிச் சுமந்தனர்....!

களைப்பு மிகுதியால் கண்கள் மயங்கின; கால்கள் தள்ளாடின....

வழியில் பனைநீரும் கருப்பு கட்டியும் வாங்கிப் பருகிச் சுவைத்தனர்...

பகவானைக் கண்டு பரிதாபப் பட்டவர்கள் பனைநீரைத் தந்து உதவினர்......

சிலர் பரிகசித்தனர்.... ஏளனப் புன்னகை செய்தனர்....!

பயணம் தொடர்ந்தது...

எல்லைவரை வந்தவர்கள் பிரிய மனமின்றி கொல்லை வழி நடந்தனர்....!

கண்ணகியும் கோவலனும் நடந்து சென்ற வெங்கானமாய்ப் பாதை சுட்டது...!

நடந்தவர்கள் கூடங்குளம் கடந்தார்கள்.....

குளிர் நீரும் பதனீருமாய் இளைப்பாற்றினர்! சுக்குப்பாரினை நோக்கிய பயணம் தோட்டவழி ஆறு கடந்து சூறாவளிக்காடும் கடந்தது! பசியால் வாடினர்...

தருவை என்னும் ஊரில் தங்கி இளைப்பாறினர். பொக்கணத்தில் வைக்கப்பட்டிருந்த உணவு வகைகளை உண்டு களைப்பாறினர்.....

வெயிலாள் தொட்டிலைத் தோளில் சுமந்தாள்... எல்லோரும் நடந்தனர்...!

பகவான் உள்ளுணர்வால் பெற்றோர்படும் துயரங்களை எண்ணி வருந்தினார்

அன்னையின் நெற்றியிலிருந்து சில வியர்வைத்துளிகள் அவர் முகத்தில் விழுந்தன...?

மாணிக்கப்பரல் கண்ட பாண்டிய மன்னர் தோற்றம் போல பகவான் வெடுக்கென எழுந்தார்.

அம்மா! நில்... என்று வாய் திறந்தார்...!

அம்மா!.. பகவானைப் பார்த்தார். பகவான் தொட்டிலிலிருந்து குதித்தார். நிலையாய் நின்றார்... வந்தோர் வாயடைத்து நின்றனர்...!

பகவான் ஓட்டமும் நடையுமாய் திருச்செந்தூர் பயணமானார்...!

உடன் வந்தோரும் அவரைத் தொடர்ந்தனர்...

பரதேவதை என்ன சோதனை இது! என வியப்புற்றாள்..

வெயிலாள் எல்லாம் கடவுள் செயல் எனக் கண் கலங்கிப் பின் தொடர்ந்தார்...!

பொன்னு நாடார் பெற்ற பயனை எண்ணி மனதைத் தேற்றினார்...

பகவானின் ஓட்டத்திற்கு ஈடுகொடுக்க அவரால் இயலவில்லை....

நீர்கூடப் பருகாமல் இளைத்துக் கிடந்தவனுக்கு இந்த உணர்வு எப்படி வந்தது? என அனைவரும் பேசிச் சென்றனர்....! ஆச்சரியத்தால் வெயிலாள் அம்மையின் கனவினை எண்ணி வியப்புற்றனர்....!

பாம்பு தீண்டி இறந்த பூம்பாவையின் கதை போலாயிற்றே இது... என்று வெயிலாள் கடவுளின் கருணையைப் போற்றினாள்...!

நீரும் பண்டமுமாய் எடுத்து பகவானுக்குக் கொடுத்தாள்.

பகவான் செந்தில்பதி பார்த்து புன்னகைத்தார்.. நீரும் பருகவில்லை. பண்டமும் தின்னவில்லை...

ஊர்வலம் திருந்செந்தூர் வந்தடைந்தது...! எல்லோரும் பெருமூச்சு விட்டனர்...!

வழிநடை வருத்தத்தால் வந்தவர்கள் மரநிழல்களைப் பார்த்து ஒதுங்கினர்..

வெயிலாளும் பரதேவதையும் பகவானைப் பார்த்துக் கொண்டே நின்றிருந்தனர்...!

பகவான் அவர்களைத் தேற்றினார். பெற்றோருக்கு நான் பாரமாய்ப் போனேனோ? என அவர்களோடு உரையாடுவது போல் தோன்றியது.....

ஓர் நிழலில் ஒய்யாரமாய் ஒதுங்கினார்...! அனைவரும் அலைவாரிக் கடலருகே கந்தனின் கருணையைப் பார்த்து அமர்ந்தனர்.

சிலர் வழிநடை வருத்தம் நீங்குமாறு ஓரமாய் ஒதுங்கிப் படுத்துக் கொண்டனர்.

செந்தில்வாரிக் கடல் கந்தன் விழாக் காட்சிகளைக் காண கடல் மணலாய்க் கூடிக் கிடந்தது....!

வெயிலாள் வந்தவர்களுக்கு உணவு சமைக்கத் தயார் ஆனாள்.

உடன் வந்த மகளிரில் சிலர் சமையலுக்கானத் தண்ணீர் கொண்டு வந்தனர்.

சிலர் காய்கறிகளை நறுக்கிப் பக்குவம் செய்தனர்.

கூட்டு பொரியலோடு சாதம் தயார் செய்யப்பட்டது....!

படுத்தோரும் உறங்கியோரும் பசியால் களைத்துப் போயிருந்தனர்.

அவர்களுக்கு உணவு பரிமாறப் பட்டது...

எல்லோரும் உண்டனர்...

பகவான் ஏதும் சாப்பிடாதிருந்தார்

பரதேவதை பகவானைக் கண்ணெதிரில் பார்த்தவாறு கண்கலங்கி நின்றாள்...

வெயிலாள் அவளைத் தேற்றினாள்...!

சிறுபிள்ளை நீ! அவனுக்கு எல்லாம் சரியாகிவிடும்... கடவுள் கருணை புரிவார்... கலங்காதே என்றாள்....

பரதேவதை உணவு உண்டாள்.

வெயிலாள் நீர்பருகியவாறே பகவானைப் பார்த்தாள். பகவானைக் காணவில்லை...!

கூட்டம் அதிகமானது...! மகனே!... என மனதில் முனகியவாறு வெயிலாள் நடந்தாள்....

பகவான் கோயில் ஆலய வாசல்களைச் சுற்றி வந்தார்.

அலங்காரத் தோரணைகளில் முருகன் ஆனந்தப் படுவதைக் கண்டு மகிழ்ந்தார்.

வெயிலாள் அமர்ந்திருந்த முன் வாசலருகே கடலலையின் தாலாட்டில் மகிழ்ந்திருந்திருந்தார்.

ஐயோ! மகனே... அன்னையில் குரல் அருகில் அழைப்பது போல் தோன்றியது!

வெளிர்வானம் நீலக் கடலலையை வாரி இறைத்தது. வந்தவர் கூட்டம் அலைவாரிக் கடலலையைப் பார்த்துக் களித்தது......

●

20

கடலில் புனித நீராடியோர் பலர்....

அலைகளில் குளித்து ஆர்ப்பரிப்பார் பலர்....!

குழந்தைகள் குதூகலமாய்த் துள்ளிக் குதித்து ஆடி விளையாடினர் ...! மகிழ்ச்சியால் அலை நீரை கைகளால் வாரி இறைத்தனர்....

கடற்காகங்கள் சாளை மீன்களை விழுங்கிக் கொண்டன. வாளை மீன்கள் வளைந்து துள்ளிக் குதிப்பதைக் கண்டு களித்து நின்றோர் பலர்.....

சுறா மீன்கள் அலைகளைப் பிளந்து ஆர்ப்பரித்துக் குதித்தன....... பவளப் பாறைகளில் சங்குகள் ஒட்டிக் கிடந்தன......கடல் நாரைகளின் காட்சிகள் காண்போரை மகிழ்வித்தன.

கடற்காட்சியில் நண்டுகள் பாறைகளில் மோதி ஊர்ந்தன.

கோயில் மேளதாளங்களாலும் ஆடல்பாடலாலும் ஆர்ப்பரித்துக் கிடந்தது!

அரோகரா பேரிரைச்சல் வானையும் தொட்டுக் கிடந்தது...!

பகவான் அலைகடலின் பேரழகில் மயங்கி நிற்பதை அன்னையவள் கண்டாள்...!

மகனே! என மனம் பதைபதைக்க ஓடினாள்...

பகவான் கைகளால் அபயம் தந்து ஆறுதல் படுத்தினார்.

பார்த்தோர் பார்த்தனர். களித்தோர் களித்தனர். ஆடியோர் ஆடினர்.

காதல் களிரசங்களில் மூழ்கியோர் மூழ்கிக் கிடந்தனர்.

வெயிலாள் ஆனந்தக் கண்ணீர் வடித்தாள். பேரலை ஒன்று பொங்கி வழிவது போல் தோன்றியது! கடலில் விளையாடியோர் கரையேறினர்...! பகவான் பேரலையில் கால்களைப் பதித்தார்; நடந்தார்.... அன்னையவள் அழுதாள்... பகவான் நடந்து கொண்டேயிருந்தார்...

கடலில் நடப்பதா? கண்டோர் வியந்தனர்... இமையாது பார்த்தனர்....

கூட்டம் வேடிக்கைப் பார்த்தது!

வெயிலாள் பேச்சற்று நின்றாள்....! சிலை ஆனாள்....!

வந்தவர்களும் பகவான் நடப்பதைப் பார்த்து நின்றனர்.... பதறிக் கூக்குரல் எழுப்பினர்....

பரதேவதை மூர்ச்சையானாள்... அடியற்ற மரம்போல விழுந்தாள்....!

வெயிலாள் அவளைத் தேற்றினாள்...! ஆறுதல் கூறினாள்...

ஏதோ அற்புதம் நிகழப் போகிறது! அவன் வருவான் என்றாள்...... ஆறுதல் மொழிந்தாள்.... கோயிலுக்கு வந்தவர்கள் கடலில் ஒருவன் நடந்து போவதாய் பேசிக் கொண்டனர்....!

கடற்கரை மறையுமளவிற்கு மக்கள் கூட்டம் பெருங்கடலை நோக்கி நின்றது...!

பகவான் நடந்தார்.... நடந்தார்...... பார்த்தவர்களுக்கு பூஜ்யத்துக்குள்ளே தோன்றும் ஓர் புள்ளியாய் காட்சியானது...!

கூட்டத்தினர் கடலுக்குப் போன பிள்ளை திரும்பி வரமாட்டான் எனக் கலைந்து சென்றனர்!

பொன்னு நாடார் வந்தவர்களைச் சமாதானம் செய்தார். கடலுக்குச் சென்றவன் இனி வரமாட்டான் என ஊராரும் கலங்கி நின்றனர்.

ஊருக்குப் போவோம் என்றார் சிலர்; சிலர் சொல்லாமலும் சென்றனர்.

பொன்னு நாடார் பரதேவதையைச் சமாதானம் செய்தார்.. ஊருக்குச் செல்லுமாறு உபதேசம் செய்தார்... ஆடிக் காற்றில் அசைந்தாடும் கொடியாய் துவண்டு நின்றாள் பரதேவதை............ வெயிலாள் அவளைக் கைகளால் தாங்கினாள். உறவினர்களோடு ஊருக்குச் செல் என்றாள்... கடலுக்குச் சென்ற பிள்ளையை நானழைத்து வருவேன் எனச் சமாதானம் செய்தாள்.. பரதேவதை ஊருக்குச் செல்லத் தயாரானாள்.

21

கடலலைகள் ஓயாது ஒலித்துக் கொண்டிருந்தன..... வெயிலாளும் கடலலைகளை உறங்காமல் பார்த்துக் கொண்டிருந்தாள்...

ஒரு நாளாயிற்று.... இரு நாளாயிற்று... பகவான் திரும்பி வரவில்லை

எல்லோரும் பிரிந்தனர்... வெயிலாள் பெற்ற வயிற்றை தடவியவாறே அழுது புரண்டாள்... கண்ணீர் விட்டாள்....

மகன் வருவான் எனக் கீழ்வானைப் பார்த்திருந்தாள் அவள்....!

ஆறுதல் கூறிய வார்த்தைகளும் அவள் செவிக்குக் கேட்கவில்லை. வந்தவர் சென்றதும் அவள் கண்களுக்குப் புலப்படவில்லை.

அவள் விழிகள் பகவானைத் தேடிக் கிடந்தது... கடற்கரைக் கானலில் அவள் அனலாய்த் தவித்தாள் துடியாய்த் துடித்து ஏங்கி ஏங்கி அழுதாள்...

பகவான் கடலில் நடந்து சென்றார்....! செய்தி காட்டுத்தீ போல பரவியது

சாஸ்தான்கோயில் விளை மக்கள் அழுது புரண்டனர்.

ஊருக்கு நல்லது செய்தவனுக்கு இப்படியும் வருமோ? என ஊரார் வருந்தினர்....

உயர் சாதியினர் கள்ளனைக் கடல் கொண்டு போயதோ? எனப் பேசி மகிழ்ந்தனர்.

விருந்து வைத்த இளைஞர்கள் மற்றொரு விருந்துக்கு ஏற்பாடு செய்தனர்.

பூவண்டர் செய்வதறியாது கலங்கினார்..

சான்றோர் கூட்டம் கடற்கரை எங்கும் தேடும் பணியில் ஈடுபட்டனர்...........

கடற்கரையெங்கும் தெற்கு வடக்கு என்றில்லாது எங்கும் தேடினர்......

வெயிலாள் கீழ்திசை நோக்கிய விழிகளை இமைக்காமல் பார்த்துக் கொண்டே இருந்தாள்.

அவரைக் கண்டோர் பலரும் கண்கலங்கி அழுதனர்.....

பெற்றவள் முன்னே இப்படி ஓர் பிழை நேரத் தகுவதோ? எனப் பேசிக் கொண்டனர்..........

மூன்றாம் நாளும் வந்தது........!

யார்யாரோ அழைத்துப் பார்த்தனர்; அன்னையவள் எழாமலேயே அமர்ந்திருந்தாள்.........

கூட்டமும் அங்குமிங்குமாய்க் கலைந்து கிடந்தது!

அரோகரா கோஷம் மட்டும் முழக்கமிட்டுக் கொண்டிருந்தது. பொம்மை விற்பாரும் சுண்டல் விற்பாரும் வளையல் விற்பாரும் சங்குமணி மாலைகள் விற்பாருமாய் கடற்கரை சலசலப்பாய் காணப்பட்டது...!

கீழ்வானம் வெள்ளென்று வெளுத்தது!

நீலவானில் தயிர்வாரி இறைத்தாற்போல் மேகக் கூட்டங்கள் கலங்கிக் கிடந்தன...!

கடற்கரையில் ஆமைகளும், கடல் வண்டுகளும் ஒலியெழுப்பிக் கிடந்தன....!

நாரைகள் பறந்து திரிந்தன...!

மீன்கொத்திப் பறவைகள் அங்குமிங்குமாய் வட்டமிட்டன.......

செவ்வானில் செம்பருந்துகளும் இறக்கைகளை அசைக்காமல் பறந்து சென்று கொண்டிருந்தன.....

மீன் பிடிப்போர் தத்தம் வலைகளை விரித்து ஆர்ப்பரிக்கத் தொடங்கினர்...!

கதிரவனும் தனது செம்முகத்தைக் காட்டி கடலில் நடனமாடினான்..! இரவு வானிற் தோன்றும் தாரகைகளாய் நீர்த்துளிகள் கடலில் நடனமாடிக்களித்தன.....

கடலின் காட்சியைப் பார்த்தவர்கள் முருகனுக்கு அரோகரா! மயில் வாகனனுக்கு அரோகரா எனப் பக்திப் பரவசப்பட்டனர்....!

வெயிலாள் கதிரவனின் திருமுகத்தைக் கண்டாள். தன் இருகைகளாலும் முகத்தைத் தடவி சோம்பலை முறித்தாள்...!

சூரியப் பிரகாசத்தினூடே ஓர் ஒளிப்பிழம்பு தோன்றுவதை அவள் கண்டாள்.

ஒளிப்பிழம்பு சூரியக் கதிர்களைப் பிளந்து கொண்டு வாமனர் உலகம் அளந்தது போல் வருவதை அவள் கண்களால் கண்டாள்.

கண்களைத் துடைத்தவள் இமைகளை உயர்த்தி நின்றாள்...!

பச்சைமலையொன்று பவளமணிக் குன்றுபோல் அசைந்தாடி வருவதாய் அவளுக்குத் தோன்றியது!

சூரியக் கதிர்கள் அலைகளை வாரி உதிர்த்தன...

செந்தில் வாரிக் கரையைத் திரையெழும்பித் தழுவியது! கடல் நுங்கும் நுரையுமாய்ச் சீறிப் பாய்ந்தது!

மரக்கலங்கள் ஒன்றையொன்று மோதுவது போல அலைகள் கரையை முட்டி மோதின. அங்கே ஓர் பூரண கும்பம் தோன்றுவதாய் வெயிலாள் கண்டாள்.

கும்பத்துக்குள்ளே இன்னொரு கும்பம் வைத்தாற் போலத் தோன்றியது...!

வெயிலாள் வியப்புற்றாள்....!

சூரியக் கதிரொளியில் கைகால்கள் அசைந்தாடக் கண்டாள்.

கால்முட்டியைப் பற்றியவாறு எழுந்தாள்....!

எழுந்தவள்... பிரமாண்டமாய்த் தோன்றும் ஒரு நாராயணப் பேரொளியில் பூரிப்பு அடைந்தாள்...! இன்னும் அவள் கடற்கரையை நெருங்கினாள்...! ஆயிரம் சூரியப் பிரகாசம் அவள் கண்களில் ஒளிரக் கண்டாள்....

அவள் மெய் சிலிர்த்தது; கண்கள் பனித்தன; கைகள் விரிந்தன; முகம் அன்றலர்ந்த தாமரையாய் மலர்ந்தது!

பாஞ்சாலிக்கு உடை தந்து மானங் காத்தவன்...! பாண்டவர்க்கு அமுதபாண்டம் தந்து அமுதீந்தவன். ஆண்டாளைத் துணைகொண்டு கரம் பிடித்தவன்... பாரதப் போர் முடித்து கீதை தந்தவன்....! பக்தர்களுக்கு நிதி தந்து பிணி தீர்த்தவன்...!

கலியழிக்கக் கருணையோடு கடலில் சென்றவன் நாராயணர் உருத்தாங்கி வருவதை அவள் கண்டாள். அவளால் அவள் கண்களை நம்ப முடியவில்லை....விழித்துப் பார்த்தாள்...! நாராயணனே! என்று அவள் தெளிவு பெற்றாள். கடற்கரை தாண்டி அவள் அலைகளில் கால்தடம் பதித்தாள்.

அங்கே நாராயணனைக் காணவில்லை. மாறாக அவள் வேறொரு உருவத்தைக் கண்டாள். ஆண்டவன் படைப்பின்

அற்புதங்கள் எல்லாம் அவள் கண்முன்னே தோன்றி மறைந்தன....

அதில் ஓர் உருவம் போல் அவள் கண்ணுக்குப் புலப்பட்டது....

அவள் ஆவலோடு உற்றுப் பார்த்தாள்.... தன்மகன் வந்து விட்டான் என்று தோள் கொட்டி ஆர்ப்பரித்தாள்...

அவள் ஆர்ப்பரிப்பில் அலைவாரிக் கடற்கரையில் மக்கள் கூட்டம் அதிகமாயிற்று.....

●

22

வெயிலாளம்மை தன் இரு கரங்களாலும் கீழ்த்திசையைக் காட்டினாள்.....

கடலலைகளின் சிருங்கார நடனத்தில் ஓர் உருவம் அசைந்தாடி வந்தது...... அனைவரும் வியப்புற்றுப் பார்த்தனர்.....

உருவம் கடற்கரையை நெருங்கியது..... வெயிலாள் மகனே...! வந்தாயோ? என் வருத்தம் தொலைத்தாயோ? எனப் புலம்பியவாறு கைகளை விரித்தாள்...

கடலலையில் நடந்து வந்தார்..... நாராயணர்.... வா மகனே வா... என வாரி அணைக்கப் போனாள் அவள்... கொஞ்சி முத்தமிட நினைத்தாள்... வந்த மகன் ஒதுங்கிப் போனான்...

அவன் வார்த்தைகள் புதுமையாய்த் தோன்றின.

அம்மா! என்றழைத்தான் அவன்...

அம்மா! என்றதும் தாய் குழைந்து உருகினாள்...! நாராயணர் தோற்றம் தானோ? என்று அவள் நாக்கு குழறியது!

அம்மா! இனி நானென்று ஒன்றுமில்லை.... நாராயணர்க்கு மகவாய்த் தோன்றி வந்தேன்....! இனி யாம் எவ்விடத்தும் இருப்போம்! என்றார்.... தாய்க்கு மட்டுமே மகன்

என உருவத்தைக்காட்டி மாயத்தால் தன் உருவை மறைத்தார். அம்மை வெயிலாள் நாராயணமே மகவாய்த் தோன்றி வந்தது! என அவர் பாதங்களில் வீழ்ந்தாள்...

அம்மா! ஆயிரத்து எட்டு மாசிக்கு முன்னே அன்னை என நீயிருந்தாய்... இன்று நாராயணர்க்கு நான் மகனாய் வைகுண்டமாய் பிறந்து வந்தேன்.... கலியறுத்துச் சான்றோர்க்கு வாழ்வுதரப் போகிறேன். ஓர் குடைக்குள் அரசாளும் பேறு பெற்று வந்தேன்... நான்...

நான் பெற்ற இன்பமெல்லாம் நீயே கண்டு மகிழ்வாய்...

அதோ! அந்த ஆழ்கடலின் அழகைப் பார்....

அங்கே அன்னை வெயிலாள் அழகுபதி பலவுங் கண்டாள். தேரும் சிம்மாசனமும் கண்டாள்...

மகர உரு சோதி கண்டாள்..

அங்கே மகாலட்சுமி வடிவங் கண்டாள்...

நாராயணர் அழகு கண்டாள்...

சொல்லும் நல்ல விஞ்சை அருள் மொழிகள் கேட்டாள்...

நாடாள வந்த பிள்ளை நாராயணர் நீயென்று திருமுடி சூடிய காட்சிகள் பலவுங் கண்டாள். நாராயணா எனத் திருமகனின் கால்களைப் பணிந்தாள். நாராயணம் நல்ல வைகுண்டமாய்க் காட்சி தந்தது! நங்கையே! .... அழைத்தார் வைகுண்டர்.

என் நாமத்தைக் கூறித் தொழுவார்க்கு பால்பதம் போல் பாவங்களைப் போக்குவோம். நாட்டு இருளறுத்து நல்ல மக்கள் சான்றோர்க்கு வாழ்வளிக்கப் போகிறேன்... எனத் திருவாய் மலர்ந்தருளினார்...

வைகுண்டம் பிறந்ததெனத் தானவரும் வானவரும் மகிழ்ந்தனர்.

வாரிக் கரைவழியில் வைகுண்டம் நடந்தது....!

கந்த வேடமிட்டு சூரனை வதம் செய்த காட்சி கண்டு மகிழ்ந்தது!

தேரோட்டமும் பூசை புனக்காரமுமாய் மக்கள் ஆலோட்டம் பார்த்துக் கிடந்தனர். நாடிவந்த நல்லோரைப் பார்த்தார் நாதன் வைகுண்டர். காணிக்கை கைக்கூலி காவடிகள் கடவுளுக்கு வேண்டாம் என்றார்.

அலங்கார ஆர்ப்பாட்டமும் தேரோட்டம் பவனிகளும் வேண்டாம் என்றார்.

வைகுண்டர் அற்புதங்களைக் கண்டோர் மாலைகளும் மரியாதையும் செய்து வைகுண்டர் பாதம் பணிந்து போற்றினர்...

வைகுண்டர் அவர்களுக்கெல்லாம் அபயம் தந்தார். அருள்மொழி கூறிஆறுதல் தந்தார்... அருள்மொழி கேட்டோர் ஆனந்தம் அடைந்தனர். கடவுள் இவனே எனக் கைதொழுது ஏத்தினர். பக்தர் கூட்டம் அதிகமாயிற்று...!

அய்யா சிவசிவ அரகர அரகரா மந்திரம் விண்ணையும் அதிரச் செய்தது...!

மண்ணும் நீரும் தந்து அவர்தம் துயரங்களைப் போக்கினார் வைகுண்டர். கூன்குருடு செவிடுகளை மாற்றிப் பதம் தந்தார். பாவவினை அறுத்தார். நாராயணமே வைகுண்டமாய் வந்ததென்று வாயாரப் போற்றி நின்றனர் மக்கள்.

23

பூவண்டன் தோப்பு பொலிவு பெற்றுக் கிடந்தது!

கொண்டாட்டங்களும் ஆடல் பாடல்களுமாய் சான்றோர் களிப்பெய்தினர்.

கடலுக்குச் சென்ற பிள்ளை கரையேறி வருகிறான் என்று கண்டோர் யாவரும் களிப்பெய்தினர்...

நாராயணம் வைகுண்டம் வந்ததென்று வையத்தார் இன்புற்றனர்.

கடல்கொண்டு போனவனும் திரும்பி வருவானோ? என்று கவலை கொண்டு மலைத்தனர் உயர்சாதி மக்கள். சாதிப் பகையறுத்து சான்றோர்க்கு வாழ்வுதர நாராயணர் வருகிறார் என்று நாட்டோர் புகழ்ந்தனர்.

புது புத்தி தந்து பூலோகம் ஆளச் செய்ய பூலோக நாயகனாய் வைகுண்டம் நடந்தது...!

கடற்கரை வழியாய் கலியழிய நடந்தது...!

அண்டங்கள் யாவினும் அகிலம் உயர்ந்தது என வைகுண்டம் நடந்தது.... !

அகிலம் யாவதும் பஞ்சபூதங்களின் மயக்கத்தால் சிறந்தது!

பூதங்களின் கலப்பில் உயிரினங்கள் தோன்றின...! உயிர்களில் உயர்ந்ததாய் மானிடம் வளர்ந்தது! மானிடம் அரசனால் ஆளுகை ஆனது...! ஆளுகை யாவதும் அசுரராய்ப் போனது! அசுரரை வென்றிட அவதாரம் வந்தது...!

அவதாரம் யாவதும் யுகத்தினில் முடிந்தது! யுகங்களும் காலமும் வரிசையாய் வந்தன...! வரிசையின் மாட்சியில் தீமைகள் பெருகின.... தீமையால் உலகமும் நீதியை இழந்தது...! ஆசையும் கோபமும் களவும் கொலையும் ஆனது...! பொய்மையும் தீமையும் உலகினை ஆண்டன... உலகம் சர்வாதிகாரத்தால் சரித்திர வேதமும் பொய்மையாய்ப் போயின....

பொய்மைகள் யாவும் பூமியில் நிறைந்தன... தர்மம் அழிந்தது; அதர்மம் வளர்ந்தது. பொறுமையும் அடக்கமும் இல்லாமை ஆயின. அன்பும் அறிவும் மடமையாய் மாறின...! மெய்மைகள் யாவும் வறுமைவாய்ப் பட்டன.

வறுமையின் செம்மையில் மானிடம் வென்றது! கோரிமுகமது படையோடு வந்தான்... மாட்சிமை எல்லாம் மண்ணகம் மறைத்தான். அலக்சாண்டர் நாடு நானென நாட்டினில் புகுந்தான். செங்கிஸ்தானும் முடியரசு ஆனான். டாபர்மேனும் தர்பார் காட்டினான். நாதர்ஷாவும் நாடு எனது என்றான்... நெப்போலியன் போனபட் நெகிழ்வாய் ஆண்டான்... இவான்–தி–டெர்பின் தர்பார் செய்தான். அடால்ஃப்–ஹிட்லர் அடாவடி செய்தான். ஜோசப் ஸ்டாலின் நானே என்றான். பெனிட்டோ முசோலினி.. பெருமையாய் வந்தான். இவர்களால் நாடுகள் துண்டாய்ப் போயின... மக்களிடையே பிரிவினையும் பேதமும் வளர்ந்தன. போரும் பூசலும் பூமியில் மலிந்தன...

ஆத்மபூமி பாரதமும் விதிவிலக்கல்ல,,, சேரநாடு திருவிதாங்கூர்–கொல்லம் சமஸ்தானங்களில் சிக்குண்டுச் சீரழிந்தது...! அன்பும்–ஆன்மீகமும் சிதைந்து சின்னாபின்னமாயின.

சாதிக்கொடுமைகள் சதிராட்டம் செய்தன.. நாடாண்ட மக்கள் அடிமைகள் ஆயினர்...! உடைமைகள் பறித்து வறுமைகள் மலிந்தன... சதியும் சூதும் வஞ்சனை செய்தன...!

உழவுந் தொழிலும் இல்லாமல் ஆயின...! மக்கள் யாவரும் இறைவனைப் போற்றினர்...! இறைவனும் உலகில் அவதாரங் கண்டது...! மக்கள் யாவரும் வாரியிற் கண்டனர்.. அய்யா சிவ சிவ சிவ சிவ அரகர அரகரா மந்திரம் ஒலித்தது.

வைகுண்டம் வழிநடை நடந்து வந்தது...! வந்தவர் யாவர்க்கும் நன்மொழி பகர்ந்தது! நாட்டில் ஒரு அனுமனை நானனுப்பி நாட்டின் நருளறுப்பேன் என்றது...!

கார்ல் மார்க்சும்... மகாத்மா காந்தியும் பிறந்தனர். கத்தியின்றி ரத்தமின்றி தர்மம் வளர்த்தனர்... வைகுண்டம் தாமே தவத்திற்காக நடையாய் நடந்து தெட்சணம் வந்தது...!

தெட்சணம் சிவபூமியாய்ச் செழிக்க அடித்தளம் இட்டது.

வழி நெடுகிலும் பக்தர் கூட்டம் பெருக்கெடுத்தது.

அலைவாய்க் கரையோரமாய் அனைவரும் நடந்தனர்... நீலக்கடலின் கரையோரம் நித்தமும் தவஞ்செய்தருளும் கன்னியாகுமரி பகவதி அம்மன் கோவில் வழியாய் கூட்டம் வந்தது...

ஆலய வளாகம் தேரும் ஆராதனையுமாய் அலங்கரித்துக் கிடந்தது.

மக்கள் ஆடியும் பாடியும் பகவதியைக் கொண்டாடினர் வைகுண்டர் காட்சிகளைக் கண்டார்..... நடந்தவர் சிறிது நேரம் நின்றார்... பக்தர்கள் வியப்புற்றனர். பகவதியை அழைப்பதுபோல் கண்கள் அசைந்தாடுவதைக் கண்டனர். வைகுண்டர் மெல்ல வாய் திறந்தார்...

காணிக்கை தேரோட்டம் பலிபூசை வேண்டாங்காண் எந்தனுக்கு...

பேசியவர் நடக்கத் தொடங்கினார்...

கடற்கரை அலைகளும் சில மணித்துளிகள் அசைவற்றுக் கிடந்தன....

வைகுண்டம் வருகிறார் என்று வானம் நீர் மாரி பொழிந்தது.

அய்யா சிவசிவ சிவ சிவ அரகர அரகரா ஒலிமுழக்கமிட்டது.

நடந்தவர்கள் பக்திப் பெருமிதத்துடன் பூவண்டன் தோப்பு வந்தனர்.

பூவண்டன் தோப்பு மௌனமாய்க் கிடந்தது.

பூத்துக் குலுங்கிய தோட்டங்கள் பொலிவற்றுக் கிடந்தன.

வைகுண்டர் வந்தாரென மக்கள் ஆரவாரம் செய்தனர்.

கூட்டத்தில் பொன்னு நாடாரும் வெயிலாளம்மையும் மெய்வரம் பெற்றவர்கள் போல பெருமை கொண்டனர். பரதேவதை முன்னைத் தவத்தால் கிடைத்த பெரும் பேறு என பக்தியில் திளைத்தாள். பக்தர்களின் மந்திர முழக்கத்தில் வைகுண்டர் மௌனமே மொழியானார்.

அவர் எதுவும் பேசவில்லை.

பூவண்டரும் வைகுண்டரின் புதுமை கோலங் கண்டு பூரிப்படைந்தார்.

வைகுண்டரோடு பேசி அவர் பெற்ற இன்பத்தைத் தாம் பெறவேண்டுமென விரும்பினார்.

வைகுண்டர் வாய் பேசவில்லை. மௌனமும் தவமுமாய் அமர்ந்து கொண்டார். நீரும் பருகவில்லை. நின்மலன் ஆகவே காட்சி தந்தார்.

24

வைகுண்டரைக் காண நாஞ்சில் நாட்டு மக்கள் பலரும் வந்து சென்றனர்...

நாடாள வந்த நாயகன் என்று அவர் தம் பாதங்களை வணங்கினர்; பரவசம் அடைந்தனர்...

வைகுண்டர் வணங்கியவர்களுக்குத் தம் கைகளால் திருமண் எடுத்து நெற்றியில் நாமம் இடுவார்.

நாமம் பெற்றவர்கள் நன்மை அடைந்தனர். உயர்சாதியாரும் வேண்டாதவர்களும் ஓடிப்போன பைத்தியம் மீண்டும் வந்ததோ? என மனம் நொந்தனர். வைகுண்டர் எல்லாம் அறிவார்; ஏதும் அறியாதவர் போல சிரிப்பார்...

நாட்கள் பல கடந்து சென்றன... மெய்யன்பு பொருந்தியவர்கள் அவரைப் பிரியாது அமர்ந்து இருந்தனர்..

வைகுண்டர் திருவாய் மலர்ந்தார். நான்கு அடி அகல ஆழத்தில் தான் அமர்ந்திருக்கும் இடத்தில் ஒரு குழி தோண்டச் சொன்னார். அன்பர்களால் அங்கே குழி தோண்டப் பட்டது; நான் தவம் இருக்கப் போகிறேன் என்றார் வைகுண்டர்.....

அன்று இரவு நள்ளிரவு யாமம்.

தனியனாய் அமர்ந்தார் வைகுண்டர்..

அவர் மௌனம் புனிதமாய் இருந்தது...!

அவர் சிந்தையில் செந்தில் கடற்கரை மகரமணி மண்டபத்தில் நடந்தவை யாவும் வந்து தோன்றின. அங்கே...

மகாலட்சுமி வீற்றிருந்தாள்... இரத்னமணி சிம்மாசனம் ஒளிவீசிக் கிடந்தது!

தேவர்கள் வாழ்த்தொலி முழங்கினர்....

நாராயணப் பரம்பொருள் அனல்வடிவாய்த் தோன்றினார்.

அலையில் வந்த மகனை ஆவி அணைத்தது...! மகாலட்சுமி மணி வயிற்றுக் குழந்தையானது...! நாராயணர் குழந்தையைத் தழுவி மகிழ்ந்தார்...! சரஸ்வதி தாலாட்டினாள்... தேவர்கள் ஆடை அணி அலங்காரம் செய்தனர்... நாராயணர் நல்ல மகவை மடியமர்த்தினார்.. பூலோகக் கணக்கும் தேவலோகக் கணக்கும் கூறினார்...

கலியின் கொடுமையும் சான்றோர் சிறுமையும் சொன்னார்....

ஆறாண்டு தவம் செய்யக் கட்டளை இட்டார்... முதல் தவம் யுகத்தவம்; இரண்டாம் தவம் சாதித்தவம். மூன்றாம் தவம் பெண்ணடிமை ஒழியத் தவம்.... தவத்தில் வரும் இன்னல்களைத் தெரிவித்தார்.... பூலோகத்தில் இடர்களைக் களைந்து இன்பந்தரும் அறிவுரைகள் எல்லாம் நயம்பட எடுத்துரைத்தார்...! தெட்சணத்தில் தவம் செய்யும் இடத்தில் தகப்பனாய் நானும் தாயாய் மகாலட்சுமியும் உடனிருப்போம் என்றார்....

எல்லாம் அவர் சிந்தையில் தோன்றி மறைந்தது!

கலியழியக் கடவுள் தவம் செய்யப் போகிறார்...... எனக் காலைக் கதிரவனும் கதிர்களை விரித்துச் செம்முகம் காட்டியது...!

தெட்சணம் எங்கும் சிவசிவா என மந்திரம் முழங்கியது.

அரகரா என்னும் பேரொலி கேட்டது...!

பறவைகள் பாடிப் பறந்தன....

உழைக்கும் மக்களின் அழைப்பொலியில் காலைப் பொழுது மயங்கியது...

வைகுண்டர் தவத்திற்கு ஆயத்தமானார்....!

மகரத்தின் மகனாய்ப் பிறவி செய்த நாராயணரை மனத்தகத்தே ஒடுக்கினார்...

ஆங்காரத்துக்குள்ளே ஓங்காரம் ஒடுங்கியது...! குண்டலினி சக்தி மூலாதாரத்திலிருந்து மேலெழுந்து சுவாதிஸ்டானத்தைக் கடந்தது.... மணிப்பூரகத்தை எட்டியது.... அனாகதத்தை தாண்டிக் குதித்தது... விசுக்தியில் மேலேறிச் சென்று தாவியது............. ஆக்கினையில் தெளிவு பெற்றது......சகஸ்ரதாளத்தில் நின்று பேரானந்தப் பெருவெளியில் லயித்து நின்றது...! பேரானந்தப் பெருவெளியில் வைகுண்டர் பேரின்பம் கண்டார். அவர் கலியழிக்கக் கண்ட காரணங்களை நெஞ்சில் நிறுத்தினார்.

இடது காலைத் தூக்கிக் குழியில் இறங்கினார்....

ஒற்றைக் காலால் நின்றார்....

மற்றைக் காலை ஒற்றைக் காலொடு பொருத்தினார்...

கைகள் தாழக்கிடந்தன...

கண்கள் இறுக மூடின....! மூச்சுக் காற்று முறையம் இட்டது...!

பக்தர்கள் பக்திப் பெருவெளியில் பரவசமாய் நின்றனர்...!

வேண்டிய நீரும் உணவு வகைகளும் வைகுண்டருக்காகக் கொடுத்தனர்...! நீரைப் பருகியவர் நிறைந்த தவத்தில் நிலையானார். உதடுகள் மட்டும் அசைந்து கிடந்தன..

நாட்கள் கடந்தன... தவம் வளர்ந்தது....! சடையும் முடியுமாய் உடல் சடைத்துக் கிடந்தது! சித்தரோ இவரென்றனர்.... போற்றித் தொழுதனர்.........

சிவனின் அம்சமோ? என்றனர்...!
நாராயணர் தானோ இவர் என்று பணிவுடன் நின்றனர்....
ஊரில் எங்கும் பேச்சானது...!
பலரும் பார்த்துச் சென்றனர்....
பைத்தியம் என்றனர் கலியுக நீசர்கள்...!
சித்தபிரமை என்றனர் சீர்திருத்த வாதிகள்...!
சுத்தப் பொய்யெனச் சூட்சுமம் செய்தனர்...! ஆணவப் பித்தென அகங்காரம் மொழிந்தனர்....! பேய் பிடித்திருக்கும் எனப் புலம்பித் தீர்த்தனர்....!
நஞ்சின் வேகம் நாக்கினைக் கொன்றிருக்கும் என நயவஞ்சகம் உரைத்தனர்...!
எப்படியும் நாசம் போனான் என்று சாதியார் மகிழ்ந்தனர்...!
வைகுண்டம் தவத்தின் தவமாய் உச்சம் ஆனது...! தொல்லை தொலைந்தது என எங்கும் பேசிச் சிரித்தனர்.... உயர்சாதி நீசர்கள்......

25

ஓர்நாள் காலைப்பொழுது.....! கதிரவன் காட்சியில் தவமிருந்த தவசாலை புதுமை கண்டது...!

பூரித்து மகிழ்ந்தது.....

முள் மரங்களில் முருங்கைக் காய்கள் காய்த்துத் தொங்கின...!

அடர்ந்த செடிகளில் கத்தரியும் வெண்டையும் காய்த்துக் கிடந்தன...!

கொடிகளில் எங்கும் பிச்சி வெள்ளைகள் மலர்ந்து மணத்தன....

வகை வகைக் காய்கனி நிறைந்து பொலிந்தன.. அருந்தவக் காடுகள்...!

வந்தவர் யாவரும் வியப்பில் ஆழ்ந்தனர். வைகுண்டர் நாமம் போற்றிப் புகழ்ந்தனர். சிவ சிவ அரகர ஒலி எங்கும் கமழ்ந்தது...! ஊரில் விந்தைகள் எல்லாம் விரைவாய்ப் பரவின...

கூட்டம் கூட்டமாய் மக்கள் குவிந்தனர்...! வைகுண்டர் தவத்தைக் கண்டு மகிழ்ந்தனர்; கரம் குவித்து வணங்கினர்.

பொருட்காட்சி சாலைபோல் தவவனம் அருங்காட்சிச் சாலையாய்த் தோன்றியது... நோய் பிணி பட்டோரைக் கண்திறந்து பார்ப்பார் வைகுண்டர்.

அருகே கண்களால் அழைப்பார்....! திருமண் எடுத்து நாமம் அணிவார். நீரினை எடுத்துப் பதமாய்த் தெளிப்பார்...! சூரியனைக் கண்ட பனியாய் நோய் பிணிகள் மாறின....!

செய்தி அறிந்தோர் ஊரெல்லாம் பேசினர்...! திருவிதாங்கூர் எங்கணும் செய்தி பரவியது! நெல்லை மக்களும் காட்சிகள் காண பக்தியால் குவிந்தனர்...

இராமநாதபுரத்திலிருந்து மக்கள் விந்தைகளைக் காண வந்தனர்....

பூவண்டர் தோப்பு தெட்சண பூமியாய் புதுமைகள் கண்டது......

சாமிதோப்பு இதுவென்று சான்றோர் வந்தனர். காட்டுக் கொடிகளில் காய்கறிகள் காய்த்துக் கிடப்பதைக் கண்டோர் வியந்தனர்.

வைகுண்டர் தவத்தில் ஆழ்ந்து கிடந்தனர். வைகுண்டருக்கெனப் பாலும் பழமும் காயும் படைத்து வணங்கினர்..

பால்மட்டும் பருகி நித்தம் தவம் செய்தார் வைகுண்டர்...

திருநெல்வேலிச் சீமையில் பெரும்பெயர் பெற்ற ஊர் பாஞ்சாலங்குறிச்சி. பாண்டியரின் தானத்தால் அது ஓர் பாளையமாய்க் கிடந்தது!

கட்டப் பொம்மனைப் பூமிக்குத் தந்து பெருமை கொண்ட பூமி அது!

வீரத்தின் விளைநிலமாய் விவேகத்தின் தனிப் பெருமையாய்ப் பெயர் பெற்றது!

எட்டப்பனை எத்தனெனக் காட்டி அறிமுகப்படுத்திய ஊர் இது...

இவ்வூரிலிருந்து ஒருவர் உணவு தேடி ஊர்ந்தும் தவழ்ந்துமாய் வந்து கொண்டிருந்தார்.

கந்தலாடை அவர் உடலைப் பற்றிக் கிடந்தது...! எச்சில் படிந்த தாடியும் சடையுமாய் உடல் பொலிவிழந்து கிடந்தது...!

ஒளியிழந்த கண்ணும் வற்றிக் காய்ந்த கன்னங்களும் அவர்தம் இயலாமையை உணர்த்தின.... சிக்கும் சிரங்கும் உடலை அரித்துக் கிடந்தது. புண்ணும் சீழ்வடியும் மேனியுமாய் கையில் பாத்திரம் ஒன்றைப் பிடித்திருந்தார்....

கண்டவர் எவரும் அவருக்காய் இரக்கப்படவில்லை....வைகுண்டர் தவமிருந்த பூவண்டன் தோப்பு வழியாக அவர் வந்துகொண்டிருந்தார்.....

பசியும் தாகமும் அவரை வருத்தி அலைத்தது....! ஒதுங்கி ஓடும் மனிதர்களுக்காய் அவர் கண்கள் இரங்கியது...! மூச்சு வாங்கியது....

ஆனால் அவரைக் கண்டவர் எவரும் அவருக்கு உதவ முன்வரவில்லை.... ஒதுங்கி ஓடினர்.... அவர் கிடைக்கும் எச்சில் உணவை உண்டு வாழ்ந்தார்..

தெருவோரம் உறங்கினார். வழியோரம் இளைப்பாறினார்.

சுவாமித் தோப்பில் சுவாமி தவம் புரிவதை அவர் கண்கள் கண்டு கொண்டன. சில மணித்துளிகள் கண்களை இமைக்காது பார்த்தார்... அவர் கண் விழிகள் கலங்கி அழுதன...

தவத்தில் நின்ற வைகுண்டர் கண்களைத் திறந்தார். அவர் பார்வை வந்தவரைப் பார்த்தது....!

வைகுண்டர் இரு கைகளையும் விரித்தார்...... பார்த்தோர் பரவசம் அடைந்தனர். அசையாமல் ஆடாமல் இருந்த கைகள் விரிவதை அனைவரும் ஆவலோடு பார்த்து நின்றனர்....

வைகுண்டர் ஓரமாய் ஒதுங்கி ஒண்டிக் கிடந்தவரைத் தன் கண்களால் அழைத்தார்...! அவர் அஞ்சி நடுங்கினார்.....

கோபத்தால் சபித்து விடுவாரோ? இவர் என வேக வேகமாய்த் தவழ்ந்தார். தவழ்ந்தவர் பார்த்தார்.... வைகுண்டரின்

கண்கள் கனிவாய்க் கசிந்தன..... வலக்கையை விரித்து வா என அசைத்தார்..... வந்தவர் நின்றார்... அவர் கண்களில் நீர் அருவியாய்க் கொட்டியது....

அவர் சுவாமிகளைப் பார்த்தவாறே ஊர்ந்து வந்தார். அருகே வருமாறு சைகை காட்டினார் வைகுண்டர். அவர் வந்தார். அவரைக் கண்டோர்கள் வேங்கை கண்ட கலைமான் போல் ஒதுங்கிப் பதுங்கினர்....

வந்தவர் வைகுண்டரின் பாதம் பணிந்தார்... தவ நிலையில் நின்றவர் தரையிலிருந்து திருமண்ணைக் கரங்களில் எடுத்தார். வந்தவர் உடலில் தடவினார். நெற்றியில் நாமமாய் இட்டார். நீரினை எடுத்துப் பதமாய்த் தெளித்தார்....

வந்தவர் நெகிழ்ந்தார். காலை நண்பகல் மாலை என முப்பொழுதும் அய்யா சிவசிவ சிவசிவ அரகர அரகரா மந்திரம் ஓதச் செய்தார். மூன்று நாட்கள் ஆயின. காயும் கனியும் உண்ணத் தந்தார். வந்தவர் மூன்று நாட்கள் தங்கினார்...... முப்போதும் வைகுண்டரைப் போற்றி வணங்கினார்..... மூன்றாம் நாள் அவர் மேனி பளபளப்பாய்த் தோன்றியது... அவர் உடம்பில் தொழுநொய் முற்றிலும் குணம் அடைந்திருந்தது.

தொற்று நோயால் வெறுத்து ஒதுக்கப்பட்டவர் அவர். தொழுநோய் அவர் உடலைப் பற்றிக் காய்ந்து அனலாய்த் தகித்துக் கொண்டிருந்தது....! கண்டவர்கள் ஒதுங்கி ஓடினர்... வைகுண்டர் தொழுநோயை மண்ணும் நீரும் தந்து குணப்படுத்தினார்.

நோயினால் நொந்து போனவர் புதுமனிதராய்ப் புதுக்கோலமானார்.

பார்த்தோர் வியந்தனர்...

சுவாமிகளின் பெருமை எங்கும் பரந்தது...! தீரா நோய் தீர்த்தருள வந்த பிரான் என்று அனைவரும் போற்றிக் கொண்டாடினர்.....

●

26

பூவண்டன் தோப்பு பூலோக வைகுண்டமாய்ப் பொருந்தித் தோன்றியது. கலியழிக்க நாராயண வைகுண்டர் வந்தார் என்று அங்கே வையத்தார் யாவரும் கூடிக் களித்தனர். சேற்றிலே மலர்ந்த செந்தாமரைக் காடாய் அது தவக்கோலம் கண்டது.

பாஞ்சாலங்குறிச்சி எங்கும் பண்டாரமாய்த் தோன்றும் அடியாரைப் பற்றிய பேச்சாகவே இருந்தது. தொழுநோயால் புண்ணுஞ் சீழும் படிந்து அழுகிய தேகத்தாராகிக் கிடந்தவர் எப்படி அழகிய அடியாரானார் என்று எல்லோரும் அதிசயப் பட்டார்கள்! ஈக்கள் மொய்த்த உடம்பு தங்கத் திருமேனிபோல் காட்சியளிக்கிறதே? எனக் கண்டோர் வியந்தனர். தான் பெற்ற இன்பத்தைப் பேசி அடியார் அனைவரையும் வியப்பில் ஆழ்த்தினார்.

வைகுண்டர் நாராயணராகி நாட்டில் வந்தார் என்று அவர் வந்தவர்களிடம் கூறினார். பூவண்டன் தோப்பு புதுமணம் கமழ்ந்து வைகுண்டர் தவத்தால் நறுமணம் வீசி நல்லன செய்கிறது என்றார். திருமண் நாமமிட்டு முத்திரி நீரால் நோய் பிணி நீக்கி அற்புதங்கள் செய்கிறார் வைகுண்டர் என்று அவர் வந்தவர்களிடம் கூறினார். வைகுண்டரைக் கண்டு வணங்குவதை நற்பேறாய்க் கருதினர் பாஞ்சாலங்குறிச்சி

மக்கள். அடியாரிடம் திருமண் திருமேனி தரித்துக் கொண்டனர். நீரும் மண்ணும் மருந்தாய்க் கொண்டனர். சிவசிவ அரஹரா நாமம் பாடி சிந்தை களித்தனர். காவி தரித்து தவத்தோரைக் காண நித்தம் நினைத்தனர்!

பாஞ்சாலங்குறிச்சியில் தொழுநோயால் துன்பப் பட்டவர் நலங்காண்டார் என்று நாட்டிலுள்ளோர் யாவரும் அறிந்து கொண்டனர்.

கூடங்குளம் திருநெல்வேலி சீமையின் உயர்வான ஓர் ஊர். அவ்வூரில் பலவேசமுத்து நாடார் என்றொருவர் வாழ்ந்து வந்தார். மூன்று குழந்தைகளுக்குத் தந்தையான அவர் வறுமையில் வாடினார். எனினும் மனைவி மக்களோடு வறுமையிலும் செம்மையாக வாழ்ந்திருந்த அவருக்கு மூன்றாவது குழந்தை பிறந்த சில நாட்களிலேயே மனைவி காலமாகிவிட்டார். குழந்தைகளைக் காப்பது எப்படி? பிறந்த குழந்தைக்குப் பால் வேண்டுமே? வறுமை அவரை வாட்டி வதைத்தது. உறவுகளும் அவருடன் ஒட்டிக் கொள்ளவில்லை. கூலிவேலைக்குச் செல்ல வேண்டுமே? குழந்தைகளைப் பார்ப்பது யார்? அவர் மனம் ஏங்கிக் கிடந்தது.

ஒரு நாள் காலைப் பொழுது பாஞ்சாலங்குறிச்சி எங்கும் வைகுண்டர் பேச்சாகவே இருந்தது. அப்பேச்சு பலவேசமுத்து நாடாரின் காதுகளிலும் விழுந்தது. அவர் ஏதும் யோசிக்கவில்லை. குழந்தையைக் கைகளால் தூக்கி அணைத்துக் கொண்டார். மற்றக் குழந்தைகளைப் பற்றி எழுந்தார். வறுமை போக்கி வளம் தருவார் வைகுண்டர் என்று அவர் சிந்தையில் தெளிந்தார்.

கூடங்குளத்திலிருந்து பூவண்டன்தோப்பு நோக்கி விரைவாய் நடந்தார். வைகுண்டர் தமக்கு வாழ்வு தருவார் என்று எண்ணி நடந்தார். வழியிற் கண்டதைப் பிள்ளைகளுக்குக் கொடுத்து நடந்தார். கால் நடையாய் நடந்து கலியழிப்பார் வைகுண்டர் என்று கருணை வேண்டி நடந்தார்.

கண்டோர் யாவரும் கவலை கொள்ளும்படியாகவே அவர் காட்சி தோன்றியது.

பூவண்டன்தோப்பு எங்கும் புதுமைகள் மணந்து கிடந்தது! தென்றற்காற்று குளிர்ச்சியை வாரி இறைத்துக் கொண்டிருந்தது. சிவசிவ அரஹரா ஒலி எங்கும் மந்திரமாய் ஒலித்துக் கிடந்தது. திருமண் மேனியராய் மக்கள் தவக்கோலத்தோடு நடந்து சென்று கொண்டிருந்தனர். மூன்று குழந்தைகளோடு தள்ளாடி நடந்துவரும் வறுமையாளருக்குத் துணையாய் அவர்கள் நடந்தனர். வைகுண்டர் வாழ்வு தருவார் என்று அவருக்கு ஆறுதல் கூறினர். குழந்தைகளை அணைத்துக் கொண்டவர்களாய் கருணையோடு நடந்தனர்.

பலவேசமுத்து நாடார் பரவசமானார்! பகவானைக் கண்டால் குறைதீரும் என்று கூட்டத்தினரோடு நடந்தார். பூவண்டன்தோப்பு கடவுள் பதிபோல் காட்சியளித்தது! அவர் கால்கள் விரைந்தன.... அய்யாவின் தவ நிலையைக் கண்டவர் மண்ணில் விழுந்து வணங்கி எழுந்தார். வருவோரும் போவோருமாய் வைகுண்டரைப் போற்றும் பக்தி வெள்ளம் அங்கே சூழ்ந்து கிடந்தது! சிவ சிவ அரஹரா ஒலியில் மக்கள் அய்யாவை வணங்கி நின்றனர்.

வைகுண்டர் தவத்தில் நின்று கொண்டிருந்தார். அவர் ஏதும் பேசவில்லை. மௌனமானார்! கைக்குழந்தையுடன் நடுங்கி நின்ற பலவேசமுத்து நாடாரைப் பார்த்தார். அவர் கண்கள் கலங்கின. குழந்தைகளை ஆசீர்வதித்தார். திருமண் எடுத்து திருநாமமிட்டார். முத்திரி நீரை வாரி இறைத்தார். கருணைப் பார்வையால் அன்பு செய்தார். வா என்று கண்களால் அழைத்தார். பலவேசமுத்து நாடார் பகவானின் கருணைக்குப் பாத்திரமானார். அவர் வைகுண்டரின் பாதத்தில் விழுந்து வணங்கினார். திருமண் திருநாமமிட்டார். நீரால் முழுக்காட்டினார். திருமண்ணை வாரி அவர் கைகளில் திணித்தார். போ! வடக்கு நோக்கிப் போ! பஞ்சு வியாபாரம் செய் உன் பசி தீரும். திருவாய் மலர்ந்தருளினார் வைகுண்டர்.

கைக்குழந்தையைக் கைகளால் தூக்கி எடுத்தார். மார்புடன் அணைத்தார். இவன் பண்டாரம் ஆவான் என்றார்! பலவேசமுத்து நாடார் பகவான் இட்ட பெயரால் குழந்தைக்கு பண்டாரம் என்றே பெயர் சூட்டினார். அவர் பின்னர் கூடங்குளம் செல்லவில்லை. வைகுண்டர் காட்டிய பாதையில் வடதிசை நோக்கி நடந்தார். வெள்ளியம்பலத்தில் ஆடும் நடராசபெருமான் கூத்தனாய்க் கொலுவிருக்கும் நான்மாடக் கூடலைக் கடந்து நடந்தார். ஆயர்கள் போற்றும் பசுக்கள் நிறைந்த கோனார்ப் பட்டி நோக்கி அவர் கால்கள் நடந்தன. நடந்து சென்ற பாதையில் ஓரிடம் அவருக்கு வெற்றிடமாய்த் தோன்றியது. குழந்தைகளோடு அங்கே தங்கி இளைப்பாறினார். நாடோடியாய் வந்தவன் என்று ஊரார் எவரும் அவரைக் கண்டுகொள்ளவில்லை. அருகிற் கண்ட பஞ்சாலை ஒன்றில் பணி செய்தார். வைகுண்டர் தந்த திருமண்ணால் காலை மாலை வேளைகளில் சிவ சிவ அரஹரா நாமம் பாடி மேனியை அழகு செய்தார். அன்பு காட்டிப் பிள்ளைகளை அருகணைத்து வாழ்ந்தார். வைகுண்டம் உண்டெனவே குழந்தைகளுக்கு நாளும் உறுதி தந்தார். பஞ்சாலைப் பணியினைப்ள் பகவான் தந்ததாய் உயர்வெய்தி வாழ்ந்தார். பண்டாரம் என்றே குழந்தையும் பக்தி மணம் கமழ வாழ்ந்தார். ஈசுவர வடிவாகி என்றும் தெய்வநிலை மாறாமல் தெரிந்து வாழ்ந்தார். பரதேவதையாய் பண்பானத் திருமகளும் அன்போடு வாழ்ந்தாள். நால்வரும் கூடி கோனார் பட்டியில் குடியமர்த்தி வாழ்ந்தனர். பஞ்சுத்தொழிலும் ஆலைத் தொழிலுமாய் வளஞ்சேர்ந்தன. மூத்தமகள் வணிகராகி வேறிடம் சென்றார். மகளும் மணமுடித்து மனமொன்றி வாழ்ந்தாள். பண்டாரமும் பக்தி மணம் கமழ செல்வச் செழிப்போடு வாழ்ந்தான். வைகுண்டர் உண்டெனவே நாளும் மறவாமல் இவர்கள் வாழ்ந்தனர்.

கண்டோர் வியந்தனர்! நெற்றியில் திருநாமமும் தலைப் பாகையுமாய் பலவேசமுத்து நாடார் அடியார்போல் காட்சியானார். சாமிதோப்புக்கு வந்து நித்தம் திருநாள் கண்டு மகிழ்ந்தார். அவர் வேடமும் தவமும் கண்டோரை வியப்பில் ஆழ்த்தின. கூடிச் சேர்ந்தனர்; கூட்டாய் மகிழ்ந்தனர். அடியார்க் கூட்டமும்

தவம்போல் வளர்ந்தது. வைகுண்டர் தவம்போல் பலவேசமுத்து நாடாரின் செல்வமும் வளர்ந்தது!

கோனார்ப் பட்டி அய்யாவின் திருநாமத்தால் தேனி என்னும் பெருநகராய் வளர்ந்து வளப்பம் கண்டது. பலவேசமுத்து நாடார் அங்கே அய்யாவுக்கென அன்புப் பதி ஒன்று அமைத்தார். நல்லாசனம் இட்டுத் திருவிளக்கேற்றினார். சிவாய்களுக்கென மேடைகள் அமைத்தார். உச்சிப்படிப்பு உகப்படிப்பு, வாழாப் படிப்பென அருள்மணம் அங்கே கமழ்ந்து மணந்தது! அடியார் கூட்டமும் வளர்ந்து உயர்ந்தது.

தேரும் சிம்மாசனமும் கோட்டையும் மண்டபமுமாய் வைகுண்டர் அங்கே தேரோடு பவனி வந்து திருவருள் செய்தார். பலவேசமுத்து நாடாரின் குடும்பம் தேனி மக்களின் பெருவெள்ளத்தில் களித்து மகிழ்ந்தது. நாளும் மக்கள் அங்கே அய்யா உண்டெனக் கொண்டாடி மகிழ்ந்தனர்.

●

27

வைகுண்டர் தவத்தில் ஆழ்ந்திருந்தார்...... நாடெங்கும் தீண்டாமை தலைவிரித்தாடியது...... அடக்கு முறைகளால் மக்கள் அடங்கிக் கிடந்தனர்...... வாடிக்கிடந்த சான்றோர் மக்கள் சுவாமிகளைப் பார்த்து வணங்கிச் சென்றனர். நோய்பிணி உடையவர்களும் சுவாமிகளின் பாதம் பணிந்து நின்றனர்....!

வேனிலில் உளைந்து வாடிக்கிடந்த மக்களெல்லாம் நிழலில் இளைப்பாறுவதாய் உணர்ந்தனர்....

தாகத்தால் தவித்தவர்க்குத் தண்ணீர்ப் பந்தலாய் சுவாமிகள் தவமிருந்தார்.....

சுவாமிகளின் பெருமை கண்டு பெண்களும் வீதிகளில் வெளிவரத் தொடங்கினர்....

ஆண்களும் பெண்களுமாய் அவரைப் போற்றி மகிழ்ந்தனர்....

தீண்டத்தகாதவர் எனச் சொல்லி அடித்தவர்களும் எவருக்கும் தெரியாமல் அற்புதங்களைக் கண்டு சென்றனர்......

சிவ சிவ அரகரா மந்திரம் வானவரையும் பூமிக்கு அழைப்பதாய்த் தோன்றியது!

பாஞ்சாலங்குறிச்சி எங்கும் செந்தில் வாரியில் வைகுண்டம் பிறந்தார் என்று பாடிக் களித்தது! மக்கள் நாகர்கோவிலில் நகர்வலம் வருவதாய் வந்தனர்....

சுவாமிகளைக் கண்டு தொழுதனர்....

மன்னனைக் காணவருவோர் போல காணிக்கைப் பொருட்களோடு வந்தனர்...

மாணிக்க வைகுண்டம் காணிக்கை கைக்கூலி ஏற்க மறுத்தது!

காய்கனிகளை வந்தவர்கள் பிரசாதமாய் சுவைத்து மகிழ்ந்தனர்...

வைகுண்டர் தவ நிலையில் குறையாதிருந்தார். உயர் சாதியாரும் அச்சத்தோடு பார்த்து வந்தனர்... சிலருக்குச் சுவாமிகள் அருள் வாக்குகளைக் கூறுவார். திருமண் எடுத்து நாமம் சாற்றுவார்.... நாமம் இடப்பெற்றவர்கள் நோய்பிணி நீங்கினர். வைகுண்டர் நாமம் பாடிக் களித்தனர். பூவண்டன் தோப்பு சுவாமி தோப்பாய் மலர்ந்து மணம் வீசியது.....

பழுமரம் நாடிச் செல்லும் பறவைளின் கூட்டம் போல சுவாமித் தோப்பில் பக்தர்கள் குவிந்தனர்... நாட்டின் நாலா பாகங்களிலிருந்தும் நாடு காக்கத் திருமகன் பிறந்திருக்கிறார் என்று நாடி வந்தனர்... மலர்களை நாடி வரும் வண்டுகளாய் பக்தர்கள் சுவாமிகளை நாடி வந்தனர்.

தொழுதவர் மனம் இறை பக்தியில் பெருக்கெடுத்து ஓடியது.....

நயவஞ்சகர்கள் அவர் நலன்களை அழிக்கச் சூழ்ச்சி செய்தனர்...

அரண்மனை வாசலெங்கும் பூவண்டரின் பேச்சாய்க் கிடந்தது....!

பணிவோடு பரமனைப் பற்றி வாழ்வோர் எவராயினும் நல்லோராய் வாழ்வர்....

பசித்து வருவோரின் பசிப்பிணி போக்குவதே பகவானுக்குப் உரிய அர்ச்சனை ஆனது. இல்லாதாருக்கு இட்டு மகிழ்வோரே உயர்ந்தோராய் மதிக்கப்பட்டனர்.. ...

பகைவனையும் நேசிப்பதே நற்பண்பு எனப்பட்டது.....

அடக்கமாயிருந்து அன்பு செய்வோர் மேலோர் ஆவர்....

அற்ப வாழ்வு கண்டு ஆணவம் கூடாது வாழ்வோர் நல்லோர் எனப்பட்டனர்.....

பொறுமையாய் அமர்ந்திருந்து பூலோகம் ஆள்வது மேலான பெருமை ஆகும்......

பொய்யர்களோடு சேராது மெய்யர்களோடு பொருந்தி வாழ்வது உயர்வாழ்வு ஆகும்......

இயற்கையோடு பொருந்தி இன்புற்று வாழ்வது தவம் எனப்படும்.....

பெண்பாவம் பாராது பேணி வாழ்வது நலம் தரும் செயல் ஆகும்..... மனிதனுக்கு மனிதன் அடிமை கொள்ள நினைப்பது பெரும் குற்றம்...

துன்பத்தில் துவளாது துணையிருப்பவனே நல்ல நண்பன்......

கலையுங் கல்வியும் சாதிமதம் ஒழியத் துணைபுரியும்..... கற்றோரே மேலோர் ஆவார்.

இறை நினைப்பில் இன்புற்று வாழ்வாரைப் பாவம் தொடர்வதில்லை...

துயரமின்றி வாழ்வதற்குத் துன்பம் செய்யாது வாழ வேண்டும்....

அவனவன் தேடும் செல்வங்களை அவனவனே வைத்து அனுபவிக்க வேண்டும்....

மனிதனை மனிதன் அச்சுறுத்தி வாழ்வது குற்றம். வைகுண்டம் பிறந்தது என நினைத்து எவனுக்கும் பதறாமல்

வாழ்வது சிறப்பு என்பன போன்ற நற்கருத்துக்களை போதனை செய்தார் வைகுண்டர். மக்கள் பண்புடனும் பக்தியுடனும் கேட்டு மகிழ்ந்தனர்...

எல்லா சாதியாரும் நற்போதனைகளைக் கேட்டனர். நாட்டில் அதர்மம் அழியத் தொடங்கியது.....

28

வைகுண்டரின் தவம் ஆண்டுகள் இரண்டைக் கடந்து கொண்டிருந்தன.....

அற்புதங்கள் பலவும் நடந்தேறின....

மக்கள் கூட்டமும் அதிகமாக வந்து குவிந்தனர்....

சுவாமியின் புகழ் எங்கும் பரவியது...!

சுவாமிகள் குழியை மூடச் செய்தார்..... ஆழமானக் குழி மூடப்பட்டது.....

தவம் கலைந்ததாய் சான்றோர்கள் பார்த்து மகிழ்ந்தனர்......

மூடிய குழியில் சுவாமிகள் பத்மாசனம் இட்டு அமர்ந்து கொண்டார்....

பார்த்தோர் வியந்தனர்.... பணிந்து வணங்கினர்........

நோய் பிணி நீங்கிவர்கள் அங்கேயே தங்கினர்... சுவாமிகளுக்கும் பணிவிடைகள் செய்தனர். சுவாமிகள் பாலும் பழமும் உணவாக உட்கொள்ளத் தொடங்கினார்..

பாலும் பழமும் பக்தர்கள் சுவாமிகளுக்காகக் கொண்டு குவித்தனர்....

சுவாமிகளின் நல்லுரை கேட்பதற்காக நாளும் காத்துக் கிடந்தனர்.

வைகுண்டர் வந்தவர்களுடன் உரையாடத் தொடங்கினார்....

நாட்டு நடப்புகளைக் கூறுவார்...

மன்னராட்சியால் நாட்டில் நிகழும் கொடுமைகளை நாளும் கூறுவார்...மூன்று வேளை சிவசிவ அரகர மந்திரம் ஓதி உணரச் செய்வார்...

நாராயணரின் அவதார மகிமைகளை விளக்கிக் கூறுவார்.

திருவிதாங்கூர் மன்னராட்சி உயர் சாதியால் படும் அவலங்களை விலாவாரியாகக் கூறுவார்.

நாடெங்கும் உள்ள மன்னராட்சி அழிக்கப்பட்டு மக்களாட்சி இனி மலரும் என்பார்.... சாதி மதங்கள் செய்யும் சதியாட்டங்கள் நாட்டில் மறைந்துவிடும்.

வைகுண்டரின் உபதேசங்கள் கண்ணன் வில் விசயனுக்குக் கூறிய கீதாம்ருதம் போல் பக்தர்களைக் கவர்ந்தன.

நாட்டில் பல்வேறு பாகத்திலிருந்தும் மக்கள் வைகுண்டரைக் காண வந்தனர். பாலும் பழமும் பாதங்களில் படைத்து மகிழ்ந்தனர். தீராத பிணியுடையவர்களும் வைகுண்டரைத் தொழுது நோய் நீங்கப் பெற்றனர்...

போலியோவால் ஊனமுற்ற மக்களைத் தூக்கி வந்து பணிந்து வணங்கினர்.

புற்று நோயுடையோரும் பற்றுடன் வந்து வணங்கி நோய் நீங்கினார்...

பிள்ளைப் பேறில்லாதவர்கள் கண்ணீர் மல்க வந்து முறையிட்டுப் பிள்ளைப் பேறு பெற்றனர்.

வைகுண்டர் சாதிமதம் பாராது வந்தோர் அனைவரையும் அன்புடன் ஆதரித்தார்.

பதினெட்டுச் சாதியாரும் பகவான் பாதம் பணிந்தனர்...

உயர்சாதிப் பெண்களும் மாறுவேடமிட்டு பகவான் அருள்வாக்குக் கேட்டனர்.

நடந்து வந்தவர்கள் அங்கே கூடாரங்களை அமைத்துத் தங்கினர். நோயினால் துன்புற்றோரெல்லாம் பிணிதீரும் வரை பகவானைப் பார்த்து வணங்குவது என எண்ணி அங்கேயே பிரியாதிருந்தனர்.

பக்தர்களும் சாதிக் கொடுமைகளால் துன்புற்றோரும் வைகுண்டரின் நிழலடி சார்ந்து வாழ்ந்தனர். அடக்கி ஒடுக்கப்பட்ட மக்கள் குடும்பத்தோடு வந்து குறிகேட்டு மகிழ்ந்தனர்.

இளைஞர்கள் வைகுண்டரின் வார்த்தைகளால் விடுதலை பெற்றோம் எனத் துள்ளி ஆடினர்

ஆண்களும் பெண்களும் வீதிகளில் அச்சமின்றி நடந்து சென்றார்கள்...

காலையில் குளிப்பதும் துவைப்பதுமாய் தூய்மையைக் கடைபிடித்தார்கள்.

கடவுளின் பிள்ளைகள் என்று ஏமாற்றி வாழ்ந்தவர்கள் இறுமாப்பு கொண்டனர். உயர் சாதியார் எனக் கூறி வஞ்சித்து வாழ்ந்தவர்கள் ஏமாற்றம் கொண்டனர்...

நாடாருக்கு வாழ்வு வந்தால் நாடு தாங்காது என்று நயவஞ்சகமாய்ப் பேசினர்...

முள்செடி முளையிலேயே கிள்ளி எறியாவிட்டால் முளைத்துக் காடாகி தோட்டத்தை விழுங்கிவிடும் என்று கூடிப் பேசினர்.

அடிமை வேலை செய்வோர் ஆதிக்கம் காட்டிவிட்டால் ஆட்டிப் படைத்தவர்கள் வாழ்விழந்து போவார்கள் என வசை பாடினர்.

பூனைக்கு மணிகட்டி எலிகளுக்கு வாழ்வு தருவது யார் எனப் புலம்பித் திரிந்தனர்...!

பூவண்டன் தோப்பு வைகுண்டத் தோப்பாய் வலம் வருகிறதே என்று நஞ்சு மொழி பேசி பூவண்டரைப் பழித்தனர்.

நரிக்கு நாட்டாண்மை கிடைத்து விட்டால் நாடு சுடுகாடாய்ப் போய்விடும் எனச் சூழ்ச்சி செய்தனர்... வைகுண்டர் எனச் சொல்லி வேதனை செய்யும் இவனுக்கு முடிவு கட்ட வேண்டும் எனக் கூடிப் பேசினர். வஞ்சனையாளர் ஒன்று கூடினர்.

பூவண்டன் தோப்பு சுவாமிப் தோப்பாய் பக்தி மணம் கமழ்ந்து கிடந்தது...!

வஞ்சகர்கள் சாதித் தீயில் கனன்று கிடந்தனர்...! மன்னனுக்குச் சொல்லி மாயம் புரிய நினைத்தனர். அனந்தபுரம் செல்ல ஆர்வமாய்க் கூடினர்.

●

29

சேரனின் பொன்னகராய் விளங்கியத் திருநகர் அனந்தபுரம்.....

அரங்கநாதன் ஆளுகையால் அழகு பெற்றத் திருத்தலம்அது! திருவனந்தபுரமாய் பெருமை கொண்டு விளங்கியது......

அரங்கன் அனந்த பத்மநாபனாய் அருளாட்சி செய்யும் தெய்வீகத் திருத்தலம் அது .... பொன்னும் பொருளும் அணிமணியுமாய் அளித்து அனந்தனை அழகு பார்த்த இடம்.

மன்னர் பலரும் மணிமுடி தரித்து நல்லாட்சி புரிந்தனர்...!

சேரமான் பெருமாளின் காலத்தில் அந்நகர் பொலிவு பெற்றுத் திகழ்ந்தது!

சுந்தரமூர்த்தி நாயனாரை அழைத்துப் பெருமை சேர்த்தார் சேரமான்பெருமாள்...

அருளும் கருணையும் அங்கே அழகுக் கோலம் கொண்டிருந்தன

முக்கனிகளும் அங்கே விரவிக் கிடந்தன...!

தென்னையும் தேக்கும் புன்னையும் பாக்கும் மலிந்து கிடந்தன.....

அனந்தனின் அருள்போல் பசுமை அங்கே போர்த்திக் கிடந்தது

மலையும் மடுவுமாய் பூமித்தாய்க்கு மகுடம் சூட்டி மகிழ்ந்தது; ஏரியும் குளமும் வாவியும் காயலுமாய்க் கண்ணைக்கவர்ந்து கிடந்தன...

பாவேந்தர்களும் பாவாணர்களும் விரவிக் கிடந்தனர். வேத முழக்கமும் பல்லாண்டு பாடலுமாய் பக்தி மணம் செழித்துக் கிடந்தது:

வான்முட்டும் கோயில் கோபுரங்களில் பச்சைக் கிளிகள் பாடிப் பறந்தன....

சைவமும் வைணவமும் தழைத்து வளர்ந்தன... கொல்லமும் கோட்டயமும் பெருநகரங்களாய் அழகுக்கோலம் கொண்டிருந்தன...

சந்தன மரங்கள் செவ்வரிசையாய் வளர்ந்து செழித்தன... மக்கள் பசியின்றி வாழ்ந்தனர்....

சேரன் சேரமான் பெருமாள் காசிக்குப் பயணமானான்.. கேரளப் பெருமானின் ஆட்சி மலர்ந்தது....!

மக்கள் வழி அரசு மருமக்கள் வழி அரசுக்குக் கட்டியம் கூறியது...!

பகையும் பூசலும் மலிந்தன....

போரும் சண்டையும் விரவிப் பரந்தன...!

சேரநாடு பலதுண்டுகளாய்ப் பிரிந்து போனது..சேரனின் அடையாளம் வேணாடாய் மாறிக் களித்தது!

சேரமான் வழித் தோன்றல்கள் அங்கொன்றும் இங்கொன்றுமாய் மரபினைக் காக்க முயற்சித்தனர்.... இடையில் வந்தோர்கள் ஆட்சியாளர்களின் ஆலோசகர் ஆயினர்....

சூழ்ச்சிகள் மலிந்தன. மெய்மைகள் மறைந்தன. பொய்மைகள் நிறைந்தன.

எத்தர்கள் ஆட்சி அரியணை ஏறியது!

செம்மை வாய்ந்த சேரனின் ஆட்சி அஸ்தமனம் ஆனது!

மருமக்கள் வழி மரபு மாட்சிமை கண்டது...! சாதிகள் தோன்றின; பேதங்கள் வளர்ந்தன; நாடாண்ட மக்கள் அடிமைகள் ஆயினர். மரபினைக் காக்க பெருந்துயர் பட்டனர்......

உயர்சாதியார் ஏற்றம் கண்டனர்... பெருமைகள் கொண்டனர்.....

ஒடுக்கப்பட்டோருக்காய் வைகுண்டம் பிறந்தது! வைகுண்டர் வருகையை மன்னனுக்குத் தெரிவிக்க திருவனந்தபுரத்துக்கு வஞ்சகர் செல்லத் தயாராயினர்!

கலியனின் கொடுமை அனந்தபுரத்தில் பெருந்துயர் செய்தது!

மாசுற்ற மனத்தோர் மந்திரிகளாய் அமர்ந்து தர்பார் செய்தனர்...

சூழ்ச்சியும் வஞ்சனையும் அரசுரிமை ஆயின... அனந்த பத்மநாபன் ஆலய வரிவசூல் உரிமையை உயர்சாதியார் தட்டிப் பறித்தனர்.

கோயில் கொள்கைகள் இணைந்து சாதிக் கொடுமைகள் தலைவிரித்தாடின...!

பெண்களும் உழைப்பாளிகளும் ஆலயத்தில் வழிபடும் உரிமையை இழந்தனர்...!

பண்டைய மரபுகளை அறிந்து ஆலயத்துக்கு வரும் பெண்கள் அவமானப் படுத்தப்பட்டனர். அவர்தம் கற்பு சூறையாடப்பட்டன...

தாலிக்கயிறுகளை அறுத்து வீசி அறுதாலிகளாய்ப் பழித்துப் பேசினர்...

தோள்சீலை அணியும் உரிமை மறுக்கப்பட்டது; மீறினால் மார்புக்கும் தோள் சீலைக்கும் வரி வசூலித்துக் கொடுமை செய்தனர்.

வெள்ளையர்களுக்குக் கப்பம் செலுத்தி வந்ததால் அவர்கள் விருப்பத்திற்கு ஏற்பப் பெண்களை நடத்தினர்.

பெண்கல்வி மறுக்கப்பட்டது...

நாயர்களும் நம்பூதிரிகளும் தர்பாருக்குச் சொந்தம் பாராட்டினர்.

சொத்து மனை உடைமைகள் கொள்ளையடிக்கப்பட்டன.

உரிமைகள் இழந்தவர்கள் வாழ்விழந்து அழுதார்கள்.

திருவிதாங்கூர் மன்னராட்சியில் மக்கள் விலங்குகளை விட இழிவாய் நடத்தப்பட்டனர்.

நாட்டைப் பிரித்தாளும் நினைப்பில் கப்பம் பெற்று மன்னரவையில் அமர்ந்த வெள்ளையர்கள் நாட்டில் சாதித் தீயால் மக்கள் துன்புறுவதாய்ப் பிரகடனம் செய்தனர்.

உள் நாட்டில் குழப்பங்கள் பல செய்து அவர்கள் தன்னாட்டு கொள்கைகளை வாரி விதைத்துக் கொண்டிருந்தனர்...

தாய்மொழிக்கல்வி மறுக்கப்பட்டது... புதுமொழி தோன்றி வளர அடித்தளம் அமைத்தது....

ஆங்கிலமும் அதன் கலாச்சாரமும் போதிக்கப்பட்டன..

உடைமாற்றங்களால் பழைய மரபுகள் பாழாக்கப்பட்டன.

எங்கும் அடிமைத்தனத்தின் குரல் ஓங்கி ஒலித்தது!

மன்னனின் தர்பாரில் மக்கள் மயங்கிக் கிடந்தனர்.

மக்கள் மயக்கத்தை மாய்த்திட நாஞ்சில் நாடு வைகுண்டரைத் தந்தது....

வைகுண்டர் தவத்தினால் மக்களின் குறைகளைக் களைந்தார்.

சாதிபதினெட்டும் அவர் நிழலில் கூடி அமர்ந்து அமைதி கண்டனர்.

பொறாமைக்காரர்கள் வைகுண்டம் பிறந்தது என மக்களைக் கூட்டிக் குழப்பம் செய்தனர்...

மன்னனுக்குத் தெரிவித்து தண்டனை வழங்குவது எனத் தீர்மானம் நிறைவேற்றினர்....

30

வைகுண்டரின் வாழ்வும் வழிகாட்டலும் வஞ்சகர்களின் நெஞ்சில் நெருப்பாய் கனன்று எரிந்து கொண்டிருந்தது. மன்னனுக்கு முறையிடத் திருவனந்தபுரம் செல்ல தயாராயினர் சூழ்ச்சிக் காரர்கள்......

அனந்தனைச் சேவித்து ஆனந்தம் கொண்டனர். இளைப்பாறியவர்கள் மன்னன் தர்பாரில் நுழைந்தனர். மன்னனும் வரவேற்று நற்செய்தி கேட்டான்... வந்தவர்கள் மன்னனுக்குத் துர்புத்தி கூறி மகிழ்ந்தனர்.

நாஞ்சில்நாடு நானில வளமும் ஒருங்கே அமைந்திருந்த ஓர் அழகான நாடு..

நாஞ்சிலின் விளைச்சலால் சேரநாடு செழிப்புற்றுக் கிடந்தது...

இந்நாட்டின் வளங்கண்டு மூவேந்தரும் தமக்குள் போரிட்டுக் கொண்டனர்.

குறுநில மன்னர்களும் இந்நாட்டை ஆட்சி செய்திருக்கிறார்கள்.

உழவுக்கும் தொழிலுக்கும் வந்தனை செய்த நாடிது.

கலையுங் கல்வியும் செழித்திருந்த நாடு. தவமும் தானமும் வளர்ந்திருந்த நாடு.

அறமும் மறமும் இங்கே வளர்ந்திருந்தன. ஆலயங்கள் எங்கும் அழகு சேர்த்துக் கிடந்தன.. மக்கள் அன்பும் அறமும் உடையோராய் வாழ்ந்தனர்.

நாஞ்சில் நாட்டு மக்களைக் கண்ட மன்னன் மகிழ்ந்தான்...

நாஞ்சில்நாட்டு மக்கள் அமைதியும் அன்பும் நிறைந்தவர்கள் எனப் பாராட்டினான்...

விளைச்சல் எவ்வாறிருக்கிறது? என நலம் விசாரித்தான்...

வந்தவர்களும் மன்னனை மகிழ்விக்கும் விதமாக விலாவாரியாக எல்லாம் நல்லதாய்க் கூறினர். மன்னன் மகிழ்ச்சிக் கொண்டான்...?

வந்த காரியம் யாதோ? எனக் கேட்டான்....

வேறொன்றுமில்லை குறையொன்று உளது என்றனர்...

என்ன? எனது நல்லாட்சியில் நாஞ்சில் நாட்டில் குறையும் உளதோ? கேட்டான் மன்னன்... இல்லை! இல்லை. மக்கள் மகிழ்ச்சியாகவே உள்ளனர்.ஆனால்?....

மன்னன் ஆசனத்திலிருந்து எழுந்தான்...? மன்னவா? வேறேதும் குறையில்லை... மக்கள் யாவரும் அன்பாகவே வாழ்கிறோம்.. இப்பொழுது அதில் சற்று குறை காணப்படுகிறது. அதை சொல்வதற்காகவே நாங்கள் வந்தோம் என்றனர்.

என்ன குறை... மன்னன் கேட்டான்.....

நாடார் குலத்தில் ஒருவன் நானே வைகுண்டம் நாராயணம் என்று நாடித் தவம் செய்கிறான்... அங்கே மக்கள் கூட்டம் அலைமோதிக் கிடக்கிறது... சாதி பதினெட்டும் கூடிக் குலவுகிறார்கள். மன்னனுக்கு எதிராக மக்களைக் குழப்பி மனமாற்றம் செய்கிறான் அவன்...

இளைஞர்கள் பலரும் அங்கே போர்ப்படைகளாய் ஆர்ப்பரித்துக் கிடக்கிறார்கள்...!

நாளை இந்த நாட்டிற்கும், மன்னனுக்கும் குறை நேருமோ? என நாங்கள் அச்சப்படுகிறோம்...

ஆட்சியைப் பிடித்து நாடாள வருவானோ எனத் தோன்றுகிறது.... எங்களால் ஊரில் நடமாட முடியவில்லை... ஏளனம் பேசி நையாண்டி செய்கிறார்கள்...!

சிங்கத்தை நாட்டில் உலவ விட்டால் சிறுநரியும் வாழாமல் போய்விடும்..

தெரிவித்துச் செல்லவே வந்தோம்... என்றனர்..

மன்னன் சற்றுக் குழம்பிப் போனான்.....

இளைஞர்கள் .. போர்ப்படை... கூட்டம்... ஆர்ப்பாட்டம் என்றதும் மன்னனுக்கு அச்சம் வந்துவிட்டது.....

சிங்கக் குகையில் ஓநாய்கள் சேர்ந்து விட்டால் சிங்கமே ஆனாலும் காணாமல் போய்விடுகிறது...தங்கக் குகையில் கொள்ளையர்கள் கூடிவிட்டால் தங்க மலையும் இல்லாமல் போய்விடும்... நாஞ்சில் நாடு மாணிக்க வைரங்கள் விளைகின்ற நாடு... நாஞ்சில் நாட்டு வளம் அந்நாட்டு மன்னனுக்கு பலம்.....என்பதை அவன் நன்றாகவே அறிவான்...

அவன் வந்தவர்களிடம் அமைச்சரவையைக் கூட்டி ஆலோசனை செய்கிறேன் எனச் சமாதானம் செய்தான்.

வந்தவர்களும் வைகுண்டம் தொலைந்தது என நிம்மதிப் பெருமூச்சு விட்டனர்.

31

அன்று இருள் விலகிக் கொண்டிருந்த விடியற் காலைப் பொழுது...!

வைகுண்டர் ஆழ்நிலை தியானத்தில் அமைதியாய் அமர்ந்திருந்தார்..... காலைச் சூரியனால் அண்டங்கள் உயிர்ப்பாதலைப் போல அவர் மனதில் பாண்டவர்களுக்காகக் கண்ணன் செய்த திருவிளையாடல்கள் தோன்றி மறைந்தன.....

பாரதப்போர் முடிந்தது...!

பரீட்சித்து மகாராஜா குருநாட்டின் மன்னரானார்...! கண்ணன் தனது உடலை மாய்ப்பதற்காக இமயமலைக்குச் சென்றார்... அங்கே ஒரு மரக்கிளையைப் பற்றி ஒய்யாரமாக அமர்ந்திருந்தார்....

மரக்கிளையில் அமர்ந்திருந்தவரை வேடன் ஜரன், மான் எனக் கருதி கணையால் அடித்தான்...

பாண்டவர்க்கு மோட்சத்தைத் தந்த கண்ணன் உடலை விட்டுவிட்டு திருவரங்கம் வந்தார்.... வரும் வழியில் அழகான ஓர் காட்சி! அக்காட்சியில் அவர் ஆனந்தப் பட்டார்...

அரிகோண மாமலை..... அங்கே அயோக அமிர்த வனம்....

தேன்கமுகும் மாங்கமுகும் தென்னங்கமுகுகளும் தேக்கு பலா புன்னையெனப் பூஞ்சோலை நிறைந்த வனம்... பாடிக்களிக்கும் பறவைகளும் துள்ளிக் குதித்தாடும் மானினமுமாய் பைஞ்சோலைப் பச்சைப் பட்டுடுத்திப் பார்ப்போரை மகிழ்விக்கும்.... அழகுமலை அது. அங்கே

பூஞ்சோலை புகழ்பாடும் அழகியதோர் அயோக அமிர்த கங்கை....

முகம்காட்டும் கண்ணாடிபோல் அகங்காட்டும் அழகிய கங்கை நீர்ச் சுனை அது...!

இயற்கையின் அழகில் பூலோக வைகுண்டம் இதுவோ எனக் கண்டு வியந்தார் திருமால்.....

கலியன் பெற்ற பெருவரம் போல் கங்கைக்கரையருகே வந்து நின்றார்!

அங்கே ஏழுகன்னியர்கள் சுனையாட வந்தனர்....

ஜெபமாலைக் கழுத்திலிட்டு காவி உடை உடுத்தி தவசினிகள் போல் காட்சியளித்தனர் அவர்கள்....

கலியுகத்தைக் கட்டழிக்கச் சான்றோரைப் பெற்றெடுக்க உரிய நேரமிது! எனத்திருமால் எண்ணினார்...... கன்னியர் அருகே தவக்கோலத்தில் காட்சி தந்தார்! கன்னியர்கள் சுனையில் நீராடித் தண்ணீரைக் கைகளால் சுருட்டி வாரி எடுத்து கைலாயத்தில் ஈசனுக்கு முழுக்காட்டி மகிழ்பவர்கள் அவர்கள்!

பெண்களே! இன்றொருநாள் மட்டும் இத்தண்ணீரை எனது தலையில் ஊற்றுவீராக என்றார் திருமால்....

ஓட்டில் இரந்துண்ணும் ஈசருக்கே அல்லாது மற்றெவருக்கும் பணிவிடை செய்யோம் என்றனர் கன்னியர்கள்...! நல்லது, கலியனை அழிக்க இவர்களால் ஆகும்! எனத் தெளிந்தார் திருமால்.

ஏழு தேவலோக வித்துக்களைத் தேடித் தம் மனதில் வைத்தார்... சித்தத்தால் சிந்தித்து தேர்வு செய்தார்...

கன்னியர்கள் சுனையாடி மகிழ்ந்தனர்...! நீரினைக் கையால் குடைந்து நீராடினர்...

கன்னியர்க்குப் பிள்ளைதர பரந்தாமன் எண்ணினார்!

வருணனை வேண்டினார்... சாரல் தூறியது!

வாயுவை வேண்டினார்.... தென்றல் வீசியது...! குளிரால் நடுங்கினர் கன்னியர்......

அனலாய் நின்றார் நாராயணர்....!

அனலை நெருங்கினர் கன்னியர்....!

அவர்கள் மேனி கட்டவிழ்ந்தது!... கர்ப்பம் ஆயினர்..

கலங்கினர் கன்னியர்... ஏழுமக்களைக் கனிவாய் ஈன்றனர்....

கண்கள் கலங்கினர்... ஆகக் குழைந்தனர்.. மழலையைப் பாராமல் சுனையில் இறங்கினர். நீராடிச் சுனையில் நீரைச் சுருட்டினர். நீர்த்திரளாமை கண்டு கட்டழிந்தோம்! எனக் கண்ணீர் வடித்தனர்.

நாடாளும் நாரணர்க்கு நன்மகவு பிறந்தது!

கன்னியர்கள் பாராமலே ஓடி வனத்துள் புக்கனர்; நாடித் தவமிருந்தனர்...!

மகவினைப் பெற்றக் கன்னியர்கள் மழலையர்க்குப் பாலமுதம் ஊட்டாமல் பாராவிருந்தனர்...

பரந்தாமன் பசுக்களை வரவழைத்துப் பாலூட்டினார்.... புட்டாபுரக் காளியை வரவழைத்துக் குழந்தைகளைப் பாராட்டி வளர்க்கக் கொடுத்தார்...

காளியும் கண்ணான கண்ணற்குக் கனிவாய்ப் பிறந்த பிள்ளைகளைக் கண்ணிமையாய்க் காத்தார்...

ஆயக்கலைகள் அறுபத்து நான்கினையும் அழகு ததும்பக் கற்றுத் தந்தார்....

நாட்டின் நாலா பக்கமும் சென்று குலம் வென்றச் சான்றோராய் வாழும் பயிற்சி தந்தார்!

நாடாளும் வேந்தராய் நாராயணர் பெற்ற பிள்ளைகள் வெற்றி கொண்டனர்.... நாடெங்கும் சென்று நாலாவிதத் தொழிலும் செய்து வாழும் திறன் பெற்றனர்...

மல்லுக்குச் சென்றாலும் தில்லோடு விளையாடி நல்லோராய் வாழ்ந்து நற்பெயர் கொண்டனர்...! எல்லைக்குச் சென்றாலும் எதிர்த்துப் போர்செய்து தொல்லைகள் இல்லாத வில்லாற்றல் பெற்றனர்...! செவ்வேளின் கட்டழகாய்க் காளையர் ஆயினர்! சென்ற இடமெங்கும் செம்மை நலஞ்சேர்த்து நற்பெயர் பெற்றனர்.

மன்னருக்கு மன்னராய் மாநிலம் யாவும் மகிழ்ந்தேத்த வாழ்ந்து சிறந்தனர்...!

சான்றோராய் வாழும் தகைமையால் காளியும் சித்தம் மகிழ்ந்தாள்;

பிள்ளைகட்கு மணம்முடித்து மங்கலமாய் வாழச் செய்தாள்....

நிருபத ராஜனை மணவுறவாய்க் கொண்டு அவன் மகளிர் எழுவரை ஏழு பிள்ளைகட்கும் மணம் முடித்தாள்.

மக்கள் பிள்ளை குட்டிகளோடு குதூகலமாய் வாழ்ந்தனர்.

நாடெங்கும் சென்று நன்மக்களாய் வாழ்ந்தனர்... நாராயணரும் நன்மக்கள் நற்பேறடைய வேண்டுமெனத் திருவரங்கம் சென்றார்...

நாட்டில் கலியன் பிறந்தான்; தலை கீழாகவும் கால் மேலாகவும் அவன் பிறந்தான்.. தேவர்கள் எல்லோரும் திகைத்து நின்றனர்... கலியன் பிறந்ததால் நாட்டில் நன்மைகள் அழிந்தன; தீமைகள் பெருகின; தர்மம் அழிந்தது; அதர்மம் மலிந்தது: நல்லோர் வாடினர்; அல்லோர் வாழ்ந்தனர்.... திருவரங்கமும் மாதர் தம் ஆசையால் மாசினை வளர்த்துக் கிடந்தது....!

நாராயணர் அனந்தபுரம் ஏகினார்...!

நன்மக்கள் சான்றோர்கள் நீசக்கலியாகியச் சாதிப் புழுக்குழியில் அகப்பட்டு பஞ்சையாய் பராரியாய் நாடிழந்து வீடிழந்து வாழ்விழந்து வாழும் வறுமை கண்டு வாடினார்....

செந்தில் அலைவாரிக் கடலகத்தே மகரக் குண்டத்தில் திருமகனாய்ப் பிறந்து வைகுண்டமாய் வளரும் பேறு பெற்றார் வைகுண்டர்......

சான்றோர் மொய்க்கத் தாமரைப்பதியூரில் நற்றவம் புரிந்து நல்லோரை வாழவைத்தார்.

நீசர்கள் அனந்தபுரம் சென்று தொல்லைகள் சூழ மன்னனிடம் அல்லவை பேசிக்கொண்டனர்..

வைகுண்டர் வையகம் ஆளும் காலம் வந்தது! என மெய்கொண்டவராய்த் தவம் மேற்கொண்டிருந்தார்.

தூதுக் குழுவினர் சூழ்ச்சிகள் வென்றதாய்க் கருதி நாஞ்சில் நாடு திரும்பினர்... நாஞ்சில் நாடெங்கும் திருநாமம் அணிந்த மக்கள், கூட்டம் கூட்டமாய் வந்து சென்றனர். தூது கோஷ்டியினரின் குலை நடுங்கியது...! மன்னன் அரண்மனையில் அங்கும் இங்குமாய் உலவிக் கொண்டிருந்தான்.... அமைச்சர்கள் சமாதானம் செய்தனர்... மன்னனின் மனம் ஊதுலையாய் சுட்டுக் கிடந்தது! அவன் அரியாசனத்தில் அமர்ந்தான்...! அமைச்சரே... அழைத்தான் அவன்....

நல்லமைச்சன் ஒருவன் எழுந்தான்... அரசரை வணங்கினான்.....

அமைச்சரே! நமது அரண்மனையில் பூவண்டர் என்பார் பணி செய்து வருகிறார் அல்லவா?

ஆம்! பணிசெய்கிறார்.

அரசே! அவர் நல்லவர் நேர்மையானவர். நாம் இட்ட பணிகளை உடனுக்குடன் செய்ய வல்லவர். நல்லது... அவரை

இங்கே அழைத்து வாருங்கள்... அமைச்சர் வேகவேகமாய்ச் சென்று பூவண்டரை அழைத்தார்!

அரசர் அழைப்பதாகக் கூறினார். பூவண்டர் மன்னரைப் பார்ப்பதில் மகிழ்ச்சி கொண்டார்....

புதையல் கிடைக்கப் பெற்றவரைப் போலானார். அரண்மனை வாசல் அருகே வந்து நின்றார். வாயிற் காவலன் பூவண்டர் வருகையைத் தெரிவித்தான். பூவண்டர் மன்னரைக் கண்டு வணங்கினார்....! பூவண்டரே! நாஞ்சில் நாட்டில் ஏதோ கலகம் நடக்கிறதாமே!

கலகமா? நாஞ்சில் நாட்டிலா? அவ்வாறு ஏதும் நான் அறியவில்லையே! என்றார் பூவண்டர்.. இல்லை பூவண்டரே! நாடார் குலத்தொருவன் நான்தான் வைகுண்டர் நாராயணர் எனக் கூறி மக்களிடையே கலகம் செய்கின்றானாமே?

மன்னர் ஆட்சியை முடிக்கப் போகிறேன்... உயர் சாதியாரின் கொட்டத்தை அடக்கப் போகிறேன். நாடார் மக்களை நாடாள வைக்கப் போகிறேன்...... நாட்டை ஒரு குடைக்கீழ் ஆளப் போகிறேன்... என்றெல்லாம் கூறுகிறானாமே?...

தீராத நோய் பிணிகளை எல்லாம் தீர்த்து வைக்கிறானாம்.... நமது அரசாணைகளை மதிக்காமல் ஆடை அணிகளை அணியச் செய்கிறானாம்...

பெண்களெல்லாம் கடவுள் இவரென்று ஓர் இடத்தில் கூடி பணிவிடை செய்கின்றனராம்...

அவரவர் தேடும் செல்வங்களை அவரவர் வைத்து ஆண்டு கொள்ள வேண்டும் என்று சொல்கிறானாம்...! சாதாரண ஓர் குடிமகன் அரச நீதிக்குப் பணிந்து நடப்பதுதானே முறை....?

அவன் சொல்வதும் செய்வதும் சரிதானா? பூவண்டரே...சொல்லும்...? என மன்னன் கேட்டான்...

பூவண்டர்.. அரசே! முற்றும் அறிந்தவர் நீவிர்...! சாஸ்தான்கோவில் விளையில் பெருங்கூட்டம் வந்து செல்கிறது...! என்பது மட்டும் உண்மை....

அங்கே கடவுள் வடிவத்தில் வைகுண்டம் என்று தவமாய் தவம் செய்து நற்செய்திகளை அறிவித்துக் கொண்டிருக்கிறார் ஒருவர். நோயுடையோரும், வறுமையால் வாடி வருந்துவோருமாய் அங்கே கூட்டம் அலைமோதிக் கிடப்பதைப் பார்த்தேன். அல்லாமல் அவரால் நமக்குத் தீங்கேதும் இல்லை என்பதை மட்டும் நான் அறிவேன் என மெல்லிய குரலில் கூறிநின்றார் பூவண்டர்...!

இல்லை... இல்லை... கடவுள் எனச் சொல்லி மக்களை எமாற்றிக் கொண்டிருக்கிறானாமே..... அது குற்றம் இல்லையா?

மன்னவா! அதில் என்ன குற்றம் இருக்கிறது..?

என்ன குற்றமா? நாட்டில் நம்பூதிரிகளிலும் பிராமணர்களிலும் தானே கடவுள் தோன்றுவார்!

நாதியற்ற இந்த நாடார் குலத்திலா கடவுள் வந்து தோன்றுவார்...?

மன்னவா! கடவுள் இங்குதான் தோன்றுவார் அங்குதான் தோன்றுவார் என்பதில்லை? சரவணப் பொய்கையில் தாமரை மலரிலிருந்து கந்தன் தோன்றவில்லையா? திருமாலின் உந்தி தாமரையிலிருந்து நான்முகன் தோன்றவில்லையா?...... தூணிலிருந்து பிரகலாதனுக்காக நரசிம்மர் தோன்றி வெளிவரவில்லையா?......

வசுதேவருக்குப் பிள்ளையாய் கண்ணன் பிறந்து ஆயர்பாடியில் வளர்ந்து வையகத்தை ஆளவில்லையா?

கடவுள் எங்கே பிறப்பாரென்று எவராலும் கூறமுடியாது நாம் சுசீந்திரம் செல்வோம் ... வைகுண்டரை நேரில் கண்டு நமது எச்சரிக்கையை விடுப்போம் என்றார் பூவண்டர்..

மன்னருக்குக் கோபம் அதிகமானது.... அமைச்சர்களை அழைத்தான்...... சுசீந்திரம் செல்வதற்கான ஏற்பாடுகளைச் செய்யுங்கள்?....என்றான்.

சுசீந்திரம் தாணுமாலையன் கோவில் மண்டபம் தர்பார் மண்டபமாய் மாறிக்கிடந்தது!

33

நாஞ்சில் நாட்டில் எத்தர்களின் கூட்டம் கூடியது. மன்னனைக் கண்டு ஆத்திரம் ஊட்டுமாறு பேசும் ஆற்றல் உடையவர்களைத் தேர்வு செய்ய வேண்டிய அவசியத்தைப் பற்றிப் பேசிக் கொண்டார்கள்.....

மன்னனுக்கு வைகுண்டர் பற்றிய செய்திகளைக் கூறவேண்டும்

அடிமைகளின் ஆணவப் போக்கினை மன்னன் நம்பும் படியாக எடுத்துரைக்க வேண்டும்..

பொய்யும் சூதும் கலந்த வஞ்சனை நெஞ்சத்தவரால்தான் உண்மையைத் திரித்துக் கூறமுடியும். உயர் சாதியாரில் மன்னனுக்குக் கோபம் தோன்றும்படி நயமாகப் பேசுவோன் யார்? கண்டறிவோம் என்றனர்........

மன்னனுக்கு ஏற்படும் கோபத்தால் வைகுண்ட சாமி எனக் கூறிக் கொண்டு மக்களை ஏமாற்றும் கபடநாடக சாமி மண்ணை விட்டு ஓடவேண்டும். சான்றோர் எனப் பேசித் திரியும் பனைஏறி நாடான்கள் நாட்டை விட்டு ஓட வேண்டும். நாடு நமதாக வேண்டும்.

நாமெல்லாம் மன்னனுக்கு வேண்டியவர்களாய் அவர் அருகே இருந்து கொண்டு ஆராதனை செய்ய வேண்டும். இவையெல்லாம் நடந்தாக வேண்டும்.... இடம் தெரிந்து பேசுபவன் யார்?.... பொருள் தெரிந்து கருத்துக்களைக் கூறுபவன் யார்? சந்தேகம் நேராதவாறு சரிசமனாய் அருகிருந்து ஆலோசனை கூறுபவன் யார்? உடனடியாகக் கண்டறியுங்கள் என்றனர்.... அதற்குரியவர் யார்?

முரடர்கள் சறடன் என்னும் முரடனைத் தலைவனாய்க் கொண்டனர்.....

சறடனுக்குத் துணையாக ஒன்பது பேர் கொண்ட குழு தயாரானது...!

பூவண்டன் தோப்பு வஞ்சனையாளர்களின் ஆட்டத்தால் அமளி துமளிப் பட்டது.

சறடன் தூதுக் குழுவினரிடம் மன்னனிடம் சொல்ல வேண்டிய செய்திகளைச் சாதுரியமாக எடுத்துக் கூறினான். அவர்கள் ஒவ்வொருவரும் சொல்ல வேண்டிய கருத்துக்களைக் கிளிக்குஞ்சுகளாய் மனப்பாடம் செய்தனர்.

மாறி மாறி ஒருவருக்கொருவர் பேசாதவாறு பார்த்துக் கொண்டனர். சான்றோர் எனக் கூறித் திரிவாரின் தொல்லை நாளுக்கு நாள் அதிகரித்து வருகிறது.. மன்னனுக்கு எதிரான முழக்கங்களைச் செய்கின்றனர்.

அரசுக்கு எதிரான ஆர்ப்பாட்டங்களால் நாடு முடங்கிக் கிடக்கிறது...

அடிமை வேலை செய்வதற்கு எதிர்ப்புத் தெரிவிக்கின்றனர்... ஒத்துழைக்க மறுப்புத் தெரிவிக்கின்றனர்.

கோவில் தரிசனம் வேண்டுமெனக் கொள்கை முழக்கம் செய்கின்றனர்.

சேர நாடு தமிழர்க்குரிய நாடு என்றும், நம்பூதிரிகள் நாட்டை விட்டு ஓட வேண்டும் என்றும் ஆர்பாட்டம் செய்கின்றனர்....

உழவும் தொழிலும் செய்யாமல் முடங்கிக் கிடக்கின்றனர்..... வயற்காடுகளெல்லாம் புதர் காடுகளாய் மண்டிக் கிடக்கின்றன.

பெண்கள் தோள்சீலை அணியவும், உயர்ரக ஆபரணங்கள் அணியவும் உரிமை கோருகின்றனர்....

தெருக்களில் சுதந்திரமாகச் சுற்றிவரவேண்டும் எனக் கோரிக்கை முழக்கம் செய்கின்றனர். கல்வி கேள்விகளில் சமஉரிமை கேட்டுச் சதாகாலமும் போராட்டம் நடத்துகின்றனர்.

வைகுண்டரைக் கடவுளாக்கி அவரே கலியுகக் கடவுள் என ஆராதனை செய்கின்றனர்...!

வைகுண்டம் பிறந்ததால் நாடார்கள் ... எல்லாம் இனி நாடாண்டு உரிமைபெறுவார் எனத் தோள் தட்டி ஆடுகின்றனர்... எவனுக்கும் இனி பதறி மலைக்க வேண்டாம் என வீரம் பேசுகின்றனர்.

இதனால் எங்கும் கலவர பூமியாய் நாஞ்சில்நாடு கலங்கிக் கிடக்கிறது...!

வரிசை மாறாமல் மன்னனுக்குக் கூற வேண்டும் எனக் குழுவினருக்கு அறிவுறுத்தப்பட்டது..!

சறடன் தோள்தட்டி ஆர்ப்பரித்தான்...!

மன்னனின் வருகை எங்கும் முரசறைந்து தெரிவிக்கப்பட்டது...!

சான்றோர் மக்கள் இடியொலி கேட்ட நாகம்போல் இருப்பிடங்களில் பதுங்கிக் கிடந்தனர்.

சான்றோர்குல மகளிர் ஓலைக் குடிசைகளில் ஒடுங்கிக் கிடந்தனர்.

இளைஞர்கள் யாவரும் பெற்றோரின் எச்சரிப்பில் கட்டுண்டு கிடந்தனர்.

பாலுக்கு அழும் பச்சிளம் குழந்தைகளும் அழாமல் பார்த்துக் கொண்டனர்...

சான்றோர் நிலை இதுவாகக் கிடந்தது...! உயர்சாதி ஆடவர்கள் வீடுகளில் மன்னன் கொடிகளைப் பறக்க விட்டனர்...

தெருவீதிகளிலும் மாடங்களின் வாயில்களிலும் வண்ணக் கோலங்களை இட்டு அழகு செய்தனர்...

ஆங்காங்கே கதகளிகளும் நாட்டிய நடனங்களும் நடந்தேறிக் களித்தன...

மகளிர் மாவிளக்கு ஏந்தி நகர்வலம் வந்தனர். தாலப்பொலியும் மணிவிளக்குகளுமாய் அசைந்தாடிக் கிடந்தனர்...

வாயில்கள் எங்கும் தோரணங்கள் தொங்கிக் கிடந்தன...!

காணிக்கைப் பொருள்களை மலையாய்க் குவித்தனர்!

செந்நெல்லும் செங்கரும்பும் வீதிகளை அலங்கரித்தன. செவ்வாழை, செங்கரும்பு, செவ்விளநீர் பாக்குக்குலைகள் எல்லாம் தோரணங்களில் அழகு செய்தன..

நாற்படைகளின் அணிவகுப்பு அணிநடை கொண்டது. அம்புப்படையும், ஆயுதப்படையும், வம்புப் படையும் கூடிக்களித்தன....!

தோகையர் பலரும் ஆரத்தித் தட்டுகளைக் கரமெடுத்து ஏந்தினர்..

கரகாட்டக்காரர்களும் களியாட்டக் காரர்களும் ஆடிக் களித்தனர்....

தீவெட்டிப்படைக்காரர் தீபமேந்தி வரிசையாய் நின்றனர்...!

வாணவேடிக்கைகள் அதிர் வேட்டுகளாய் முழங்கிக் கிடந்தன..

மன்னனின் புகழ்பாடும் கதையிசைப் பாடல்கள் ஒலித்துக் கிடந்தன.....

வாலைக் குமரிகள் சோலைக் குயில்களாய்ப் பாடிக் களித்தனர்...

காளையர் பலரும் காலம் நமக்கென்று குதித்தோடி மகிழ்ந்தனர்...!

நாஞ்சில் நகரமெங்கும் நாதஸ்வரமும் மத்தள மேளங்களும் இன்னிசை பாடின....

செண்டை மேளங்களின் தாளத்தில் ஆடிக் களித்தோர் பலர்....

மன்னனைக் காண மாதவம் செய்தோம் என்று மேல்சாதி மக்களெல்லாம் தோள் தட்டிக் கூட்டமாய்க் கூடி வரவேற்றுக் கிடந்தனர்..... கடலலைக் காட்சியில் வைகுண்டர் திருக்கோலம் கொண்டாற் போல் மன்னன் வருகையால் மகிழ்ச்சி கொண்டது நாஞ்சில் பெருநகர்.

34

பூவண்டன் தோப்பு வைகுண்டர் பேரருளில் மூழ்கிக் கிடந்தது.

தாழக் கிடந்த மக்களெல்லாம் தயாபரனை வைகுண்டமாய்ப் பாடிக் களித்தனர்!

பல்லக்கும் பரிவாரமும் நாஞ்சில்நாடு எங்கும் பரவிக் கிடந்தது..!

திருவனந்தபுரத்திலிருந்து மன்னன் சுவாதித்திருநாள் இராமவர்ம மகாராஜா நாகர்கோவில் வழியாகக் கொட்டாரத்தில் வந்து இறங்கினான்.

உயர்சாதி மகளிரின் தாலப்பொலி தாளமிட்டு ஒலித்தது.....

பதினெட்டு வாத்தியங்களும் இசைத்துக் கிடந்தன. சிலம்பமும் களரியும் நாஞ்சில் நாட்டுக் கலைகளுக்குக் கட்டியம் கூறுவது போல் ஆடிக் களித்தன... உயர்சாதி மக்கள் வானகத் தலைவனைக் கண்டாற் போல மன்னனைக் கண்டு மகிழ்ந்தனர்.

சாலையெங்கும் ஆடவரும் மகளிருமாய் அணிவகுத்து நின்றனர்.

சறடன் தன் தூதுக் குழுவுடன் முன்வரிசையில் சென்றான்..

தோள்களைத் தட்டி கர்ஜனை செய்தான்.....

சுசீந்திரம் தாணுமாலயனுக்கு அலங்கார ஆராதனைகள் செய்யப்பட்டன.....

கோவில் தலைமை அர்ச்சகர் மன்னனுக்குப் பட்டாடையும் வெள்ளி வாளும் தந்து வரவேற்றார். கோவில் குருக்கள் முன் செல்ல மன்னன் பக்திப் பெருக்கோடு தாணுமாலையனை வணங்கி பரவசப்பட்டான். தீபாராதனையின் தீப ஒளியில் தன்னை மறந்தான்..... தீபத்தைத் தன் கண்களில் ஒற்றிக் கொண்டான்..... கோயில் அர்ச்சகர் வெள்ளித்தட்டில் பூசைப் பொருள்களை மன்னனுக்குத் தந்து மாலையிட்டு வணங்கினான்.....

மன்னன் கோவில் கலா மண்டபத்தில் அமைக்கப்பட்டிருந்த ஆசனத்தில் அமர்ந்தான்...

மெல்லியல் மகளிர் மயிற்பீலியால் ஆன கவரி வீசி நின்றனர்.

நாஞ்சில் நாட்டு விளைபொருள் பலவும் மன்னனுக்குக் காணிக்கைப் பொருளாய்க் கொடுத்து மகிழ்ந்தனர். மக்களும் ஒவ்வொருவராகத் தத்தம் குறைகளைக் கூறி மன்னனிடம் நீதி கேட்டனர்...மண்டபம் அமைதியானது...!

மன்னவன் தூதுக் குழுவினரை அழைத்தான்... சறடன் என்பான் இறுமாப்புடன் எழுந்து மன்னவனை வணங்கினான்.

கலவரம் நடப்பதாகக் கூறினீர்களே? அதற்குக் காரணமானவன் யார்? கேட்டான் மன்னன். பூவண்டன் தோப்பில் வைகுண்டம் நாராயணர் என்று சாணார் குலத்தொருவன் சாதிமக்களைக் கூட்டி நாடாளும் நமக்கு எதிராகக் கலவரம் செய்து வருகிறான்... அரசே! என்றான் சறடன்.....

சாமி எனச் சொல்லி சங்கடங்கள் பலவும் செய்கிறான்..... வாக்காலும் நாக்காலும் மக்களை

கூட்டி வைத்து மகத்துவம் காட்டுகிறான்.. முளையிலேயே கிள்ளி எறியாவிட்டால்....? எறியாவிட்டால்...? மீசையை முறுக்கினான் மன்னன்.. !

அது நம்மை அழித்து விடும் மன்னவா? எனப் பணிவுடன் கூறினான்... சறடன்...!

குழுவினர் யாவரும் ஒரே குரலில் ஆம் அரசே...! என அகங்காரமாய் கூறினர்...

மன்னவன் அரண்மனைப் புரோகிதரை அழைத்தான்.

புரோகிதர் வந்து மன்னனை வணங்கினான்.... புரோகிதரே...! வைகுண்டம் எனப் பேசுபவர் கடவுள் அவதாரம் நான் எனக் கூறுகின்றானாம்? சாணார் குலத்தில் கடவுள் அவதாரம் செய்வாரோ? எனப் பார்த்துச் சொல்லுங்கள் என ஆணையிட்டான்...

புரோகிதர் சாஸ்திரங்களை எல்லாம் ஆராய்ந்து பார்த்தார்.... மன்னனை அழைத்தார்...

மன்னவா......! இன்ன வகைச் சாதியிலே கடவுள் வருவார் என்பதெல்லாம் இங்கில்லை...

எல்லாவகைச் சாதியிலும் கடவுள் தோன்றுவார்....

மன்னவா...! கர்மக் கலிதோசத்தால் அதர்மம் நாட்டில் தலைவிரித்து ஆடுவது கண்டு அரிநாராயண கோவிந்தர் கடும் கோபத்தில் உள்ளார்.....

அதர்மக் கலியழித்து தர்மச் செங்கோல் ஏந்தி ஒரு குடைக்குள் நாடாளத் தர்ம வைகுண்டமாய் கடவுள் தோன்றி வந்துள்ளார்...

நல்லோரை வாழவைக்க நாட்டில் தவமிருந்து நற்பொருளைக் கூறி வருகிறார்.

எங்கும் ஆகி எப்பொருளும் தானாகி அங்குமாகி அப்பொருளும் தானாகி விளங்கும் இறைவன் இக்குலத்தில் தோன்றுவார் என்று எவராலும் சொல்ல முடியாது...

பொறுமையுள்ள சான்றோர் குலத்தில் தோன்றி வருகுது காண் மன்னவனே.... என சாஸ்திரி மன்னனுக்குக் கூறினான்.

பூவண்டர் மன்னனுடன் அலுவலகப் பிரதிநிதியாய் வந்திருந்தார்.....

மன்னன் பூவண்டரைப் பார்த்தான்

பூவண்டர் எழுந்து மன்னனை வணங்கினார். அரசே....! சாஸ்திரி நான் கூறியதையே கூறினார். மாயன் ஆயனாய் வந்து அவதரித்ததைப் போல வைகுண்டர் சாணார் குலத்தில் வந்து தோன்றியுள்ளார்.... நாம் அவருக்குத் துன்பம் நேராதபடி காப்பதுதானே அறமாகும் அரசே! என்றார் பூவண்டர்....

அறம் ஏது? மறம் ஏது? என்பதெல்லாம் யாம் அறிவோம்...! குழப்பம் விளைவிப்பவனுக்குத் துணை போகிறாயா பூவண்டரே....!

மழுப்பல் செய்யாதே! மறுத்து இங்கு பேசாதே...! கைக்கூலி பெற்றுக் கொண்டு இழிகுலத்தான் கைப்பாவையாகிப் பேசுகிறாய் நீ. மன்னன் ஆத்திரத்தோடு பேசினான்...

மன்னவா! உமது கழுத்தில் நீரே கத்தியை வைத்தாற்போல் நான் உணர்கிறேன்! பாம்பு தன்னினப் பாம்பை விழுங்கி அழித்துவிடும் என்பதை நீ அறிவாயாக என்றார் பூவண்டர்!

யாரங்கே?

உண்ட வீட்டுக்குக் குந்தகம் செய்கிறான் பூவண்டன்.. இவனை இங்கேயே... இப்பொழுதே கைது செய்து சிறையில் தள்ளுங்கள்...! கட்டளை இட்டான் மன்னன். சேவகர்கள் பூவண்டரைக் கைது செய்தனர்... கைகளில் இரும்பினால்ஆன விலங்கினைப் பூட்டினர்...

அறம் இரும்பு சங்கிலிக்குள் அடங்கியது....

முன்னும் பின்னுமாய் நின்ற காவலர்கள் அவரை இழுத்துச் சென்றனர். வசைபாடி இழிவு படுத்தினர். சிறையிலிட்டுக் கொடுமைப் படுத்தினர்...! நல்லோர் வாழ பூவண்டர் கைது செய்யப்பட்டார்...

●

35

சாஸ்தான் கோயில்விளை பூவண்டரின் கைதால் குழப்பம் அடைந்திருந்தது. வைகுண்டரின் தவத்தை எண்ணி இரங்கியவாறு பூவண்டர் சிறையில் இருந்தார்.

மன்னனுக்குத் தர்பார் எமனாய்த் தோன்றியது...! அவன் உடைவாளை நிலத்தில் ஊன்றினான்... மீசையைத் தடவி ஆர்ப்பரித்தான்... சிங்கமுகத் தண்டிகையை எடுத்து வாருங்கள்... இம்... சாணார் குலச் சாமியைப் பார்த்து வருவோம் என்றான்...

சிங்கமுகத் தண்டிகை தயாரானது...... ம்... புறப்படுங்கள் என்றான்....

சறடன் சூரனைப் போல மன்னின் முன்னே சென்றான்... சதியாளர்கள் உடன் சென்றனர்...

படைகள் நடைகொண்டு இடியொலி செய்தன... நாஞ்சில் நகர் நடுங்கியது...!

நஞ்சனைய வஞ்சனையார் வஞ்சியவன் சினங் கண்டு துள்ளிக் குதித்தனர்... ஆடிக் களித்தனர்....

வைகுண்டரைக் கண்டு தண்டனை வழங்க வேங்கையாய் வெகுண்டெழுந்தான் மன்னன்...

அங்கே பல்லக்கும் பரி தேரும் தயாராயின... சறடன் மன்னனைப் பணிந்தான்...

வெற்றிமிகு வேந்தே! குள்ளநரியினைப் பிடித்துவர சிங்க ஏறு செல்வது முறையாகுமோ?

தொட்டால் தீட்டு தொற்றி விடும். கீழ்சாதிப் பிறந்தவனைப் பிடித்துவர மதகரியும் வேண்டுமோ? பட்டத்து யானையொன்று நல்லபாம்பைப் பிடித்துவர நகர்வலம் செல்லலாமோ?

வல்லபிலமுள்ள கௌடக்கறடனை அனுப்புவோம். படைகளும் பரிவாரங்களும் பின் தொடரட்டும்.. அனுமதி தாருங்கள் என்றான்...!

மன்னனும் மகுடி ஒலிகேட்ட நாகம்போல் சினம் அடக்கி சிந்தை கவிழ்ந்தான்...

சறடன் கறடனோடு வேட்டைக்குப் புறப்படத் தயாரானான்...

கறடன் பிடரிமயிரினைக் குலுக்கித் தலையாட்டி நிற்கும் வெள்ளைக் குதிரையின் பிடரி மீது ஏறி அமர்ந்தான். துணையாகச் சறடன் உடனிருந்தான். குதிரைப்படைகள் முன் சென்றன.. யானைப்படைகள் பின் தொடர்ந்தன. ஆயுதப் படையும், அம்புப்படையும் வாள்படையும் வேற்படையும் அணிவகுத்தன. மன்னன் படைகண்டு புழுதிகள் கிளம்பின...! வயலில் உழுவோரும் நாற்று நடுவோரும் பதுங்கிக் கிடந்தனர்.

பனைத்தொழில் செய்வோரும் கடற்தொழில் செய்வோரும் நடுங்கி ஒழிந்தனர்...

கறடனும் சறடனும் ஆர்ப்பரித்துக் கொக்கரித்தனர். வைகுண்டம் தேடி வையத்தோர் வணங்கிப் பணிந்தனர்.

பொய்கொண்ட மதத்தோர்கள் கூக்குரலிட்டுக் குதூகலம் ஆயினர்...

மாற்றானை மாற்றழிக்க மன்னன் வருகிறார் என்று உயர்சாதியார் உற்றுப் பார்த்தனர்... கறடன்படை

சாஸ்தான்கோவில்விளை நோக்கி காற்றாய் விரைந்து வந்துகொண்டிருந்தது...

தவத்தில் இருந்த வைகுண்டர் செந்தில் வாரியில் கண்ட விஞ்சைகளை நினைவு கூர்ந்தார்; மன்னன் படைகள் அணிவகுத்து வருவதை அவர் ஞானத்தால் உணர்ந்தார்... உணர்ந்தவர் எழுந்தார்... ஏதும் பேசவில்லை.... எழுந்தவர் நடந்தார்.... நடந்தவர் ஓடினார்..

பக்தர்கள் பின்னால் சென்றனர்..!

உயர்சாதியார் வசை பாடினர்: கற்களை வாரி வீசினர்; கள்ளச்சாமி நில்லடா சாமி? எனக் கொக்கரித்துக் கூவினர்.

வைகுண்டரைப் பின் தொடர்ந்தோர் சிலர் அடிபட்டு வீழ்ந்தனர். வீழ்ந்தவரை வீழ்ந்த இடத்திலேயே மண்கட்டியால் அடித்து உதைத்தனர்...

வைகுண்டர் தந்தை நாராயணனை நாடி முட்டப்பதி நோக்கி நடந்து வந்தார்.

மெய்கண்ட பக்தர்களும் அவருடனே வந்தனர். முட்டப்பதி பாற்கடலாய்ப் பொங்கி மறிந்தது...! வாரி அலைக்கரங்கள் வைகுண்டரை வா என்றழைத்தன...!

வைகுண்டர் கடலுக்குள்ளே சென்றார்... அங்கே நாராயணர் வைகுண்டக் குழந்தையை வாரி அணைத்துக் கனக முத்தமிட்டது....

தவத்தின் அருமையெல்லாம் வைகுண்டர் தந்தைக்குக் கூறினார்; நாராயணர் செல்ல மகனே....! என அன்போடு அழைத்தார். கலியழிக்கப் பிறந்தவன் நீ என்று கன்னத்தைத் தொட்டுத் தடவினார். மன்னன் வருவான்... மாகோடித் துன்பங்கள் இன்னும் தருவான்...... கலங்காதே என்றார்.... கைகால்களைக் கட்டி இழுப்பான்... கம்புத் தடிகளால் தாக்கிச் சிறை வைப்பான்... எல்லாத் துயரமும் நீ பொறுத்திருப்பாயாக! என்று கரிய திருமால் விடைகொடுத்தார்.

தந்தையே...! தவம் இருக்கச் சொன்னீரே.... நானும் எப்பிழையும் நேராமல்தானே தவமிருந்தேன்... தங்கத் திருமுடி எனக்கு எப்பொழுது தருவீர்...! எனக் கேட்டார் வைகுண்டர்...?

தவம் நிறைவேறும்நாளில் தருவேன் என்றார் நாராயணர்....

பாற்கடல் பரிவுடன் வைகுண்டரைக் கை ரசேர்த்தது! பக்தர்கள் சிவ சிவ அரகரா கோஷமெழுப்பினர்... வைகுண்டர் நடந்தார்; நாராயணர் உரைத்த விஞ்சை வழுவாமல் தாமரையூர் நற்பதி நோக்கி வந்தார்...

அய்யாவின் அன்பர்கள் தெண்டனிட்டு வணங்கினர். மன்னனின் படைகள் பதியெங்கும் பரந்தன... தவச் சாலையைச் சூறையாடிச் சீரழித்தன; பக்தர்களை ஓட ஓட விரட்டி அடித்தன.

உயர் சாதியார் கல்லால் எறிந்தும் கம்பு தடிகளால் தாக்கியும் மக்களைக் கொடுமைப் படுத்தினர்....

வீடுகளின் மேல்மாடியில் அமர்ந்து கொண்டு பெண்கள் கழிவுநீர் வாரி இறைத்தனர்...

எல்லாக் கொடுமைகளையும் அய்யா பொறுத்துக் கொண்டார்.

அவர் மௌனமானார்... ஏதும் பேசவில்லை... சறடன் வந்தான்... ஏளனமாய்ச் சிரித்தான்... கறடனிடம் கயிறுகொண்டு கைகால்களைக் கட்டிப் பிணைக்கக் கட்டளையிட்டான்...

பரியேறி வந்த கறடன் முரடனானான்... வைகுண்டரைப் பற்றி இழுத்தான். ஈட்டியால் குத்தினான்... கைகால்களைக் கயிற்றால் இறுக்கிக் கட்டினான்...

அப்பரடிகள் மார்பில் கருங்கற் பாறை வைத்து கயிற்றால் இறுக்கியதைப் போல இறுக்கினான்

அவர் விலாவில் ஓங்கி அடித்தான்... பிரம்பினால் குத்தினான்...

சாட்டையால் அடித்து இழுத்தான்...

வைகுண்டர் கறடன் பிடியில் செக்குமாடு போலச் சுழன்றுத் துடித்தார்...

சறடனும் அடித்தான்... குழுவினர் எல்லோரும் அடித்தார்கள்... வசைபாடி மகிழ்ந்தார்கள்...... கடவுளோ இவனென்று இழுத்துச் சென்றான் கறடன்...

வானகத் தேவர்கள் கண்ணீர் வடித்தனர்.... வானம் இடித்து உறுமியது... அலைவாரி முழக்கமிட்டு ஆர்ப்பரித்தது.....

வையத்துச் சான்றோர்கள் வணங்கிப் போற்றினர். உயர்சாதி இந்துக்கள் வசைபாடி மகிழ்ந்தனர். தேரும் படையும் புடைசூழக் கறடன் வைகுண்டரை இழுத்துச் சென்றான்...

சுசீந்திரம் தாணுமாலையர் ஆலயத்தில் மணி அடித்து ஒலித்தது! மேகம் மழை நீரைச் சொரிந்து கொட்டியது......!

36

மன்னன் தர்பாரில் அமர்ந்திருந்தான்..

சறடன் மன்னன் முன்னே அடிமைகளைக் கட்டிப் பிணைப்பதைப் போல் வைகுண்டரைப் பிணைத்து மன்னன் முன்னே இட்டான்...

வைகுண்டம் மௌனமாய்க் கிடந்தது! மன்னன் கொக்கரித்துக் கர்ஜனை செய்தான்.. ஏளனமாய்ச் சிரித்தான்..

வைகுண்டர் மன்னர் பாதத்தில் சுருண்டு கிடந்தார். கட்டவிழ்த்து விடுங்கள் என்றான் மன்னன். சறடன் வைகுண்டரைப் பிணித்திருந்த கயிறுகளைக் கட்டவிழ்த்தான்.

வைகுண்டர் எழுந்து நின்றார்.... அவர் வாய் அசைவற்றுக் கிடந்தது...!

மௌனத்தின் மொழியில் கடவுள் நிலைகண்டு மருண்டான் மன்னன்?

என்ன மாயம் செய்யலாம்? என யோசனையில் ஆழ்ந்தான் அவன்.

தனது வலக்கை விரல்களை மடக்கினான்.... வைகுண்டரைப் பார்த்தான்.... கடவுள் எனச் சொல்லி கலவரம்

செய்த கலியனே என் கையில் என்ன இருக்கிறது? சொல் பார்க்கலாம்? என மடித்தக் கைகளை உயர்த்திப் பிடித்தான்...

வைகுண்டர் முட்டப்பதியில் அய்யா நாராயணர் உரைத்த நல்லுரைகளை மனதில் அடக்கினார்....வாய் திறவாமல் மௌனமாய் நின்றார்....

மன்னன், கள்ளச்சாமி இவன், கபட நாடகம் ஆடுகிறான் போலும்! என அதட்டிப் பேசினான்... ஆட்டுவானும் நானல்லவோ என வைகுண்டர் பொறுமை குலம் பெரியச் சான்றோராய் அமைதியாய் நின்றார்....

மன்னனுக்குச் சினம் கொழுந்து விட்டெரிந்தது....! வைகுண்டர் மனம் கருணையாய் கனிந்தது!

மன்னன் சறடனை அழைத்தான்... துச்சாதனனுக்குக் கிடைத்த நற்பெயர் தனக்கும் கிடைத்தது எனச் சறடன் தோள் தட்டி எழுந்தான்....

சறடா...! இவனை இழுத்துச் செல்...! கட்டளையிட்டான் மன்னன்... சறடனும் பழி தொடர்வது போல வைகுண்டரைப் பற்றி இழுத்தான்..... இழுத்துச் சென்றவன் கோவில் மண்டபத்தில் கழிவறைக் குழியில் பொத்தென்று போட்டான்....

சாராயத்தைக் கொண்டு வரச் செய்தான்....

அதில் ஐந்து வகையான நஞ்சுப் பொருள்களைக் கலந்து ஒன்றாக்கி கொண்டு வாருங்கள் என்றான்...!

உயர்சாதிக் குழுவினர் கொண்டு வந்திருந்த நஞ்சினை அவன் கையில் கொடுத்தனர்.

சறடன் சாராயத்தை வைகுண்டருக்குத் தந்தான்......! அமுதம் தருகிறேன்.. பருகிவிட்டு உன் லீலைகளைக் காட்டு? என அவர் வாயில் திணித்தான்.... ஆலமுண்ட நீலகண்டமாகிய வைகுண்டம் பாலமுது இதுவெனப் பணிவுடன் பருகினார்......

மருட்டி விழித்தான் சறடன்...

கருணைக் கண்விழிக்கப் பார்த்திருந்தார் வைகுண்டர். பதறினான் சறடன்... நஞ்சும் கொல்லாத பொல்லாதான் இவன் என்று கால்களால் மிதித்தான்...

கீழே விழுந்து உருண்டார் வைகுண்டர்.

புழுக்களும் அட்டைகளும் வைகுண்டர் மேனியில் ஏறி ஊர்ந்தன..

ஈக்கள் மொய்த்து மெய்யோன் உடலை வருத்தியது...!

வைகுண்டர் பதறவில்லை... உறுதியானார்... சறடன் கலங்கினான்... அவனுக்கு மயக்கம் வருவதுபோல் தோன்றியது! இரண்டு கைகளாலும் தலையைப் பிடித்துக் கொண்டான்.....

சூதர்கள் நடுங்கினர்... மன்னன் என்ன செய்வாரோ? எனப் பதறினர்.

வைகுண்டர் முகம் அன்றலர்ந்த செந்தாமரைபோல் அழகு ஒளிர்ந்து கிடந்தது!

சறடன் மன்னனிடம் சென்றான்... அவன் முகம் சோகமாய் பொலிவிழந்து கிடந்தது....

மன்னரே! சான்றோர் குலமென்று சாதிவெறி காட்டும் சண்டாளன் ....ஏதும் சொல்லாமல் மௌனமாய் உள்ளான் எனப் பொய்மொழி கூறினான்...!

மன்னன் கைக்கடிகாரத்தைப் பார்த்தான். வெள்ளைக்கார ஆளுநர் தன் வருகைக்காகக் காத்திருப்பான் எனச் சறடனைக் கண்களால் பார்த்தான்....... பொய்யுரை காட்டி புதுமைகள் செய்யும் இவனைத் திருவனந்தபுரம் கொண்டு வருக! நான் புறப்படுகிறேன் என்றான். சறடனும் சர்க்கரைப் பந்தலில் தேன்மாரி பொழிந்தது போல் மகிழ்ச்சி அடைந்தான்.... நெஞ்சுயர்த்தித் தோள்களைத் தட்டினான்........

மன்னன் திருவனந்தபுரம் புறப்பட்டுச் சென்றான்... பொல்லாத நீசர்கள் வைகுண்டரை வசைபாடிக் களித்தனர்...

கைகளால் பிடித்து இழுத்தனர்; கீழே தள்ளினர்; கை கால்களைக் கட்டி விலங்கினை மாட்டினர்; வைகுண்டர் கலியழிக்கப் போகிறேன் என்பது போல கட்டுக்குள் அடங்கினார்... மாயங்கள் யாவையும் மனதில் அடக்கினார்.....

கறடனும் சறடனும் வைகுண்டரை நையப்புடைத்தனர்.... நையாண்டி செய்தனர்.... ஏளனம் பேசினர்.... குவியச் சிரித்தனர்....

இழிகுலத்தில் பிறந்த சாமி; இருப்பானோ உலகில் இனி என இறுமாந்து பேசினர்..

வசையெல்லாம் வாழ்வாகும் என்று வைகுண்டர் நாவடக்கி அமர்ந்தார்....

மாருதியைப் பிடித்திழுத்த இராவணன் போல வைகுண்டரைக் கறடன் பிடித்து இழுத்தான்....

அவன் வழியே நடந்தார் வைகுண்டர்....

பூவண்டன் தோப்புப்பதி பூவனமாய் இருந்த பதி பாலையாய்க் கிடந்தது...!

சுசீந்திரம் பதி விட்டு வைகுண்டர் நடந்தார்...! சாமியோ இவனென்னு வசைபாடியோர் கல் வாரி எறிந்தனர்..! மண் வாரித் தூற்றினர்..... வசைமாரி பொழிந்தனர்..... சான்றோர் குல மக்கள் பார்த்திருந்து தொழுதனர்.... பக்கத்துணையாகி அவர் வழியில் சென்றனர்......

37

இரும்பு விலங்கில் இமயம் அடங்கியது....... கயிற்றினால் இறுகக் கட்டிய கட்டில் வைகுண்டம் பணிந்தது...... சண்டாளர் கையால் கயிறை இழுத்தனர்.... வீதி வழிச் சென்றனர்..... சேறும் சகதியும் வாரி இறைத்தனர்....... கோட்டாறு வழியாகக் கால்நடையாக நடந்து சென்றார்கள்...

சுங்கான் கடைவழியே சூரர்கள் இழுத்து வந்தார்கள்...

சூட்சுமமாய் புழுதிகளை அவர் மேல் வாரி இறைத்தார்கள்...

பத்மநாபபுரம் வழியே பரந்தாமனை இழுத்து வந்தார்கள். பழிப்புரைகள் பேசி அய்யாவை இழிவு செய்தனர். தக்கலை வழிநடந்து கூட்டிக் கொண்டு போனார்கள். எக்காலும் இனி இவன் திரும்பி வரப் போறதில்லை என்று முக்காலில் இட்டுக் கட்டி அடித்தார்கள்...

வெட்டுமணி வழியாக வந்தவர்கள் அய்யாவை வேதனை மிகப்படுத்திக் கொடுமை செய்தார்கள்... பாலராமபுரம் வழியே வைகுண்டர் நடந்துவந்தார். பண்டுநாள் கண்டதெல்லாம் கண்டின்று மகிழ்கிறேன் என்று பார்த்து வந்தார்....

அடர்வனமும் பூங்காவும் நற்சோலை வாவியெல்லாம் அழகுடனே பார்த்து நடந்து வந்தார் வைகுண்டர். நீசர்கள் கைகொட்டிச் சிரித்தார்கள்......

உயர்சாதி மக்களெல்லாம் அணி அணியாய் நின்று வைகுண்டரைப் பார்த்தனர். அமாவாசையில் பூத்தச் சந்திரனாய் அய்யா நடந்து சென்றார்.....

சான்றோர் குலமக்களெல்லாம் தரணியாளும் நாயகனை இப்பாடு படுத்தினரே! என்று இரங்கிப் பேசினர். பதறிக் கலங்கினர்.... பால் நிலவாய் அய்யா புன்சிரிப்போடு நடந்து வந்தார்......

திருவனந்தபுரம் வழியாக நடந்து வந்தவர் அன்றொருநாள் கோயில்கொண்ட தலம் இதுவென்று அகமகிழ்ந்தார். அனந்தபுரம் விட்டுச் சிங்காரத்தோப்புச் சிறைவெளியில் அடைத்து வைத்தான் சறடன்... பாழுங்குழியாய் முடைநாற்றம் அங்கே வீசிக்கிடந்தது... பாரிஜாதமாய் அய்யா பார் மணக்க அங்கே அடங்கிக் கிடந்தார்.....

அட்டைப் புழுக்கள் அணிவகுத்துக் கிடந்தன... கழிவறைகளின் காட்சிப் பொருளாய் கிடந்த சிங்காரத் தோப்பு அய்யாவுக்குப் பாற்கடலாய்க் காட்சி தந்தது! வற்றல் மிளகினைக் கூட்டி வைத்து நெருப்பிட்டு எரித்தனர். வற்றல் மிளகாயின் எரிநாற்றம் மலர்மணமாய் அய்யா ஏற்றுக் கொண்டார்.

விறகுக்கட்டைகளை அடுக்கி நெய்யூற்றி நெருப்பிட்டுச் சூடேற்றினான். பொன்னரி நாராயணர் கனல் உருவாய் ஆனாரென்று மகிழ்ந்திருந்தார் வைகுண்டர். சுண்ணாம்பினைக் கொண்டுவந்து நீற்றவிட்டு அதிலடைத்தான் சறடன்... வெண்ணீறாடி சிவனென்று பணித்திருந்தார் வைகுண்டர். சிறையிலிட்டுக் கொடுமை செய்தான்... சித்தத்தைச் சிவமாக்கி அமர்ந்திருந்தார் வைகுண்டர்..

பூவண்டரைச் சிறைப்படுத்தினர்... சித்திரவதை செய்தனர். பொய்கொண்ட மக்கள் கூட்டம் வைகுண்டர் தவச்சாலையைத் தீயிட்டுக் கொளுத்தியது...

பறவைகளை வேட்டையாடுவது போல சான்றோர் மக்களின் வீடுகளை அடித்து நொறுக்கினர்...

பக்தர்களின் கூடாரங்களும் தீயிட்டுக் கொளுத்தப்பட்டன..

சம்பந்தர் கூடாரங்களைச் சமணர்கள் கொளுத்தியது போல அக்காட்சி தோன்றியது...... எதிர்த்தவர்களையும் அடித்து உதைத்துக் காயப்படுத்தினர்........ சுவாமித்தோப்பு கலிங்கப் போர்க்களம் போல் வெறுமையாய்க் கலங்கிக் கிடந்தது.

உயர்சாதி மக்கள் கூட்டமாய்க் கூடி ஆட்டம் போட்டுக் குதித்தனர்.... பாட்டுப் பாடி ஆடினர்.... வீடு இழந்தவர்கள் வீதிகளில் ஓடி ஒளிந்தனர்..... மாயம் இதுவென்று மகளிரெல்லாம் அழுது புரண்டனர்.... அனலிடைப் பட்டப் புழுபோல மழலையர்கள் அழுது புலம்பினர்.... சதியாளர் வஞ்சனையால் தோப்புப் பதி போர்க்களம் ஆனது..... கலியன் அழியானோ? கதி நமக்கு வாராதோ? என்று கன்னியர்கள் கதறி அழுதனர்....

எதிர்த்தவர்கள் விரட்டி அடிக்கப் பட்டனர்......கைகால்களை ஒடித்தனர்.... செய்தி ஊரெங்கும் பரவியது... பொறுமை பெரிதென்று பொறுத்திருங்கோ என்று வைகுண்டர் செய்த போதனையை நினைத்திருந்தனர் மக்கள்.....

பொறுத்தது போதும் பொங்கி எழு எனக் கூட்டத்தில் ஒருவன் ஓங்கி ஒலித்தான்....

சாது மிரண்டால்... காடு தாங்காது தானே...? பாதிக்கப்பட்ட மக்கள் கிளர்ந்து எழுந்தனர். சாதிப்போர் கலவரமாய் மாறியது!....

38

நாஞ்சில் நாடு கலவர பூமியாய் காட்சி தந்தது.... பெண்களும் பெண்களும் மோதினர்....

ஆண்களும் ஆண்களும் சண்டையிட்டனர்... கற்களை வீசினர்.. புழுதி வாரி எறிந்தனர்; விளைநிலங்கள் சூறையாடப்பட்டன.... கல்விக் கூடங்கள் எரியூட்டப்பட்டன..

புலிவாலை உருவி விட்டு விட்டோமே? என உயர்சாதியார் புலம்பிக் கிடந்தனர்.

அமைதிப் பூங்காவாய் விளங்கிய பூவண்டன் தோப்பு எரிமலையாய் வெடித்துச் சிதறியது... பொன்னு நாடார் பொறுமை இழந்தார்... வெயிலாள் அம்மையார் மக்களைக் கூட்டி மாநாடு நடத்தினார்... ஆதிக்க சக்திகள் அடங்கிவிடும்... அடங்கி இருங்கள் என்றார்....

ஒடுக்கப்பட்ட மக்களும் அடித்து நொறுக்கப்பட்ட மக்களும் ஓரிடத்தில் கூடினர்...

மக்களே பொறுத்திருங்கள் ...புவியரசு நமதாகும் என்று சமாதானப் படுத்தினார்......

புது பூமி புதுச் சட்டம் நாட்டில் தோன்றும்... அதற்காகவே வைகுண்டம் பிறந்து சிறையிலிருந்து வருகிறது... சூரியன்

தோன்றியபின் காரிருள் விலகி விடுவது போல் கலியர்கள் அழிந்து விடுவார்கள்....

வாரிக் கடலில் சென்றவர் மூன்றாம் நாளில் கரை சேர்ந்திருக்கிறார்.. எதற்காக? நம்மை எல்லாம் கரை சேர்ப்பதற்காகத் தானே...? மக்கள் கூட்டம், கடலில் தத்தளிப்பவன் தன் கண்களால் கண்ட கப்பலைப் போல மகிழ்ச்சிக் கடலில் ஆரவாரம் செய்தனர்....

வைகுண்டமாய் வந்த பிள்ளை கால்நடையாய் நடந்து வந்தார்....

வழியில் பனையேறியிடம் பனைநீர் கேட்டார். அவன் சிறிதளவு இருப்பதால் மறுகித் தவித்தான்... வைகுண்டர் மானம் பெரிதென்று பதனீரைக் கேட்டு வாங்கினார். பதனீர் எல்லோரும் பருகினர்... பானையில் பதனீர் குறையாமல் பொங்கி வழிந்தது. பனையேறி காசினைப் பெற்றுக் கொண்டு நிறைந்த பதனீரோடு சென்றான்...

உடன்குடி வழியாக வந்தார்.... கால் கைகளைக் கழுவிவிடலாம் என்று ஓர் குளத்தில் இறங்கினார். கண்டவர்கள் ஓடி வந்தனர்...கம்பு தடிகளால் மிரட்டினர்.

கால்கழுவ வந்தேன் என்றார்.... காலைத் தூக்கித் தோளில் இடவேண்டியதுதானே...! எனப் பழித்துப் பேசினர். சிறிது நேரம் சென்றது... பேசியவன் வாந்தி பேதியால் துன்பப்பட்டான்.

வைகுண்டரைப் பழித்தனர்; பழித்தோர்கள் எல்லாம் அவர் கண் எதிரே யாவரும் காலரா பேதியால் கடுந்துயர் அடைந்தனர்....

காரணம் யாதென்று பார்த்தோர்கள் எல்லாம் காத தூரம் நடந்து ஓடினர். கால் நடையால் வரும் வைகுண்டர் பாதம் பணிந்தனர்....

மக்களே நீங்கள் யாவரும் சாதிவெறியை நீக்கி சமத்துவம் காண வேண்டும்....

அன்பினால் மக்களை ஆதரித்து வாழவேண்டும். ஞானம் பெரிதென்று அறிந்து வாழவேண்டும்... அஞ்ஞானம் நீக்கி மெய்ஞானம் பெறவேண்டும்.... அதுவே கலியை அழிக்கும் உபாயம் என்றார்.....

ஆங்காரம் நீக்கி அடக்கமாய் வாழவேண்டும்... பொறுமை பெரிதென்று பூமியினை ஆள வேண்டும்... எனப் புத்தி கூறினார்...

உடன்வந்த மக்கள் எல்லாம் அய்யா சிவசிவ அரகரா என மந்திரம் ஒலித்தனர்.. வந்தவர்கள், புத்தி இல்லாது கெட்டழிந்தோம் என வைகுண்டர் பாதம் பற்றினர்...

வைகுண்டர் திருமண் எடுத்து நெற்றியில் நாமம் இட்டார்.... தண்ணீரைப் பதம்போல வந்தவர் மேனியில் தெளித்தார்... கைகளால் அபயம் என்றார். வந்தவர் சென்றனர்; வாந்தி பேதி காணாமல் போனது... அனைவரும் கடவுளைக் கண்ணாற் கண்டதாய்க் களித்து மகிழ்ந்தனர்.....

பார்த்து நின்றோரின் பாவ வினைகளைப் போக்கினார் வைகுண்டர்....

பழித்து நின்றோரைப் பார்த்து அறிவு புகட்டினார்...அவர்செய்த அற்புதங்கள் சொல்லி மாளாது...... புலைச்சாதித் தீட்டறுத்து கலியரசு ஆள்வதற்குக் கண்ணான வைகுண்டர் வருவார். நீங்கள் கலங்காது இருங்கள்! என்று மக்களை நல்வழிப் படுத்தினாள் வெயிலாள்....

மக்கள் யாவரும் கலைந்து சென்றனர்... வைகுண்டர் பாதம் அன்பாய்ப் போற்றினர்... ஓங்காரநாதன் சிங்காரத் தோப்பில் பாழுங்கலிச் சிறையில் பண்பாக அமர்ந்திருந்தார்.... வழிநெடுகிலும் சான்றோர் மக்கள் அழுத கண்ணீருடன் பகவானைப் போற்றி அணிவகுத்து நின்றனர். சிறைச்சாலைச் செய்தியெல்லாம் சுற்றி வீசும் காற்றுபோல வெயிலாளுக்கு உடனுக்குடன் தெரிவித்துக் கொண்டனர்.

சிங்காரத் தோப்பில் அய்யா வைகுண்டர் சிவமே எனத் தவமிருந்தார்....

பட்டினி போட்ட பின்னும், பகவான் பசிப்பிணி இல்லாதவராய் இன்முகத்தோடு இருந்தார். வற்றல் மிளகாயிட்டு வாட்டி வதைத்த போதும் வைகுண்டர் சுற்றம் மிக வாழ்கவென வாழ்த்தி அமர்ந்திருந்தார்..

விறகுக் கட்டையில் நெய்யூற்றி நெருப்பிட்டு வதைத்த பின்பும் அய்யா வாட்டம் ஏதும் இல்லாமலே இருந்தார்.

சுண்ணாம்புச் சூளையில் சுட்டு வருத்திய போதும் அய்யா வெந்தணலில் பொன்போல பொன்மேனி மகிழ்ந்திருந்தார்...

நாட்கள் பலவாயிற்று; நலிவு செய்யும் துன்பங்களும் அதிகமாயிற்று;

அய்யாவைக் கொல்ல பொல்லாதாரால் இயலவில்லை..... மதிமயக்கம் கொண்டு மாளக் கிடந்தனர்....

மன்னனும் மதிமயங்கி வாடிக்கிடந்தான்.... வெள்ளை ஆளுநர்கள் வைகுண்டர் சாவினை எண்ணி எண்ணி நாட்களைக் கடத்தினர்... சுசீந்திரம் முதல் சிங்காரத்தோப்பு வரைச் சான்றோர் குலமக்கள் வைகுண்டரைக் காண நாளும் ஊர்வலம் போல் வந்தனர்...

பச்சரிசிப் பாலும் பழங்காயும் தேனும் திரளாகக் கொண்டு வந்தார்கள்....!

சிறையிருக்கும் வைகுண்டரைச் சிரம் பணிந்து வணங்கினார்கள்.

வரமருளும் வைகுண்டரைக் கரம் குவித்து வணங்கினார்கள். அறங்காணா வல்லரக்கர் கொல்லும் வழிதேடி வல்வினையால் உழன்றார்கள்...

வெயிலாளும் அயலூரில் அருள் பொழிந்து அறம் செய்வான் வைகுண்டர் என்று மகிழ்ந்திருந்தாள்...

39

சிங்காரத்தோப்பில் சிரித்த முகத்தோடு அய்யா தவம் செய்தார்..... சறடன் அவர் தவத்தைக் கண்டு அறிவு மயங்கி நின்றான்.....

உயர் சாதியார் மத யானையைத் தாற்றுக் கோலால் குத்துவது போல சறடனை வெறுப்பேற்றிக் கிடந்தனர். சறடனும் முறுக்கு மீசையை இறக்கி வாட்டத்தோடு நின்றான்.

நாட்கள் கடந்தன; வைகுண்டர் தவம் நிறைவேறும் காலமும் வந்தது: அவர் பொன்மேனி பொலிவுற்று ஒளிர்ந்தது; சிங்காரத் தோப்பு அருள் மணம் வீசி மலர்ந்தது.....

சறடன் சேவகர்களை அழைத்தான்...! அவன் அழைப்பொலியில் இயலாமை தெரிந்தது......

சண்டன் வைகுண்டன்...! மந்திர சூனியத்தால் செய்யும் பிழையெல்லாம் பொறுத்துக் கிடக்கிறான். சண்டாளச் சாணாரும் சான்றோர் எனச் சொல்லி சாலை நெடுகிலும் மறித்துக் கிடக்கிறார்....!

சொல்லவும் முடியவில்லை; மெல்லவும் முடியவில்லை. அங்கமெல்லாம் வேகுது; அகமெல்லாம் நீறுது.....

நீங்கள் உடனடியாகக் காட்டுக்குச் செல்லுங்கள் கொல்லும் வேங்கைப் புலியொன்றைக் பிடித்து வாருங்கள்......ம்... சீக்கிரம்...

கட்டளையிட்டான் கறடன்...

சறடன் மார்தட்டி ஆர்ப்பரித்தான்... தோள் தட்டிக் கொக்கரித்தான்

சேவகர்கள் நடுங்கினர்... மறுத்துரைத்தால் மன்னன் கொன்று விடுவான்... மறுத்துரை சொல்லவில்லை... வாய்பொத்தி நின்றனர்.... அவர்தம் உடலெல்லாம் நடுங்கி ஆடியது.....ஏன் நின்று கொண்டிருக்கிறீர்கள்? ..ம்... உறுமினான் சறடன். சேவகர்கள் இடியொலி கேட்ட நாகம்போல் அடங்கினர்.... வைகுண்டம் துணையென்று வாயார வேண்டினர்... மனதால் போற்றினர்..

மெய் நடுக்கத்தோடு சேவகர்கள் பதறி நடந்தனர்... வில்லும் அம்பும், ஈட்டியும் வாளும் எடுத்தனர்... அடர்வனம் நோக்கி அவர்கள் கால்கள் நடந்தன...கைகள் வில்லினைச் சுமந்து கொண்டன.....

புலியினைக் கொண்டு செல்லாவிட்டால் கலியன் கொன்று விடுவானே...! கதறிப் பதறினர்....

மனைவி மக்கள் வாழ்விழந்து தவிப்பார்களே! தாய் தந்தையர்கள் துணையின்றி வருந்துவார்களே! கொடியவர்களால் வாடிக் களைத்தோராய்த் தேடிவனம் சென்றனர்....சேவகர்கள்...

அடர்ந்த மரக்கிளைகளைக் கைகளால் பிடித்தபடி அசைவின்றிச் சென்றனர்.... அடிமரங்களைப்பற்றி வழிதேடிப்பார்த்து இருந்தனர்.... சிங்கம் புலி கரடிகளின் ஓசைகளைக் கேட்டு ஒளிந்து நடந்தனர்....

அங்கே மான்கள் துள்ளி ஓடின... காட்டு முயல்கள் குதித்தோடிக் களித்தன.

காட்டுப் பறவைகள் கூட்டமாய்ப் பறந்து சென்றன. காட்டு யானைக் கூட்டங்கள் மலைக் குன்றுகளாய் அசைந்தாடி நடந்தன....

பசுமரங்களில் பச்சைக் கிளிகள் பாடிப் பறந்தன. மரக்காடுகளில் சில்வண்டுகள் ஆர்ப்பரித்து மகிழ்ந்தன...

அவைகளையெல்லாம் சேவகர்கள் கண்டு கொள்ளவில்லை. மலை மக்களின் வில்லின் நாணொலிகளைக் கேட்டனர்.

எங்கே புலிகளின் உறுமல் சத்தம் கேட்குமா என அவர்கள் செவிகளை அசைக்காமல் பார்த்தனர்... அங்கே புலிகள் வருமோ? என அவர்கள் விழி இமைக்காமல் பார்த்துக் கிடந்தன.

காட்டு விலங்குகளின் ஒலி கானகம் எங்கும் கபளீகரம் செய்து கொண்டிருந்தது....

சேவகர்கள் செத்தாலும் செத்தோம்.... சறடனிடம் சாகாமல் செத்தோம் எனப் பெருமையாய் எண்ணிக் கொண்டனர்....

இராமனிடம் வந்த விபீடனன் போல அவர்கள் தங்களை நினைத்துப் பெருமை கொண்டனர்....

நீர் பருகவும் உணவு உட்கொள்ளவும் அவர்கள் உடல் ஒத்துக் கொள்ளவில்லை... பசியும் தாகமும் இல்லாதவர்களாய் அவர்கள் நடந்தனர்.......

மரணத்தின் மடியில் அவர்கள் புலி வருமோ எனத் தேடிக் கிடந்தனர்.....

காலமும் நிலையில்லாத வாழ்வு போல நகர்ந்து கொண்டிருந்தது...!

அங்கே ஒரு புலி உறுமும் சத்தம் கேட்டது....! பறவைகள் ஆர்ப்பரித்தன....

குரங்குகள் பல்லிளித்தவாறு மரக்கிளைகளில் தாவிக் குதித்தன....

ஊளையிடும் நரிகளும் உறங்கிக் கொண்டன...சேவகர்கள் விழித்துக் கொண்டனர்.... வில்லில் நாணேற்றி அம்புகளைத் தயார் செய்தனர்...

ஈட்டியைக் கூரொளி படுமாறு உயர்த்திப் பிடித்தனர்.

சேவகர்கள் நெஞ்சை நிமிர்த்தி புலிவரும் திசையில் பாய்ந்தனர். அவர்கள் வைகுண்டரை மனதார வேண்டினர்... நெஞ்சாரத் தொழுதனர்....

புலி மெதுவாக நகர்ந்து வந்தது! மோப்பம் பிடித்தவாறு திசை பார்த்து நடந்தது.....

சேவகர்களைக் கண்டது; தாவிப் பாய்ந்தது...

தலையைச் சாய்த்துப் பணிந்தது; தரையில் குப்புறப்படுத்தது!

சேவகன் ஒருவன் பாய்ந்து சென்றான்! புலியின் முதுகில் ஏறி அமர்ந்தான். புலி மெதுவாய் நடந்தது. சேவகர்கள் பின் தொடர்ந்தனர்.

கானக வழி கடந்து புலி நாட்டிற்குள் புகுந்தது! சேவகன் யானை சவாரி செய்வது போல புலியில் சவாரி செய்தான்.... வழிநெடுகிலும் பார்வையாளர்கள் பார்த்து வியந்தனர். அற்புதம் இதுவென்று ஆரவாரம் செய்தனர்..

40

சிங்காரத்தோப்பு சிறைச்சாலை வைகுண்டர் வருகையால் அறச்சாலையாய் மாறிக்கிடந்தது!

பக்தர்கள் கூட்டம் வைகுண்டர் பாத சேவையால் குவிந்து கிடந்தது!

பாலும் பழமும் கனியும் பருப்பும் மலருமாய் அங்கே மலிந்து கிடந்தன...

வைகுண்டருக்குப் படைத்து மகிழ பக்தர்கள் கூட்டம் அலை மோதியது...!

பாமரரும் அங்கே அய்யாவின் அற்புதங்களைக் காணக் குவிந்தனர்...

வந்தவர்களுக்கெல்லாம் வைகுண்டர் ஆசி வழங்கினார்... கலியழிய பார்த்திருக்குமாறு ஆறுதல் கூறினார்...

வந்தவர்களுக்குப் பாலும் பழமும் தந்து பிணி நீக்கினார்... வைகுண்டரைப் பார்த்தோர் எல்லாம் பாவவினை நீங்கியதாய்க் கருதி வணங்கிப் போற்றினர்.

பாவி நீசன் சறடனும் கூட்டாளிகளும் ஏளனம் பேசிச் சிரித்து மகிழ்ந்தனர்...

சாமியோ இவனென்னு சகதி வாரி இறைத்தனர்... மான வைகுண்டர் மோனத் தவமிருந்தார்... அங்கே தடதட என நடக்கும் ஒலி விண்ணெட்ட ஒலித்தது...!

மேகங்கள் இடித்தாற் போல் உறுமல் சத்தம் கேட்டது...!

மக்கள் கூட்டம் பதறி ஓடியது...! சிதறிக் கலைந்தது....

சதியாளர்கள் சாதிவெறியால் புழுதிவாரிப் போட்டனர்... சகட்டு மேனிக்குச் சாதித்து மகிழ்ந்தனர்..

வைகுண்டர் முகம் மலர்ந்தது; புன்னகையால் பக்தர்களை மகிழ்வித்தார்....

வெம்புலியும் சிங்காரத் தோப்புச் சிறையருகே வந்தது; சேவகர்கள் இறுமாப்புடன் நடந்து வந்தனர்... புலி வழி நடந்த வருத்தம் போல் படுத்துக் கிடந்தது....! கறடனும் சறடனும் கைகுலுக்கி ஆர்ப்பரித்தனர்.... வைகுண்டர் அழிந்தார் எனக் கருதி உயர்சாதியார் நிம்மதிப் பெருமூச்சு விட்டனர்.....

சேவகர்களைச் சறடன் பாராட்டினான்....

மன்னனிடம் பரிசுகளும் விருதுகளும் பெற்றுத் தருவதாய்க் கூறினான்... அவர்களைத் தூக்கி தோளில் சுமந்தான்.

வைகுண்டம் மாள்வதற்கு வாய்த்த புலிகொண்டு வந்தீர்....!

இப்புலியைக் கூண்டிலிட வேண்டும்.... அடைபட்டுக் கிடந்து ஆத்திரமூட்ட வேண்டும்....

கூண்டு தயாராக வைக்கப்பட்டிருந்தது....!

புலியை மூன்று நாட்கள் உணவும் நீருமின்றிப் பட்டினியால் பசித்திருக்கச் செய்க! என்றான் சறடன்...

சான்றோர்கள் முகம் சுளித்து கண்ணீர் வடித்து நின்றனர்...

சேவகர்கள் புலியைக் கூண்டில் அடைத்தனர்.....
கூண்டில் அடைபட்ட புலி பசியால் வாடியது....

சிங்காரத் தோப்பில் சிறையிருந்த வைகுண்டம் போல் புலி சிங்காரத் தோப்புக் கூண்டில் மூன்று நாட்கள் உணவின்றிச் சிறையிருந்தது..! புலியைப் பார்க்க மக்கள் கூட்டம் அலைமோதியது. வைகுண்டரை நாடி வந்தவர்களும் புலியைக் கண்டு பதுங்கிக் கிடந்தனர்..

அவர்கள் வைகுண்டரைப் பணிந்து சிவநாமம் சிந்தித்துக் கிடந்தனர்...

உயர்சாதியார்கள் எல்லாம் நாடாளும் சான்றோர்கள் இனி நாட்டில் அழிந்து விடுவர் என இறுமாப்புப் பேசினர்...

ஏளனமும் சிரிப்புமாய் சான்றோர் மக்களை இழிவு செய்தனர்...

அன்போருக்கு உண்டாகும் அலைச்சல்கள் யாவும் பனிபோல பறந்தோடும் என்றார் வைகுண்டர்.... வம்பான மாற்றானை வளர்த்து அறுப்பேன் என்றுரைத்தார்... நாட்களும் மூன்று கடந்தன... வைகுண்டருக்குச் சிறையும் மூன்று மாதங்களைக் கடந்தது;

என்ன நடக்குமோ? எனச் சறடன் கலங்கிக் கிடந்தான். உயர்சாதி கூட்டமெல்லாம் சாணாச்சாமி இவன் சாவானோ? சாதனை செய்வானோ? என ஏங்கிக் கிடந்தனர். வைகுண்டம் நாராயணர் பாதம் மகிழ்ந்து கிடந்தது; மெய்கொண்ட பக்தரெல்லாம் காரணா போற்றி! என வணங்கி மகிழ்ந்தது..

கூண்டில் அடைக்கப்பட்ட புலி பட்டினியால் வாடி மெலிந்தது. சறடன் புலியைக் கொண்டு வந்ததும், மூன்று நாட்கள் பசித்திருக்கச் செய்ததும் ஆகிய செய்திகளை மன்னனுக்குக் கூறினான்...

இனி வைகுண்டம் என்று புலம்பிக் கிடப்பவனை புலிக்கூண்டில் அடைப்போம்...... என்றான் சறடன்...

காவலர் சூழ சேவகர்களை அழைத்தான் மன்னன். புலிக்கூண்டினைக் சிறைச்சாலை நடுவே யாவரும் காணும்படியாகக் கொண்டு வையுங்கள் என்றான். காவலர்கள் கடிதென்று ஓடி புலியோடு கூண்டும் கொண்டு வைத்தனர். கூட்டமும் கடிதென்று விரைந்து காட்சிக் காணக் கூடியது......

கூண்டின் வாசலைத் திறவுங்கள்...! கூவினான் கறடன்....

சாமியெனச் சொல்லி ஏமாற்றும் பாதகனைக் கூண்டில் அடையுங்கள்..! மற்றொருக் கூண்டில் வைகுண்டரை அடைத்துக் கொண்டு வந்தார்கள்..... சிரித்தான் சறடன்....

புலி நகங்களால் கீறி அவன் உதிரத்தை நாவினால் நக்கட்டும்....

அவன் சதையும் நிணமும் பற்களால் கடித்து மென்று தின்னட்டும்.....

அவன் எலும்புகளை மொறுமொறெனக் கடித்து நொறுக்கட்டும்....

போங்கள் .... கட்டளை இட்டான் சறடன்

காவலர்கள் புலிக்கூண்டின் அருகே வைகுண்டரை அடைத்து வைத்தக் கூண்டினைக் கொண்டு வந்தனர். இரண்டு கூண்டுகளின் வாசல்களையும் பொருந்தி இருக்குமாறு நெருக்கி வைத்தனர்.... கூண்டின் வாசல்களைத் திறந்து விடுங்கள் என்றான் சறடன். வாசல்கள் திறக்கப் பட்டன... எல்லோரும் வேடிக்கைப் பார்த்தார்கள்... சிலர் கண்களைக் கைகளால் பொத்திக் கொண்டனர்... ஏங்கிப் பெருமூச்சு விட்டு அழுது நின்றனர்..... புலி வைகுண்டர் அருகே வந்தது!! நாவினால் நக்கி வாயினைச் சுவைத்தது! வாலை ஆட்டியது...! உடலை வளைத்தது...! கால்களை மடக்கி வைகுண்டர் பாதத்தில் மண்டியிட்டுப் படுத்தது...!

வைகுண்டரும் அண்டர் நாராயணரைத் தெண்டனிட்டுத் தொழுதார்....!

குடலைப் புடுங்கி உயிரைக் குடிக்கும் புலி என எதிர்த்தவர்கள் ஏமாந்து நின்றனர்..... அவர்கள் ஈரக்குலை நடுங்கியது!

புலி பிடிக்கப்போய் புளியமரம் ஏறிய கதைபோல் ஆயினர் அவர்கள்....

இஞ்சி தின்ற குரங்காய் விழிபிதுங்கிக் கிடந்தனர் அவன் கூட்டத்தினர்....

மாயமான் பிடிக்கப்போன கதையாய் மயங்கிக் கிடந்தனர்...!

மன்னன் மெய்மறந்தான்....

பூவண்டர் கூறிய மெய்ம்மொழிகளை உற்றுப் பார்த்தான்.... அவனுக்கு மயக்கம் வருவதுபோல் தோன்றியது....

இதயம் பேய் அறைந்தது போல் ஆயிற்று! பேயினை எரித்துப் புதுமைகள் செய்தவர் என்று பூவண்டன் கூறியது உண்மை போலாயிற்று என்று ஊமையாய் நின்றான்...

குட்டமது கொண்டோனைத் திட்டமாய்க் குணப்படுத்தியத் திறவோனைத் தண்டித்தோமே என்று எண்ணி இரங்கினான்....

கண்ணிழந்து வந்தோரைக் கண்பார்க்கச் செய்த கண்ணாளனைக் கடுகி வருத்தினோமே என இரங்கினான்...

மலடியாய் வந்த வர்க்கும் மழலைதந்த மாயவனை மாயத்தால் கொல்ல நினைத்தோமே என மலைத்து நின்றான்....

நடவாத கால்களையும் நடக்க வைத்துக் காத்தவனை அழிக்க நினைத்தோமே என அழுது நின்றான்.....

மன்னன் சித்தம் கலங்கிச் சிந்தை தெளிந்தான்... பூவண்டனைச் சிறைவிடுத்து அழைத்துவரக் கட்டளை இட்டான்...!

இடைச்சாதி மகனொருவன் வந்தான். வைகுண்டரை விடுதலை செய்ய வேணடுமென மன்னவனை வணங்கி

வேண்டினான். மன்னனும், தன்னினம் அல்லாமல் வேறொருவரைக் கூடாமல் தரணியில் வாழ்வேன் எனச் சீட்டெழுதச் சட்டமிட்டார். சட்டமிட்டு வைகுண்டரிடம் கீறல் இடுமாறு வேண்டினார்.

41

பாய்ந்து வந்த புலி பகவானின் பாதங்களில் மண்டியிட்டுத் தொழுதது!

வேதியன் ஒருவன் ஈட்டியால் குத்தி அதன் சினத்தைத் தூண்டினான்...

கண்களை மூடித்திறந்தவாறு புலி வைகுண்டரைப் பார்த்துக் கண் கலங்கியது....!

வைகுண்டர் புலிக்காக இரங்கினார்.... அவர் கண்கள் கலங்கிச் சிவந்தன....

மீண்டும் ஈட்டியால் குத்திக் கெடுத்த வேதியனைப் புலி ஈட்டியைப் பற்றிக் குத்தியது...!

வேதியன் தரையில் விழுந்தான்.... சுருண்டு மாண்டான்....

வேந்தன் பதறினான்... அவன் உதடுகள் துடித்து அழுதன....... அவன் தன் உடைவாளை நிலத்தின் ஊன்றினான்....... சறடன் ஒடினான்... கறடன் எவருக்கும் தெரியாமல் ஓடி மறைந்தான்...

வஞ்சகர்கள் நெஞ்சைப் பிடித்துக் கொண்டு ஒழிந்து ஓடினர். மன்னன் தலை கவிழ்ந்தான்... அவன் கண்களில் கண்ணீர் அருவியாய்க் கொட்டியது.... வானவர்

முழக்கமிட்டனர்... தானவர் ஆடினர்... அரம்பையர் குரவையிட்டு ஆடினர்.. முனிவர்கள் போற்றினர்.... வைகுண்டா சரணமென வானம் மும்மாரி பொழிந்தது.....

சான்றோர் குலமக்கள் வைகுண்டரை வாழ்த்தினர்.....

மன்னன் வைகுண்டரை விடுதலை செய்ய ஆவணம் தயார் செய்தான்...

செய்தி திக்கெட்டும் பரவியது...

நாஞ்சில் நாடு கொண்டாடி மகிழ்ந்தது...!

வெயிலாள் மக்களைக் கூட்டி வெற்றிக் கொண்டாட்டங்களில் ஈடுபட்டார்.

உயர்சாதி மக்களுக்கு எதிராக மக்கள் முழங்கிக் கிடந்தனர். ஒப்பாரி வைத்து ஓலமிட்டனர்....

ஆர்ப்பாட்டங்களும் போராட்டங்களும் நாஞ்சில் நாடெங்கும் மலிந்தன...

பெண்கள் தோள் சீலை அணிந்து போராடினர்... இடுப்பில் குடங்கள் சுமந்து வந்தார் பலர்.... பட்டுப் புடவையும் பலவகை அணிகலன்களுமாய் அழகுக் கோலத்தில் வந்தோர் சிலர். தங்கத் தாலியும் தோடுமாய் வந்து போராடியோர் பலர்.

குளங்களில் நீராடி கோவிலுக்குச் சென்றோர் பலர்.. கிணறுகளில் நீரெடுத்து இடுப்பில் சுமந்து வந்தனர். சேரமான் பெருமாளின் சேரநாடு அமைத்திடுக! என முழக்கமிட்டுப் போராடினர்.

மன்னன் வைகுண்டரிடம் கீறலிட்டு வாங்கிவரப் பணித்தார். பூவண்டர் வைகுண்டரிடம் கீறலிட்டுத்தரச் சொன்னார். வைகுண்டர் கீறலிட்டுத் தந்தார்..... மன்னன் வைகுண்டரை விடுதலை செய்கிறேன் என்றான்.

தமிழரும் தமிழும் தலைநிமிர்ந்து வாழ உரிமை வேண்டும் என்றனர் மக்கள் ....

சாதிப் பகை நீக்கிச் சமத்துவம் மலர வேண்டும் என்பார் பலர்.

மக்கள் வழி ஆட்சி மாநிலத்தில் அமைய வேண்டும் என்று முழங்கியோர் பலர்.

போராட்டத்தில் ஆண்கள் பட்டு வேட்டி ஜிப்பாவுடன் கைகளில் மோதிரங்கள் அணிந்து வந்தனர். தலையில் தலைப்பாகைக் கட்டி நெற்றியில் திருநாமம் இட்டுக் கொண்டனர்.

நாஞ்சில் நாடெங்கும் கலவரமும் போராட்டமுமாய்க் கலங்கி கிடந்தது.

போராட்டம் நாஞ்சில் நாட்டுக் கப்பத்தால் ஏப்பமிட்ட ஆங்கில அரசை நிலைகுலையச் செய்தது!

மன்னனின் ஆதரவால் புறம்பேசி பொய்த்துயிர் வாழ்ந்த மேலை நாட்டவர்கள் எல்லாம் உதிர்ந்த மலர்களாய்க கருகிக் கிடந்தனர்.

வைகுண்டர் சிங்காரத் தோப்பில் சிரித்த முகத்துடன் அமர்ந்திருந்தார்...

புலியும் கொல்லாப் புகழுடையோனாய் வைகுண்டரை எல்லாச் சாதியாரும் வணங்கினர். ஆலகால விடம் உண்டோராய் சாதி வெறியர்கள் தலை கவிழ்ந்து ஓடினர்...

மன்னன் வெட்கித் தலை கவிழ்ந்தான்.. வேதனையால் துடித்தான்..

ஓட்டமும் நடையுமாய் அரண்மனைக்குச் சென்றான். அரியாசனம் அவனுக்கு மரண சாசனம் ஆனது... அவனுக்கு வியர்வை கொட்டியது....

வான் பொய்ப்பினும் தான் பொய்யா சேர நாடு தவறு செய்ததோ? என அவன் வருந்தினான்...

தாதியர்கள் மயிற்பீலியால் ஆன கவரி வீசி வெப்பம் தணித்தனர்.

யாரங்கே? மன்னன் கர்ஜனை செய்தான்... சேவகர்கள் வந்து வணங்கினர்.... அந்த வைகுண்டனை விடுதலை செய்யுங்கள் கட்டளை இட்டான் மன்னன்.

காவலர்கள் வைகுண்டரை விடுதலை செய்தனர்.

●

42

நாஞ்சில் நாடு பூவண்டர் விடுதலையால் பொலிவு பெற்றது.... மக்கள் மகிழ்ச்சி கொண்டனர்....

பூவண்டன் தோப்பு பொலிவு பெற்றது. மக்கள் மகிழ்ச்சி கொண்டனர். சாஸ்தான்கோவில் விளையெங்கும் மக்கள் பூவண்டரை வரவேற்கக் கொண்டாடிக் கிடந்தனர்....

உயர்சாதி மக்களுக்கெதிரான முழக்கங்கள் ஒலித்தன. சர்வாதிகார ஆட்சி ஒழிக எனக் கோஷமிட்டு ஒலித்தனர். சாதி வேற்றுமை ஒழிக்கப்பட வேண்டும் என மக்கள் ஓங்கிக் குரல் கொடுத்தனர். சேரமான் பெருமாள் வழியில் சேரநாடு மலர வேண்டும் என முழக்கமிட்டனர்... சைவமும் தமிழும் தழைத்து வளரவேண்டும் எனக் கோரிக்கை வைத்தனர். பாகுபாடு இல்லாத அரசு அமைய வேண்டும் என ஆர்ப்பரித்தனர்......

தோள்சீலைப் போராட்டம் நாஞ்சில் நகர் எங்கும் வெடித்து வளர்ந்தது. வெயிலாள் அம்மையும் பரதேவதையும் தலைமை தாங்கினர். தோள்சீலை அணிந்தும் பட்டாடை அணிந்தும் மகளிர் திரளாகப் போராட்டங்களில் வந்து கலந்து கொண்டனர்...

நீர்நிலைகளில் நீராடியும், கிணறுகளில் தண்ணீர் எடுத்தும் பெண்கள் போராடினர். குளங்களில் நீராடிக் கோவிலுக்குச்

சென்று ஆராதனை செய்யும் போராட்டங்கள் வெடித்தன; ஆண்களும் பெண்களும் கூண்டிலிருந்து வெளிப்பட்ட பறவைகளாய்ப் பறந்து வந்தனர்... போராட்டத்தைத் துரிதப்படுத்தினர். பெண்கள் தலையில் தண்ணீர் சுமப்பதை நிறுத்தினர். இடுப்பில் குடங்களில் தண்ணீர் எடுத்து வந்து போராடினர்...

தங்கத்தால் தாலி அணியவும், காதுகளில் தோடு அணியவும் உரிமை முழக்கம் செய்தனர். அனைவருக்கும் கல்வியில் சமவாய்ப்பு தருதல் வேண்டும் எனச் சந்திகளில் வந்து போராடினர். ஆண்கள் அழகான பட்டு வேட்டி ஜிப்பாய் அணிந்து தலைப்பாகையும் தங்க மோதிரமுமாய் தெருக்களில் அணிவகுத்தனர்....

அரச பதவிகள் சான்றோர் மக்களுக்கு வேண்டும் என்றனர். வைகுண்டர் அவதாரம் தந்த விடுதலை இது என்று வெற்றி முழக்கம் செய்தனர்...

அதிர்வேட்டுக்கள் முழங்கின...உயர்சாதி மக்கள் அதிர்ந்தனர்... மன்னனின் கோட்டை கொத்தளங்கள் நொறுங்கி விடுமோ என அஞ்சினர்...

மன்னன் வைகுண்டரை விடுதலை செய்வதாய் அறிவித்தான்.

விடுதலைப் பத்திரம் வைகுண்டருக்கு வழங்கப்பட்டது. வைகுண்டர் விடுதலைப் பத்திரத்தை வாங்க மறுத்தார்.

மன்னன் விதித்த தண்டனைப்படி இன்னும் முக்கால் மாதம் சிறையிருப்பேன் என அவர் உறுதியாகக் கூறினார்.

கிளர்ச்சியால் நாடு கொந்தளித்துக் கிடந்தது.. அடக்குமுறைகள் யாவும் பயனற்றுப் போயின.... நாஞ்சில் நாடு கைவிட்டுப் போய் விடுமோ என வெள்ளையர் நடுங்கினர்...... உயர்சாதியார் பதறினர்..... ஆங்கில அரசு செய்வதறியாது திகைத்தது.....

திருவிதாங்கூர் நாஞ்சில் நாட்டுக் கப்பத்தால் ஏப்பம் விட்ட ஆங்கில அரசு செய்வது அறியாது திகைத்ததது!

மதமாற்றத்தில் ஈடுபட்டோர் பலரும் மனம் கலங்கிக் கிடந்தனர்...

மாதம் மாறிய மக்களும் தடுமாறி மயங்கினர்....

சான்றோர் மக்கள் வாழ்வு பெற்றோம் என்று வைகுண்டரைப் போற்றி மகிழ்ந்தனர்..

வானம் மும்மாரி பொழிந்தது! வையமும் தழைத்தது! சாதி பதினெட்டும் சாமிதோப்புப் பதிநாடி வந்தது.........

வைகுண்டர் விடுதலையைக் கொண்டாடி மகிழ்ந்தது......

வைகுண்டர் விடுதலையானார்,,,,,,

வையகமெங்கும் அதிர்வேட்டுகள் முழங்கின.. கூண்டில் அடைபட்ட சிங்கம் வெளிப்பட்டார் போல வீரகுலச் சான்றோர்கள் வெற்றி முழக்கமிட்டனர்.

வைகுண்டர் சீட்டினைக் கீறலிட்டுக் கொடுத்தார்.....

உதடுகள் மலர புன்சிரிப்பினை உதிர்த்தார்...!

மன்னனிடம், அவர் குறித்த நாள் வரவில்லையே...! இன்னும் முக்கால் மாதங்கள் நான் இங்கிருக்க நீதியுண்டு.....

அது கடந்தால் மாசி பத்தொன்பது வரும். அந்நாளில் நான் இங்கிருந்து புறப்படுவேன் என்றார்... வைகுண்டர்.... பூவண்டரும் மன்னன் இட்ட கட்டளையை நினைவு கூர்ந்தார்...

மன்னன், சரியாகும் அதுவென்று தலையசைத்தான்... வைகுண்டர் சிங்காரத் தோப்பில் தன் தவத்தை மேற்கொண்டார்.

சான்றோர் மக்கள் சாரை சாரையாய் வந்து வைகுண்டர் பாதம் போற்றினர்...

நோய்பிணி உடையோரெல்லாம் முகம் பார்த்தால் போதுமென வைகுண்டரை உற்றுப்பார்த்துத் தொழுதனர்...

ஆடவரும் மகளிரும் ஆகக் கூடி அய்யாவின் மலரடியைப் பணிந்தனர்.

சிங்காரத்தோப்பு தவச்சாலையாய் மாறிக்கிடந்தது. சேவகர்கள் எவரும் அங்கே வருவதில்லை. பச்சரிசி பால், சிறுமணி பழங்களெல்லாம் பக்தர்கள் படைத்து மகிழ்ந்தனர்.

காய் கறிகளும் வகை வகையாய்ச் சேர்ந்தன... பொங்கலிட்டும் படையல் செய்து மக்கள் எல்லோரும் உண்டு மகிழ்ந்தனர்...

மூன்று வேளைக் குளித்து ஆடை உடுத்தி பகவானைத் தொழுதனர்.

சிங்காரத்தோப்புச் சிறைச்சாலை அறச்சாலையாய் மகிழ்ந்து கிடந்தது.

●

43

திருச்செந்தூர் எங்கும் செந்தூர் முருகனுக்கு விழா கண்டு மகிழ்ந்திருந்தது.... தேர்த்திருவிழா பார்ப்பதற்காக மக்கள் கடலலையால் கூடிக் கிடந்தனர். கந்தனுக்கு அரோகரா என்னும் கோசம் கடலலையை முட்டிக்கிடந்தது. மக்கள் ஒன்றாகக் கூடி தேரினை இழுக்கத் தொடங்கினர். இழுத்தனர்... அங்கே தேர் ஓடவில்லை....

நிர்வாகத்தினர் குழம்பிப் போனார்கள்... பக்தர்கள் அசைவற்றுக் கிடந்தனர்..... காரணத்தை அறிய புரோகிதரை வரவழைத்தனர்... புரோகிதர் காரணங்களை ஆராய்ந்து பார்த்தார்.. வாரிக்கரைத் தோன்றி வையகத்தை வாழ வைக்க வந்த வைகுண்டர் சிங்காரத் தோப்பில் சிறையிருக்கிறார்.... அவரைச் சிறை மீட்டு சுவாமிதோப்பில் அமர்த்தி வருக! என்றார் புரோகிதர்...

சான்றோர் மக்களெல்லாம் வேதியர் புடைசூழச் சிங்காரத்தோப்பு விரைந்தனர்....!

கலியழிக்கக் கடவுள் சிறையிலிருந்து தவஞ்செய்யும் காட்சிகளைக் கண்டனர்....

மலரடி பணிந்தனர்... வைகுண்டர் பக்தரோடு ஆடிக்களித்தார்.... உறவாடி மகிழ்ந்தார்.... தோப்புப்பதி மக்கள்

தொட்டில் சுமந்து கொண்டு வந்திருந்தனர்... பக்தியோடு பகவானை வேண்டிப் பணிந்தனர்.....

வைகுண்டர் தொட்டிலில் ஏறி அமர்ந்தார்....

பல்லாக்கும் பரிதேரும் அணி வகுத்தன....!

சிவநாம கோசம் வையகம் சூழ்ந்தது...! சாதி பதினெட்டும் வைகுண்டரைப் போற்றிக் களித்தன...

வீதியெங்கும் விழாக் கோலம் ஆனது....!

சான்றோர் மக்களெல்லாம் வைகுண்டர் விடுதலையை எண்ணி எண்ணி மகிழ்ந்தனர்.... ஆடிப் பாடினர்....

அதிர் வேட்டுக்கள் முழங்கினர்....

தொட்டில் பயணம் கிழக்கு நோக்கி நகர்ந்தது!

சிங்காரத் தோப்பு அழகிழந்தது...! பொலிவிழந்து கிடந்தது... அது ஆணவக்காரரை அடக்கி ஆண்டது....

வைகுண்டரைப் பெற்றதால் நாஞ்சில் நாடு கொஞ்சி மகிழ்ந்தது...!

வைகுண்டர் தோப்புப் பதி வந்தார். வானம் மும்மாரி பொழிந்தது. மகளிர் குரவையும் கும்மியும் ஆடிக் களித்தனர். சுவாமித் தோப்பு பூலோக வைகுண்டமாய்ப் பூரித்து மகிழ்ந்தது!

சுவாமித் தோப்பு தெய்வத் திருத்தலமாயிற்று...

நானாவித மக்களும் அங்கு வந்து சென்றனர். வைகுண்டர் தவம் நிறைவேற அங்கே தவத்தில் அமர்ந்தார்.

அய்யாவை நாடி அனைத்துவகை சாதி மக்களும் வரத் தொடங்கினர்....

பழுமரம் நாடும் பறவைக் கூட்டமாய் பக்தர்கள் குவிந்தனர்.

சாதி பதினெட்டும் வைகுண்டரைக் கண்டு களித்தது......! ஒக்க ஒரு இனம் போல் கூடித் தவம் செய்தது...! முப்போதும் வணங்கி முழுபூசை கண்டு மகிழ்ந்தனர் மக்கள்.

ஆணும் பெண்ணும் மக்களுமாய்க் கூடி வைகுண்டர் தவம் கண்டு மெச்சிக் கிடந்தனர்....

அய்யா வடக்குவாசல் முகம் நோக்கித் தவம் செய்தார். மக்கள் முத்திரிக் கிணற்று நீரிற் குளித்து சமைத்து உறவோடு உண்டு மகிழ்ந்து கிடந்தனர்...

தவத்துக்குகந்த திருநாள் கண்டு மகிழவேண்டும் என்று வைகுண்டர் எண்ணினார்....

சீடர்கள் சூழ்ந்து நின்று அய்யாவுக்குப் பணிவிடை செய்தனர்.... பண்டாரங்கள் எல்லாம் வைகுண்டம் உண்டு என்று பாடித் தவம் செய்தார்கள்.... வந்தவர்களுக்கெல்லாம் அய்யா அறம் போதித்தார்....

இறை நாமம் பாடி இன்புறச் செய்தார்..... பலிபூசை இல்லாத பக்திவழி நாடச் செய்தார்.... சீடர்களும் பண்டாரங்களும் அய்யாவினுடைய அறிவுரையைக் கேட்டு அன்பு வழியில் நடந்தார்கள்.... குளித்து துவைத்து தூய்மை பேணினார்கள்.... அன்பர்களையும் அவ்வழியில் நடக்கச் செய்தார்கள்.... அதனால் அய்யாவை நாடி பழுமரம் தேடிய பறவைகளைப் போல பக்தர்களும் வந்து சூழ்ந்தார்கள்..

விடுதலையற்றுக் கிடந்த மக்களெல்லாம் விடுதலை கிடைக்கப் பெற்றவர்களாய் வைகுண்டரைப் போற்றி நின்றார்கள்.... பசியால் மெலிந்தோருக்கெல்லாம் அன்னமிட்டு உபசரித்தார்கள்......

நோயால் துன்பப் பட்டவர்களும் இயலாமையால் பாதிக்கப்பட்டவர்களும் அய்யாவைச் சூழ்ந்து கிடந்தார்கள்..... பேய்களினால் துன்பப் பட்டவர்கள் வாதை பேய் பிணி நீங்கி இன்புற்றார்கள்....

வறுமையால் வாடிக்கிடந்த மக்களெல்லாம் வளம்பெற்று வைகுண்டரைப் போற்றி வாழ்ந்தார்கள்.

நாளுக்கு நாள் பக்தர்கள் கூட்டம் அதிகமாகிக் கொண்டிருந்தது....

44

தோப்புப்பதி கடவுள்பதி போல் கருணை கொண்டு விளங்கியது. அடியார்களும் பக்தர்களும் அங்கே கூடித் தவம் செய்தனர். சமத்துவப் பதியாய் தோப்புப் பதி தர்மம் வளர்த்தது. அருள் தாகம் உடையோர்கள் ஆன்ம பலம் பெற்றனர். பசியால் வாடிக் கிடந்த மக்கள் பசிநீங்கிச் சென்றனர்... நோயுடைய மக்களெல்லாம் வைகுண்டரைப் பணிந்து புதுவாழ்வு பெற்றனர்.

வைகுண்டரின் புகழ் கண்டு அங்கே கூட்டம் நாளுக்கு நாள் அதிகமாகக் கூடியது. அடியார்கள் பிரியாது வைகுண்டரைப் பணிந்து சேவை செய்தனர். அடியார்களின் அகத்தூய்மை காண வைகுண்டர் ஓர் சூட்சுமம் செய்தார்....

வாவைப்பதி சென்று கூடித் தவம் செய்யுங்கள் என்று அவர் அவர்களுக்குக் கட்டளையிட்டார்...........

சீடர்கள் ஐவர் வைகுண்டரைப் பணிந்து அங்கே அமர்ந்து கொண்டனர்..... பண்டாரங்கள் எல்லாம் காவி ஆடை தரித்து துளப மாலை அணிந்து நார்பெட்டியும் கைப்பிரம்புமாய் நல்லோர்க்கு நல்வாழ்வு காட்டி நடந்து சென்றனர்...

கடல்வெளி மணல் மேட்டில் அய்யா தவம் செய்யும் ஓர் இடத்தைக் கண்டனர்.. கொட்டகைகள் அமைத்தனர்... தோப்புப் பதி போல குளித்துத் தவம் செய்தனர்.....

தவத்தின் அருமை கண்டு தவமுடையார் உளம் காண சிந்தை செய்தார் வைகுண்டர்.... பக்தர்கள் எல்லாம் கடல் நீரில் குளித்தனர்; துவைத்தனர்; பருகினர்; உணவு சமைத்தனர்..... பாலும் பச்சரிசியுமாய் பொங்கலிட்டு வைகுண்டரை வணங்கினர்........ பச்சரிசி சோறு சமைத்து நாளெல்லாம் உண்டனர்..... கடல் மணலில் உணவினை இட்டு கைகளால் எடுத்து உண்டனர்...

வைகுண்டம் உண்டெனவே வாடி உளங்களித்து முப்போதும் வணங்கினர்.....

பக்தர்களைச் சோதிக்க பகவான் உளங்கொண்டார்.. வாடைக்காற்று வருத்துவதாய் வீசியது..... சமைத்த சோறும் உண்ணும் உணவும் மணலுந் துகளுமாய் மாசுகள் மொய்த்தன....

மனங்கோணாமல் வைகுண்டர் சூழ்ச்சி இது என்று தினம் மகிழ்ந்து பூசை செய்தனர் பண்டாரங்கள்..... மணல் சோற்றை உண்டு தவம் செய்தனர்..... பிரியாமல் கூடிக் கிடந்தனர்......

தெள்ளுப் பூச்சிகள் திக்கெட்டும் பரந்தன... வாவைப் பதியுள்ளும் வைகுண்டர் அடியார் இடத்துள்ளும் தெள்ளுப் பூச்சிகள் நீங்காமல் நிறைந்து பரந்தன....

சந்து பொந்தெல்லாம் புகுந்து வளர்ந்தன.... பக்தர்களைக் கடித்துக் குதறின......

மேனியெல்லாம் ஒட்டி உடலை வருத்தின....

ஆடை அணிமணிகள் அங்கமெல்லாம் தெள்ளுப்பூச்சிகளின் ஆளுகைகள் மலிந்து கிடந்தன..... எனினும் அடியார்கள் மனம் தளரவில்லை......

தெள்ளுப் பூச்சிகளோடு மூட்டைப் பூச்சிகளும் ஒட்டிக் கொண்டன....

பண்டாரங்களைத் தூக்கமின்றி கடித்து மொய்த்தன....

சடையாண்டி வைகுண்டம் நம்மைச் சோதிக்கிறார் என்று மெய்யடியார்கள் பிரியாது தவஞ் செய்தனர்...உடம்பெல்லாம் சிக்கும் சிரங்குமாய் சீரழிந்து கிடந்தது!

மணலில் இட்ட உணவெல்லாம் மண்ணும் ஈயுமாய் மொய்த்துக் கொண்டன....

காற்று மணல் வாரி இறைத்தது:

அரங்கநாதன் காரணமாய் இது நடந்ததென்று கலங்காமல் அடியார்கள் அபயமிட்டு வாழ்ந்திருந்தனர்.... ஏதேது துயரம் ஆயினும் இங்கிருப்போம் என்று மொய்த்த வண்டினம் போல் வைகுண்டரைப் போற்றி இருந்தனர்..... பாடி மகிழ்ந்தனர்... வந்த துயர் யாவும் அடியார்கள் ஏற்றுக் கொண்டார்கள்.......... பிரியாமல் இருந்தார்கள்.... வாவைப்பதி தவம் கண்டு வையத்தார் இன்புற்றனர்........ வைகுண்டரை நாடிக் கூட்டமாய் வந்தனர்.... வாவைப் பதி எங்கும் வைகுண்டர் நாமம் முழங்கிக் கிடந்தது....

●

45

சோதனைகள் பல தந்தும் பிரியாது தவம் செய்யும் அடியாரின் தவங் கண்டு மெச்சினார் வைகுண்டர். வாவைப் பதிவிட்டு வேறிடம் அனுப்பத் திருவுளங் கொண்டார். வாவைப் பதியில் பேறுபெற்றோர் யாவரும் வைகுண்டரைப் பிரியாமல் பணிவிடை செய்து கிடந்தனர். பாற்கடல்போல் நாதன் பள்ளி கொள்ளும் முட்டப்பதியேக அடியார் ஒருவருக்குக் கனவுபோல் காட்டினார்... காலை பொழுதில் அடியார் கனவால் நாதன் குருநாதன் துணையோடு அடியார் முட்டப்பதி சென்றனர்.

மனவுறுதி மாறாமல் மக்கள் தவமிருந்தனர். முட்டப்பதி செல்ல அடியார் கூறக் கேட்டனர்... நாதன் அடியார்க்கு நற்சகுனம் வாய்த்தது என அனைவரும் குருவடி போற்றி எழுந்தனர்.. கடலில் நீராடி நாமம் தரித்து நாதனை மனதில் நினைத்து முட்டப்பதி புறப்படத் தயாராயினர்...முட்டப்பதி அலங்காரச் சிறப்புடையது. எப்பதியும் இப்பதிக்கு ஈடாகாது என்னும் பெருமை கொண்டது...

சிவலோக வைகுண்டர் சிவசக்தி பெற்ற தலம் எனச் சித்தத்தால் சிந்தித்துத் தவமிருந்த இடம். பாருலகு அளந்த பச்சைமால் நாராயணர்பள்ளி கொண்டிருந்த பார் போற்றும் திருத்தலம் .. தென்னை மரங்கள் செழித்து வளர்ந்த தோப்புவனம் அது. சுற்றுச் சுவர்கள் அங்கே அழகாய்

அமைந்திருந்தது. வைகுண்டர் அடியார்க்குத் தானமாய்த் தந்திட அய்யா குருநாதர் கனவில் கூறினார். அதனால் தானமாய் தந்த இடம் அது. அடியார்கள் சிவ சிவ எனச் சிவனை மிகத் தொழுது நடந்தனர்.

அரகரா என அரனை மிகப்போற்றி நடந்தனர்... அய்யா நாராயணம் வைகுண்டம் வந்தாரெனப் போற்றி நடந்தனர்...

முட்டப்பதி வாரிக் கரை சேர்ந்தனர்.... கடற்கரை வாரி சந்தனப் பதிபோல் காட்சியளித்தது.....

கூடாரங்களிட்டு குழந்தை குட்டிகளோடு இளைப்பாறினர்...

சிரங்கும் சொறியுமாய்க் கிடந்த உடலை நல்ல தண்ணீரில் கழுவிக் குளித்தனர்...

நல்ல தண்ணீரில் துவைத்தனர்.... கூடிக் கூட்டமாய் வைகுண்டரை வணங்கித் தொழுதனர்.....

வெண்ணிற ஆடைகளை அணிந்தனர்... நல்ல நீரில் சோறாக்கிச் சமைத்தனர்... காயுங் கனியும் கிழங்கும் உண்டனர்.... மேனி செழிக்கத் திருநாமம் இட்டனர்...

மூன்று வேளை நாமகரணம் பாடினர்....

பண்டாரம் போல ஊர் சுற்றி வந்தனர்... பண்டாரங்களைக் கண்ட உயர் சாதி மக்கள் பாய்ந்தோடி மறைந்தனர்...

பண்டுநாதன் உரைத்தபடி ஓடப்பராய்க் கிடந்தவர்க்கு வாழ்வு வந்ததென வாயாடி வைதனர்.... மண்ணளந்து வாழ்ந்தார்க்கு விண்ணளக்கும் காலம் வாய்த்ததென்று வசைபாடிப் பழித்தனர்... பெண்களெல்லாம் மூன்று வேளை குளித்தனர்; மூன்று வேளையும் துவைத்தனர்.... மூன்று வேளையும் சிவநாமம் பாடினர்....

அவர்களின் அழகு திருமேனி கண்ட அயலவர்கள், பகைகொண்டு இருள்மூடி முகஞ் சுளித்துச் சென்றனர்.... அய்யாவைப் போற்றி நெல்லவித்து அரிசியாக்கி புதுச்சோறு உண்டு மகிழ்ந்தனர்...!

தவம் செய்யும் மேலோரை நாட்டோர் பலரும் கண்டு வணங்கினர்....

நெல்லும் காய்கறியும் அரிசிவகை பருப்பு எல்லாம் தாராளமாகக் கொண்டு குவித்தனர்.... உழைத்துக் களைத்த மக்களெல்லாம் வைகுண்டர் அருள் வேண்டி தவஞ்செய்து ஞானம் பெற்றனர்.... அடக்கம் பெரிதென்று அருள் ஞானம் பெற்றவர்கள் ஒக்கவே அரிநாதன் செயலென்று வணங்கிக் கிடந்தனர்....

வீடு, மனை, சொத்தாஸ்தி, வஸ்துவகை மறந்தனர்... மாடு ஆடு பண்டங்கள் எல்லாம் துறந்தனர்... தர்மம் பெரிதென்று தரணியில் வாழ நினைத்தனர்.... எல்லாம் ஓரிடத்தில் கூடி ஒன்றாய்ச் சமைத்து ஓரிடத்தில் வாழ்வதை விரும்பினர்.... தூய்மையுடன் வாய்மை காத்து வைகுண்டம் போற்றினர்... முட்டப்பதியில் இறைநாமம் கடலுக்கு ஒப்பாகக் காட்சி பெற்றது....! அடியாரின் பக்தி அய்யாவை ஆட்கொண்டது.... பண்டாரமாகி இரப்பனாய் ஒரு வேடமிட்டார்.... முட்டப்பதி பக்தர்களை ஊருக்குப் போக விடை தந்தார். எவருக்கும் ஊருக்குப் போக விரும்பமில்லை. பிரியாமல் கிடந்தனர்.... கூடித் தவம் செய்தனர்.... வைசூரியை ஏவி பக்தர்களுக்குச் சோதனையை உண்டாக்கினார்......

வைசூரி எங்கும் பரவியது... வாந்தி பேதியால் பக்தர்கள் பெருந் துன்பமாயினர்... பலர் மாண்டனர்... பலர் படுத்த படுக்கையாய்த் தவித்தனர்.... மேனி வாடித் தளர்ந்து நலிவுற்றனர்....

எனினும் எல்லாம் அய்யாவின் சோதனை என்று வைராக்கியத்துடன் இருந்தனர்...

வைசூரி நின்றபாடில்லை..

மன இறுக்கத்தோடு பலரும் ஊருக்குச் சென்றனர்... வீடுண்டோ? வாசலுண்டோ? உறவுண்டோ? ஆஸ்தியுண்டோ? எனச் சென்றவர்களோடு வைகுண்டர் உறவாடி ஊர் வந்தார்...!

பண்டாரம் வந்ததென்று ஊரார் மகிழ்ந்தனர்...நெல்மணி பயறுவகைகளை மூட்டை மூட்டையாய்க் கொட்டிக் கொடுத்தனர்....

கோவிலில்லா மக்கள் எல்லாம் கடவுளைக் கண்டேன் என ஆராதித்து மகிழ்ந்தனர்...

பண்டாரங்களைக் கண்டு பக்தி செய்தவர்களும் வைகுண்டரை வணங்கி துவைத்துக் குளித்தனர்

வழிபாடுகளை மூன்று வேளைகளிலும் செய்தனர். திருநாமம் அணிந்து திருமேனி வளர்த்தனர்... ஒக்க ஒருவினம்போல் கொண்டாடிக் களித்தனர். பண்டாரங்கள் எல்லாம் பிச்சை பெற்று உண்டு வாழ்ந்தார்கள்.

மக்களெல்லாம் பட்டாடை பண்டமெல்லாம் பக்தியுடன் அவர்களுக்குத் தந்து மகிழ்ந்தனர்... பண்டாரங்கள் சென்ற இடமெல்லாம் பக்திமணம் கமழ்ந்தது; சமத்துவப் பூங்காவாய் நாடு செழித்தது..

பண்டாரங்களைப் பார்த்து வருவோம் எனப் பகவான் வைகுண்டர் தம் மனதில் எண்ணினார்......

தவத்திலிருந்து உயிர்த்து எழுந்தார்... தவமும் ஆறு ஆண்டுகளைக் கடந்து கொண்டிருந்தது...!

●

46

பாற்கடலில் பச்சைமால் நாராயணர் உரைத்த படி அய்யா கடுந்தவர் செய்தார்... பக்தர்களுக்காக அவர் முட்டப்பதி வந்தார். பக்தர் தமக்காக ஆங்கோர் சமதர்மக் குடியிருப்பு ஒன்றினை உருவாக்கினார்... குடியிருப்பில் எழுநூறு குடும்பங்கள் சேர்ந்திருந்தனர்.....

குடும்பத்தினர் எல்லோரும் காலை மாலை உச்சி வேளையெல்லாம் அரனார் அடி போற்றி வழிபாடுகள் செய்தனர்.....

அகமும் புறமும் தூய்மையாக்கி மகிழ்ந்தனர்... சித்தம் களிக்க சிவநாதனை வணங்கினர். வைகுண்டரும் அங்கே சிலகாலம் தவமிருந்தார்.

ஒரு நாள் காலைப் பொழுதாயிற்று....

முட்டப்பதி முழுவதும் சிவநாதம் முழங்கிக் கிடந்தது! முக்கடல் வாரி வைகுண்டர் பாதம் நனைத்து மகிழ்ந்தது!

காலைக் கதிரவனும் ஒளிமுகம் காட்டிச் சிரித்தான்... தவ முனிவர் இருவர் வைகுண்டரை நாடி வந்தனர்; பொன்னடி வணங்கி போற்றினர்; அய்யா நாராயணர் அழைக்கிறார்! என அகமகிழ்ந்து கூறினர்.....

பண்டு நாதன் உரைத்தபடி நாராயணரும் வந்தாயோ? என உளம் மகிழ்ந்தார் வைகுண்டர்... முனிவர்கள் முன்னும் பின்னுமாய் வழி நடக்க வைகுண்டர் நடந்தார்....

வாரிக்கரையோரம் ஒளிவெள்ளம் ஊடுருவிப் பாய்ந்தது...!

மணல்வெளி மேடுகள் பொன்னாகி மின்னத் துலங்கியது! கடல் மகளும் அலைக்கரங்களால் வைகுண்டர் பாதம் கழுவி ஆர்ப்பரித்தது...!

கலிநீசன் படுத்தின பாடுகளைக் கேட்டறிய, பால்வண்ணர் அரிகோபால நாராயணரும் அழைத்தீரோ? என்று நாராயணத்தைக் கடல்கரையில் கைகூப்பி வேண்டினார்... கலியன் படுத்தின பாடுகளை எல்லாம் பரந்தாமனுக்குக் காட்டுவது போல உருவெடுத்தார்... கால்கைகளில் விலங்கிட்ட காட்சி புண்ணாகிக் கிடந்தது...!

சாட்டையால் அடித்த அடிகளெல்லாம் கனத்து வீங்கிச் சுவடாகிக் கிடந்தது...!

ஈட்டியாலும் ஆயுதங்களாலும் தாக்கின இடம் எல்லாம் புண்ணாகிக் கிடந்தது..

சீழும் இரத்தமும் வடிந்த திருமேனியாய் வைகுண்டர் முட்டப்பதி அலையோரம் வந்தார்...!

அலைகடலும் அய்யாவைக் கரங்களால் தாவி எடுத்தது...! கடலகத்தே கொண்டு சென்றது....

கடல் நடுவே நாராயணர் வைகுண்டரை உடலோடு தழுவித் தாவி அணைத்துக் கொண்டார். அங்கே வானவர்கள் மலர்மாரி சொரிந்து வாழ்த்தினர். வைகுண்டர் தவங்களைக் கேட்டறிந்தார் நாராயணர். அவரும் வெந்தோஷமெல்லாம் நீங்க பட்ட பாடுகளை நாராயணரிடம் கூறினார்...

இத்தனை நாளும் பாராமல் இருந்தீரே! என்று கனத்த முகத்தோடு வருந்திக் கூறினார் வைகுண்டர்...! தவமெல்லாம் மெய்யானது! தாரணியும் மகிழ்ந்தது! கலியழித்து தர்மச்

செங்கோலும் திருமுடியும் தந்து எப்போது அரசாள வைப்பீர் எனக் கேட்டார்.... அவர்...

சப்த கன்னியர்கள் பெற்ற பிள்ளைகளுக்காகக் கானகத்தில் தவம் செய்கிறார்கள்...!

பிள்ளைகளைத் தந்து மணவாளன் தங்களைத் திருமணம் செய்ய வேண்டுமென அவர்கள் கடுந்தவத்தில் ஈடுபட்டிருக்கிறார்கள்....

கால்கள் இளகாமல் பாலமுது அருந்தாமல் பாருலகைப் பாராமல் தவம் இயற்றுகிறார்கள்....

அவர்களைச் சுற்றி ஆலமரம் வளர்ந்து படர்ந்திருக்கிறது....! காடுகள் வளர்ந்து சூரிய ஒளி படாமல் மறைத்துக் கிடக்கிறது! யானை, கரடி, சிங்கம் உலவி வருகின்றன... கன்னியர்தம் கடும் தவத்தை நிறைவேற்ற வேண்டும்... அவர்களை மணமுடித்து மாலையிட வேண்டும்... அவர்கள் பெற்ற பிள்ளைகளைத் தந்து நாட்டில் அரசாளச் செய்ய வேண்டும்... கலியை முடித்து கனாப் பயங்களை அறுத்து சான்றோர்க்கு நாடு தந்து தர்மயுகம் மலரச் செய்ய வேண்டும்.... என வைகுண்டர் கேட்டார்...

கன்னியர்கள் தவத்தை நிறைவேற்றித் தரணி எல்லாம் ஒரு குடைக் கீழ் ஆள செய்ய வேண்டும். தர்மயுகப் பதியும் இரத்தின சிம்மாசனமும் தந்து தர்மச் செங்கோலும் திருமுடியும் சூட்டி முப்பொருளும் ஒன்றாகி உன்னை நாடாளச் செய்வேன்... கலங்காதே... என்று வைகுண்டருக்கு நல்லருள் புரிந்தார் நாராயணர்...

கப்பல் கரை சேர்ந்தார்போல கரை சேர்ந்தார் வைகுண்டர் .... பூலோகத்தார் புடை சூழ விஞ்சை பெற்ற வைகுண்டர் தோப்புப் பதி வந்தார்... பண்டாரங்கள் எல்லாம் வைகுண்டரைச் சூழ்ந்து நின்றனர்...

சுவாமித் தோப்பு தெய்வலோகமாய்ச் செழிப்புற்றுக் கிடந்தது...!

வானவர்கள் மலர்மாரி சொரிந்தனர்...

மாதர்கள் குரவையிட்டுப் பாடினர்... பண்டாரங்கள் அரகரா முழக்கமிட்டனர்... தோப்புப்பதி வந்த நாராயணர் தமக்கு சான்றோர்கள் பாலும் பழமும் கொடுத்து மகிழ்ந்தனர்....

வைகுண்டரின் வாய்மொழிகளைக் கேட்க வையத்தார் புடைசூழ நின்றனர்.

நெல்லும் சிறுமணியும் மாடு ஆடு அணி ஆடைகள் எல்லாம் மலையாய்க் குவித்தனர்... சீடர்கள் பலரும் அய்யாவின் அருள்மொழி கேட்டுக் குறி தவறாது சேவை செய்தனர்...!

மெய்கொண்ட சான்றோர்கள் குளித்துத் துவைத்து சமைத்து நல் வளமை சேர்த்தனர்....

ஊர் பலவற்றிலிருந்தும் மக்கள் அய்யாவைக் கண்டு தரிசனம் செய்தனர்....

எல்லோரும் கூடி அரிகிருஷ்ணர் நாராயணர் என்று நாளும் வைகுண்டரைப் போற்றி வணங்கினர்....

47

தோப்புப்பதி பக்தர் கூட்டத்தால் தெய்வப்பதியாய் விளங்கியது; வைகுண்டர் வடக்கு வாசல் நற்பதியில் நாட்டில் நடக்கும் நல் வளமையெல்லாம் பார்த்திருந்தார்....

மூலக்கனலைக் காலால் எழுப்பி கருத்தறிந்து தவம் நின்றார்...

மூக்குச்சுளியை நோக்குச் சுளியாக்கி ஆகாயத் தாமரையில் அகமொடுக்கித் தவமிருந்தார்... அண்டவெளி கண்டு ஆணவத்தைத் தானடக்கிக் கோணுக்குள் அணுவாகி கோமகனும் தவமிருந்தார்.... சாதி பதினெட்டும் மோதிப் பகையாமல் சான்றோர்கள் நன்மக்கள் நாடாளத் தவமிருந்தார்....

பொய்மாய்கை வஞ்சனைகள் சூதுவாது தானழிய மெய்யான வைகுண்டர் பூலோகத் தவமிருந்தார்...! நாட்டு நடப்பெல்லாம் நாள்தோறும் உளங்கொண்டு குறியாகக் குறிசொல்லி குருநாதன் தவமிருந்தார்....

பாலமுதம் தானருந்தி பண்டார வடிவாகிப் பாருலகம் வாழ்வதற்கு வைகுண்டர் தவமிருந்தார்....

தவமிருந்த வைகுண்டர் தன் சீடர்களைக் கூவி அழைத்தார். சீடர்கள் அய்யாவை வணங்கித் தொழுதனர்....

கடிதாகச் சென்று அம்மைமாரை அழைத்து வாருங்கள் என்று திருவாய் மொழிந்தார்...

சீடர்கள் நாலா திசைகளிலும் சென்று அம்மைமாரே! வாருங்கள் என்று கூவி அழைத்தனர்...

அழைக்கிறார் அய்யா என்ற ஒலி தவமிருந்த கன்னியர்தம் காதுகளில் ஒலித்தது...!

வைகுண்டர் வந்தார்... என்று அவர்கள் மனங்களித்து ஓடினார்கள்....

திருநெல்வேலி சீர்விளங்க பன்னிரண்டு வயது அகவையான சாஸ்திரக் கன்னி அய்யாவைப் பணிந்து நின்றாள்....

புன்னையடி பொலிவு பெற சீரான ஐந்து வயதுக் கமலக்கன்னியவள் நாதன் அடிதொழுதாள்... கோட்டையடி கொலுவிருக்க ஏழு வயது அகவையான யோகக் கன்னியும் வைகுண்டரை வணங்கி நின்றாள். தாமரைகுளத்துப்பதி தாயாகி வளர்கின்ற ஐந்து வயதான மூலக்கன்னி நாதன்தாள் பணிந்து நின்றாள். களக்காடு கன்னியான கடும்சத்திக் கன்னியும் காரணரின் தாள் பணிந்து வணங்கினாள். பிள்ளையார்விளை நல்வளமை கண்டு ஏழு வயது அகவையுள்ள தெய்வக்கன்னியும் குருநாதனைப் போற்றி நின்றாள்... பாஞ்சாலங்குறிச்சி வாழ்ந்த ஐந்து வயது அரிமடவு கன்னியவள் அய்யாவின் அடிபணிந்து வணங்கினாள்....

கன்னியர் எழுவரும் தோப்புப்பதி வந்து அய்யா தவமிருக்கும் அருங்காட்சிகளைக் கண்டு அகங்குளிர்ந்தனர். அய்யாவுக்குச் சேவை செய்து நாளெல்லாம் மகிழ்ந்தனர்... பண்டாரங்களும் சீடர்களும் கன்னியர்களும் அய்யாவின் குருமொழி கேட்டு நாடு வாழ கடுந்தவமியற்றினர்.

முத்திரிக் கிணற்றில் மூன்று வேளை நீராடினர்; முறையாக ஆடைகளைத் துவைத்து உடுத்தினர்... பச்சரிசி

பயிறு காய்கறிகள் சமைத்து உண்டனர்... உச்சிப்படிப்பு உகப்படிப்பு, வாழாப்படிப்பு படித்து இறையவனைப் போற்றினர்....

தாயைப் பற்றித்தொடரும் சேய்போலப் பிரியாமல் பணிவிடை செய்தனர். சீடர்கள் தவக்கோலம் கண்டு சீடர்களை ஆராதித்தனர் மக்கள். சீடர்களும் பக்தர்களுக்கு நிழல் தரும் மரம்போல அமைதியும் ஆறுதலும் தந்தனர்...

தோப்புப்பதி வானவர் உலகம் போல தெய்வீக மணம் கமழ்ந்து கிடந்தது...

நாட்டின் நாலா பாகத்திலிருந்தும் மக்கள் விழா காண வருவார் போல வந்து சென்றனர்...

வாடிய பயிர்கண்ட மழை போல மனங்களித்தனர்... கூடுகளிலிருந்து வெளிவந்த பறவைக் கூட்டம் போல ஆடிக்களிப்புற்றனர்...

சிறைக்குள் அகப்பட்டோர் விடுதலை பெற்று வெளிவருவது போல மக்கள் சாமித் தோப்புப்பதி நோக்கி வந்தனர்...

பாலும் பழமும் காய்கறி வகையாவும் சுமையாய் சுமந்து வந்து பதியில் குவித்தனர்.

மக்கள் கூடிக்குலவி குதூகலம் அடைந்தனர்... காலையில் குளிப்பதும் துணிகள் துவைப்பதும் சூடாகக் காய்கறி உணவு சமைப்பதும் யாவுமாய் புதுமைகள் செய்தனர். உழைத்துக் களைத்து உயர் சாதியாருக்குக் கைப்பாவையாய்க் கிடந்தவர்களெல்லாம் கரைசேர்ந்த கப்பல் போல அய்யாவைத் தொழுதனர்... கன்னியரும் சீடர்களும் பண்டாரம் போல் பணிவிடை செய்து ஆறுதல் பெற்றனர்.....

வைகுண்டரும் தூய்மையும் துறவுமாய் மக்களை நல்வழிப்படுத்தினார்....

அடக்கமும் பொறுமையும் கடைபிடித்து அறிவினை வளர்க்கும் தூண்டு கோலாய் அமர்ந்தார்... ஒற்றுமையும்

ஒருமைப்பாடும் உடையோராய் வாழ்ந்து நாடாளும் நலங்கள் பெற நன்மொழிகள் கூறினார்... ஆணவங்கள் இல்லாத அன்புவழி காட்டி ஆறுதல் படுத்தினார்....

சாத்வீக நிலையறிந்து தத்துவப் பெரியோராய் வாழ வழி செய்தார்....

வேனிலில் வாடிக் கிடந்தோருக்கு நிழல்தரும் குளிர்மரம் போல் அருள் வெளியில் ஆனந்தம் தந்தார்.....

அடிமையாய்க் கிடந்த மக்களெல்லாம் அன்புவழியில் அய்யாவைக் கண்டு வணங்கினார்கள். வீட்டில் அடைபட்டுக் கிடந்த பெண்களெல்லாம் விடுதலை அடைந்தோம் என்று வைகுண்டரைப் போற்றித் தொழுதனர். வழியறியா மக்களெல்லாம் பரவெளியில் பரவச நிலைபெற்று உயர்ந்தனர்.

மக்கள் மனைகளோடு மகிழ்ச்சியாய் வீதிவழியாக நடந்து விமலனைப் போற்ற வந்தனர்... அடக்கி ஆண்டோர்கள் அடங்கிக் கிடந்தார்கள்... வரிகேட்டு அடித்தவர்கள் வாழ்வழிந்து போனார்கள்.... முறைகெட்டு ஆண்டவர்கள் முடங்கிக் கிடந்தார்கள்... முறைதவறி உறவாடி மகிழ்ந்தவர்கள் கதிகெட்டுச் சிந்தை கலங்கிச் சிதறிக் கிடந்தார்கள்...

வைகுண்டர் தவம் வையகத்தை ஆண்டு கொண்டது...! தாழக் கிடந்தவர்களைத் தரணி ஆளச் செய்தது! மெய்கொண்ட மக்களெல்லாம் தவங்கண்டு கிடந்தார்கள்...

48

வைகுண்டரைப் பிரியாது வணங்கிய பக்தர்கள் பண்டாரங்கள் ஆயினர்.... அவர்கள் நாடெல்லாம் சென்று அய்யாவின் பெருமைகளைக் கூறி நின்றார்கள்.... நிழல் தாங்கல் பலசெய்து வைகுண்டரை வரவேற்று உயர்ந்தார்கள். சாதி பதினெட்டும் சன்யாசி தம்மோடு கூடித் தவஞ் செய்தனர்... சாதி வெறித்தனங்கள் பாதியாய்க் குறைந்து போயின.... மீதியுள்ள மக்களையும் விமலன் அழைத்து வழிகாட்டினார். நாட்டில் மக்கள் ஒன்றாய் கூடி உலவி மகிழ்ந்தனர்...! வைகுண்டலோகமும் நாகர் உலகமும் போல் கொண்டாடி மக்கள் வைகுண்டரைப் போற்றினர்....

பேதமில்லாது மக்கள் ஆதித் திருவுளம் போல் குளித்துக் குணம் கொண்டு ஆதியைப் போற்றி அகமகிழ்ந்தனர்... மகிழ்ச்சியாய் மக்கள் வாழ்ந்திருக்கக் கண்டார் வைகுண்டர்...

மக்களே! வாருங்கள் என்றழைத்தார்!

தாய்ப்பசுவின் அழைப்பினைப் போல் கன்றாகி மக்கள் விமலன் அடி பணிந்து வணங்கினர்...!

குவலயத்தோர் வாழ தோப்புப் பதியைக் கொண்டாடி இருங்கள் எனச் சீடர் தமக்கு உரைத்தார் வைகுண்டர்.

சீடர்களும் உரைத்த மொழி மாறாமல் அடியார் குறை நீக்கி அய்யாவைப் பணிந்தனர்.

தோப்புப்பதி தெய்வமணம் கமழ்ந்து கிடந்தது... காலைப் பொழுதில் அன்னப் பறவைகள் விளையாடி மகிழ்ந்தன...பறவைகள் பாடிப் பறந்தன...

பச்சைக் கிளிகள் கீச்சிட்டுக் களித்தன... தென்றலோடு விளையாடி தென்னை மரங்கள் சாய்ந்தாடின....

செந்நெற்கதிர்கள் செங்கரும்பை அணைத்துக் காதலர் கைபிடித்த காதலியர் போல் சாய்ந்து கிடந்தன... வான்முகிற் கூட்டங்களை வயல்வெளித் தவளைகள் வரவேற்றுக் கிடந்தன...

வைகுண்டர் நாமம், வயல்வெளியில் வேலை செய்யும் மகளிரும் பாடிக் கிடந்தனர்...

வைகுண்டர் அழகு தொட்டிலில் அமர்ந்து கொண்டு அருள்வாக்குக் கூறி அடியாரை மகிழ்வித்தார். அவர் தோளில் பொக்கணம் இட்டார்... தலையில் துளசி மாலை அணிந்தார்.... மார்பில் துளசி மாலையுடன் உருத்திராட்சமும் காவி ஆடையும் தரித்தார்...

கையில் பிரம்பினையும் பிடித்திருந்தார்... சுரைக் கூடும் நாமமுமாய் மற்றொருகை பிடித்திருந்தது....

காதில் கடுக்கன் அணிந்திருந்தார். காவி ஆடை உடலை அழகு படுத்தியிருந்தது! அவர் பக்தர்களுக்கு அறநெறிகளைக் கூறிக் கொண்டிருந்தார்...

புராண இதிகாசச் செய்திகளை வாழ்வியலோடு ஒப்பிட்டுக் கூறினார்...

முத்திரிக் கிணற்றில் எல்லா மக்களையும் வேறுபாடின்றி குளிக்கவும் குடிக்கவும் வைத்தார். துவைத்தும் சமைத்தும் மக்கள் ஒன்றாய் கூடி வாழ்ந்தனர்.

மந்திர தந்திரங்களில் மயங்காமல் இறைவழிபாட்டில் மக்களை ஈடுபடுத்தினார்.... பேய், பிசாசு, பில்லி, சூனியங்களை எதிர்த்தார். பலியிடுவதும் இரத்தபலி ஏற்பதும் குற்றம் என வலியுறுத்தினார்...

கொலை, களவு, காமம், வஞ்சனை, சூது, கள் ஆகியவற்றை எதிர்த்துக் குரல் கொடுத்தார். குவலயத்தோர் யாவரும் சமத்துவப் பதியில் தழைத்து வாழ்ந்தனர்...

சாதிகளுக்கு எதிரான சமத்துவத்தை மக்கள் பின்பற்றத் தலைப்பட்டனர்....

எல்லா மக்களும் கூடித் தவம் செய்து தோப்புப் பதியில் கொண்டாடி மகிழ்ந்தனர்...

அய்யா வைகுண்டர் தொட்டிலில் அமர்ந்தவாறே ஓர் சூட்சுமம் சொன்னார்...

மக்களே! எனச் சீடர்களை அழைத்தார்.... கன்னியரை மணஞ்செய்யப் போகிறேன் என்றார். சான்றோர் மக்கள் யாவரும் அம்மைமாரை அழைத்து வாருங்கள் என்றார்.... சான்றோர் மக்கள் நாலா திசையிலும் ஓடி அழைத்தார்கள்...

அங்கே பண்டு அமைத்தப்படி கன்னியர்கள் கொண்டாடி சாமியாடி காண்டம் பாடியவாறு வந்து நின்றார்கள்.

அரிகோணமாமலையில் பிள்ளை பெற்ற வரலாறு பாடினார்...

எங்களை மணம் செய்ய வேண்டும் என மன்றாட்டு உரைத்தனர் கன்னியர்கள்.....

மணம் செய்து மக்களையும் தர வேண்டும் என வேண்டுதல் செய்தனர்.... கற்பனையால் வந்தத் தெய்வத் திருமணங்களால் கன்னியர் தவத்தை நிறைவேற்றி வைக்கச் சித்தமானார் அய்யா வைகுண்டர்.

காலங்கள் மாறலாம். கோலங்கள் மாறுவதில்லை... ஆட்சிகள் மாறலாம்... அரசு மாறுவதில்லை...

மாற்றங்கள் நேரலாம்; மனித தத்துவமே அதுவாகும். உலகம் உலகமாவே இருக்கிறது; உயிர்கள் உயிர்களாகவே இருக்கிறது...!

கடிகார முள் போல் காலங்கள் ஒடிக் கொண்டிருக்கின்றன... மனித பிறவியும் அதுபோல் ஒடிக்கொண்டிருக்கிறது...... மாற்றமும் சீற்றமும் மன உணர்வால் உண்டாகிறது! உணர்வுகள் ஒருமைப்பட்டால் பிரிவினைக்கு இடமில்லை.

ஒன்றே குலமும் ஒருவனே தேவனும்

நன்றே நினைமின்...

தோப்புப்பதி எங்கும் தெய்வீக மணம் கமழ்ந்தது...! பெண்ணுரிமை மீட்டெடுக்கச் சித்தத்தில் சிந்தித்தார்... சமத்துவ சமுதாயம் மலர்ந்திட நிழல் தாங்கலாய் இருந்தவர் பெண்பாவம் நீக்க மணக் கோலம் கொண்டார்... வானவர் தேவர்கள் வைகுண்டம் வாழ்க என வாழ்த்து இசைத்து மகிழ்ந்தார்கள்......

●

49

வைகுண்டர் தோளில் பொக்கணமும் சுரைக் கூடும் துளசிமாலையும் காவியும், கைப்பிரம்பும் தலைப்பாகை கடுக்கனுடன் தொட்டிலில் அமர்ந்தார்...

சீடர்கள் பலரும் சிவத்தில் மூழ்கினர்.... அரகரா பாடி அய்யனைத் தொழுதனர்...

தவமாய்த் தவத்தின் மோன நிலையில் உணர்விழந்தார் வைகுண்டர்... தோப்புப்பதி மணவைப் பதியாய் மணக்கோலம் கொண்டது........

சீடர்கள் நாலா திசைகளிலும் ஓடிச் சென்று கொண்டிருந்தனர்......!

அம்மைமார்களைக் கூவி அழைத்தனர்....!

தென்றலில் தவழ்ந்து வரும் பூஞ்சோலைப் பூமணமாய்... பிள்ளைகளைப் பெற்று தவமிருந்த கன்னியர்கள் தவம் கலைந்து கனத்த சடையுடனே வந்து நின்றனர்! அரிகோண மாமலையில் எங்களைக் கட்டழித்த அரிநாராயணர் அழைக்கிறார் என்று அடி தொழுது நின்றனர்... கன்னியர் எங்களையும் கட்டழித்துச் சென்ற கண்ணன் அவர் வந்தாரோ? என்று அழுது புலம்பினர்...

பண்டாரங்களும் சீடர்களும் தெய்வீகக் கற்பனையின் கனவாய் காட்சிகளைக் கண்டிருந்தனர்... கன்னியர்கள் ஆடிக் களித்தார்கள்... காண்டங்களைப் பாடி அவதார மகிமைகளைப் பாடினார்கள்...

தோப்புபதி மணநாள் கண்டு மகிழ்ந்து கிடந்தது... பந்தலுக்கான கால் நாட்டப்பட்டது....... நல்லநாள் அதுவென வானவர் மகிழ்ந்தனர்..... தெய்வீகப் பந்தர் திருமணம் காண அமைக்கப்பட்டது..... வாயிலும் தோரணமும் பந்தலை அழகுபடுத்தின.... தெங்கும் பாக்கும் செவ்வாழைக் கதலிகளும் தோரணங்களை அழகு செய்து கிடந்தன..... பிச்சிமலர் மல்லிகையுமாய் மணந்து மணம் வீசியது..... விருந்தும் விழாவும் கண்டு மக்கள் மகிழ்ச்சி அடைந்தனர்.....

தோப்புப்பதி தெய்வமாதர்தம் குரவையாலும், ஆடல்பாடல்களாலும் மணம் கமழ்ந்து கிடந்தது!

மண்டபமும் மணக்கோலமுமாய் தெய்வீக ஆராதனையில் அழகு கோலமானது!

வானவர் மழையில் பூமணம் பொலிந்தது! மேளதாளங்கள் ஒலித்தன; மணியொலி ஒலித்தது! வாழ்த்தொலியும் போற்றொலியுமாய் மணவரங்கம் மகிழ்ச்சி கண்டது....

வைதீக வைகுண்டர் தெய்வக் கன்னியரைத் தம்சித்தத்தில் சிவமாக்கி மணங்கொண்டார்...! கரம்பிடித்து மேடை சுற்றி பெண்ணுரிமைப் பாடிக் களித்தார்.

பெண்கள் அச்சம் நீங்கினர்....

தங்கத்தால் தாலி அணிந்தனர்...

பட்டுப் புடவைகளைப் பயமின்றி அணிந்தனர்...

தெருவீதிகளைத் தனியனாய்ச் சுற்றி வந்தனர்!

கல்விக் கூடங்களுக்குச் சென்று கல்வி கற்றனர்... உள் நாட்டிலும் அயல் நாடுகளுக்கும் சென்று வாழ்ந்து சிறந்தனர்....

பண்பு மாறாமல் பரமனைப் போற்றினர்...!

ஆலயங்களுக்குச் சென்று ஆறாட்டு பார்த்தனர்... வைகுண்டர் பாதம் போற்றி மகிழ்ந்தனர்.. குளித்துத் துவைத்தனர்; காய்கறி உணவை உண்டு மகிழ்ந்தனர்... கூட்டம் குலையாமல் முப்போதும் வைகுண்டர் சொல்முறை தப்பாமல் வாழ்ந்து சிறந்தனர்... மக்களோடு கிளைகள் எல்லாம் நாடாண்டு வாழ வேண்டும் என்று சிவ நினைவில் சிந்தித்திருந்தனர்...

அய்யாவின் பக்தர்கள் பண்டம் பலகாரங்களைக் கொண்டு குவித்தனர்...... நாட்டில் உள்ள திருநிழல் தாங்கல்கள் யாவும் அய்யாவுக்கு எனப் பாக்கு வெற்றிலை பழங்களுடன் பணிவிடை சுருள் படைத்து மகிழ்ந்தனர்....... பச்சரிசி பயறு வகைகளெல்லாம் மலை போல் குவித்தனர்...... வைகுண்டர் மணவிழா கண்டு ஆடிக் களித்தனர்.... எங்கும் சிவசிவ அரகரா கோசம் நிறைந்து கிடந்தது...

50

உயர்ந்தோர் வாழும் சிறந்த விளையாய் வளம் பெற்று உயர்ந்தது உசரவிளை....

கடலலைகளின் தாலாட்டில் தென்னை மரங்கள் வளர்ந்து தென்றலில் ஆடிக்களித்தன.....

தூக்கணாங்குருவிகள் கூட்டங் கூட்டமாய் தென்னங் கீற்றுகளில் கூடுகள் அமைத்து ஆடிக் கிடந்தன... கொக்குகளும் நாரைகளும் மீன்களைப் பிடித்து அலகுகளில் வைத்துக் கொண்டு தென்னைமர மட்டைகளில் அமர்ந்து கொண்டன... கடற்காகங்கள் அலைகளைக் கிழித்து நீர்மூழ்கிக் கப்பல்களாய் மூழ்கி நீச்சலடித்தன... சுறா மீன்கள் கடல் நடுவே சூரியனைப் பிடித்து விளையாடிக் களிப்பது போல வளைந்து குதித்தன... நட்சத்திர மின்னல்களாய் சாளை மீனும் அயலை மீனும் பாய்ந்து விளையாடின....

வலைஞர்கள் வலைகளைத் தோளிலிட்ட வாறு கடற்கரையில் கூடிக் கிடந்தனர்....

அங்கே அருட்பெருஞ் சோதியாய் ஆதியும் அந்தமும் இல்லாத ஈசன் சக்தியோடு கோயில் கொண்டிருந்தார். தென்னாடுடைய சிவனே போற்றி என மக்கள் தலைமேல் கைகூப்பி வணங்கினர்....

ஐந்தெழுத்தால் ஓதி ஐயனைப் போற்றினர்.... சிவ சிவ அரகரா ஒலி வான் முட்டி ஒலித்தது! மத்தள மேளங்கள் இன்னிசையாய் ஒலித்தன... மங்கையர்தம் குரவை ஒலியும் மாதவர் தவமுமாய் உசரவிளை உயர்ந்து கிடந்தது!

அங்கே வைகுண்டர் கால்களால் நடந்து வந்தார்.... பசுக்களைக் குறி சார்ந்து அதன் கன்றுகள் பின் தொடர்வது போல பண்டாரங்களில் சிலர் வைகுண்டரைத் தொடர்ந்து வந்தனர்.....

அங்கே சிவசக்தி ஆலயத்தின் ஓர் மூலையில் அய்யா அமர்ந்து கொண்டார்.... பண்டாரங்கள் அய்யாவுக்கு ஓர் கொட்டகை அமைத்தார்கள்...

வெள்ளை உடை தரித்தார் வைகுண்டர்....

மார்பிலும் கழுத்திலும் துளசிமாலை அணிந்து கொண்டார்....

கையிற் பிரம்பும் தண்டிகையுந் தாங்கினார்... கோவிலுக்கு வந்தவர்கள் அய்யாவைப் பார்த்து வந்தனர்.... அபயம் தரவேண்டிப் பணிந்தனரர்....

வந்தவர்கள் அய்யாவைச் சுற்றி அமர்ந்தனர்... வாய் சொற்களைக் கேட்டு மனம் அமைதியாயினர்... முக்காலமும் கணித்து அய்யா வந்தவர்களிடம் கூறுவார்...

வந்தவர்கள் கலிதோசம் நீக்க வந்த கடவுளார் இவரென்று அய்யாவைப் போற்றினர்.... பந்தலிட்டு பக்தியோடு அங்கேயே தங்கி இளைப்பாறினர்.... குளித்துத் துவைத்தனர்... காய்கறிகளோடு பொங்கலிட்டுப் பண்டாரங்களுக்கும் படைத்தனர்... நோயுற்றோர்கள் நோய் நீங்கிச் சென்றார்கள்.... பேய்பிசாசுகளின் பிடியில் அகப்பட்டுக் கொண்டோரின் அகப்பேய்களை மாற்றி சுகமளித்தார் வைகுண்டர் ... பில்லி சூனியத்தால் பிணிபட்டு உழன்றோரின் துன்பங்களை மாற்றி இன்பமுறச் செய்தார்.. வைகுண்டரின் புகழ் வையமெங்கும்

பரவியது. விளவங்கோடு தேவிகோட்டிலிருந்து தொழுநோயால் துயரப்பட்டவர் ஒருவர் வைகுண்டரைக் காணவந்தார். வைகுண்டர் அவரை அன்புடன் ஆதரித்தார்...! மண்ணும் நீரும் மருந்தாகத் தந்தார்..... உடலைத் தடவி ஆசீர்வதித்தார்......

மூன்று வேளை குளித்துத் துவைத்து உகப்பாட்டு படிக்கச் செய்தார்.....

வந்தவர் சிவநாமத்தில் சிந்தை கலங்கி நின்றார்.....

உள்ளம் உருகி வைகுண்டரைச் சேவித்தார்... சிலநாட்கள் சென்றன... சூறைக் காற்றில் உதிர்த்து விழும் கனிகள் போல் அவர் உடம்பிலிருந்து புண்ணும் பிணியும் காணாமல் போயின....

அழகிழந்த அவர் மேனி தங்கப்பிழம்பாய் பொலிவு கண்டது.... பாழடைந்த அவர்வாழ்வு புதுவாழ்வின் வசந்தங் கண்டு மகிழ்ந்தது......!

பொன்னும் பொருளும் இனி வேண்டேன் என்று அவர் மனம் அடங்கியது...! வைகுண்டருக்குச் சேவை செய்தார்...! அடியவராய் மாறி அடியார்க்கும் சேவை செய்தார்..........

அவர் உடம்பு நோய் நோடியின்றி வலிமை பெற்றது... உடம்பிலிருந்த தொழுநோய் முற்றிலும் குணமாகி அடையாளந் தெரியாமல் போனது... அவர் ஆன்மஞானத் தெளிவு பெற்றார்... அவர் விஷ்வகர்மா இனத்தைச் சார்ந்தவர். தச்சுத் தொழிலில் கலை தேர்ந்த கைவினைஞர்... அவர் வைகுண்டருக்கு அழகு சார்ந்த ஓர் பதி அமைக்க தன் சிந்தையில் கருதினார்....

வைகுண்டரும் அவர்கருத்துக்கு இசைந்திருந்தார்... தொண்ணூற்று ஆறு தத்துவங்களும் ஒன்பது வாசல்களும் ஆறு ஆதாரங்களும் அடங்கப் பெற்றதாய் பதி அமைய வேண்டும் என அவர் நினைத்தார்.

அவர் பெயர் குட்டி ஆசாரி... பதி அமைக்க நிலம் வேண்டும். சிவ சக்தி கோவில் அமைந்த இடம் அது. அதுவும் பூவண்டருக்கு உரியதாகவே இருந்தது... பூவண்டரிடம்

விண்ணப்பம் செய்யப்பட்டது. பூவண்டரும் தனக்குரிய மூன்று ஏக்கர் நிலமும் பதியமைக்கத் தந்து பரமனைத் தொழுதார். உசரவிளை மூலகுண்டப் பதியாய் மூவுலகும் போற்றும் பெருமை கொண்டது.......

51

கன்னியாகுமரியில் கருங்கல் என்று ஓர் சிற்றூர் உண்டு. அங்கே பழம் பெருமை உடையதாய் பாலூர் திகழ்கிறது. அப்பாலூரில் பெருமாள் நாடார் என்றொருவர் வாழ்ந்து வந்தார். அவரது தோட்டத்தில் அவருக்குச் சொந்தமான பனைமரங்கள் வளர்ந்து கிடந்தன..... அக்காலத்தில் மக்கள் வீடு கட்டுவதற்கு தென்னை மரங்களையும் பனைமரங்களையும் பயன்படுத்துவர்... பனைமரத்தால் செய்யப்பட்ட கழுக்கோல்கள் கூரைக்கு வலிமை சேர்த்துக் கிடந்தன....

உசரவிளையில் பதி அமைப்பதற்குத் தேவையானப் பனைமரங்களைப் பெருமாள் நாடார் தருவார் என வைகுண்டர் எண்ணினார். அவரிடம் சென்று கேட்பது என முடிவு செய்தார்..... பக்தர்களை அழைத்துக் கொண்டு பாலூருக்கு வந்தார் அவர்.... பெருமாள் நாடாரைச் சந்தித்தார்.... பெருமாள் நாடாரும் புண்ணியம் பெற்றோம் எனக் கருதி வைகுண்டரை வணங்கினார்..... வந்த காரியம் யாதோ? எனக் கேட்டார்...

பதி அமைப்பதற்கு பனைமரம் கேட்டு வந்தேன் என்றார் வைகுண்டர்.... பனைமரத்துப் பதநீர் அரசுக்குச் சொந்தமான மது விற்பனைக்கானது.

பெருமாள்நாடார் பனைமரங்களைத் தர தனது சம்மதத்தைத் தெரிவித்தார்... ஆனால் என இழுத்தார்.... பனைமரம் பதனீர் அரசுக்கு மது விற்பனைக்கு உரியது என்பதால் பச்சைப் பனைமரங்களை வெட்ட அரசு தடை விதித்திருந்தது என்பதை உணர்ந்தார்..... தடைக்கு எதிராக

பச்சைப் பனைமரங்களை வெட்டுவோர் மன்னனின் தண்டனைக்கு உள்ளாவர் எனக் கூறினார்..... பனையேறி வாழ்வோரை இழிகுலமாய்க் கருதி ஒடுக்கபட்ட காலம் அது. பனைமரமும் வேண்டும்... தண்டனையையும் இல்லாமல் செய்ய வேண்டும்...

வைகுண்டர் அமைதியானார், நெற்றியில் திருமண் எடுத்து நாமமிட்டார்... துளசி மலையைக் னையில் எடுத்து உருட்டினார்.... இடக்கையால் வெள்ளிப் பிரம்பினை மேல்நோக்கிச் சுழற்றினார்....

கண்ணிமைக்கும் நேரத்தில் சூறைக் காற்று சுற்றி வீசியது!

பனைமரங்கள் படபடவென மண்ணில் விழுந்தன. வைகுண்டர் நடந்தார்....

குட்டி ஆசாரி அவருக்குப் பின்னே நடந்தார்; அவர் வைகுண்டரின் அற்புதங்களை அறிவால் அறிந்து மனதால் போற்றினார்...

உசரவிளை வந்தனர்.... ஊரெல்லாம் அங்கே கூடிக் கிடந்தது....

●

52

வைகுண்டர் மூலகுண்டபதி என்ற உசரவிளை வந்தார். அவர் வருவதற்கு முன்னே பெருமாள் நாடார் அங்கே வந்திருந்தார்...

பண்டாரங்களிடம் வைகுண்டரின் பெருமைகளைக் கேட்டறிந்தார் பெருமாள் நாடார்....

மெய்யுருகி மன்றாடினார். வைகுண்டர் பாதத்தைத் தெண்டனிட்டு வணங்கினார்.

பனைமரங்கள் சூறைக்காற்றில் விழுந்து கிடப்பதும், அதனால் அவற்றை வெட்டி எடுத்துக் கொள்ளவும் வேண்டினார்....

அய்யாவின் அற்புதங்களை நினைத்து அதிசயித்தார்.... வைகுண்டர் குட்டி ஆசாரியை அழைத்தார்.... பாலூருக்குச் சென்று பனை மரங்களை எடுத்துவரக் கட்டளையிட்டார்...

குட்டி ஆசாரி சீடர்களை அழைத்துக் கொண்டு பாலூருக்குச் சென்றார்....

மனித உடற்கூறு போல பதி அமைய வேண்டும் எனக் கருதினார் குட்டி ஆசாரி... மனித உடல் தொண்ணூற்றாறு

தத்துவங்களைக் கொண்டது தானே! அது போல பனைமரங்கள் தேவையான நீள அகலங்களில் துண்டாக்கப்பட்டன...

பதி அமைக்கும் பணிகளில் பண்டாரங்கள் ஈடுபட்டனர்.

மர வேலைகளைக் குட்டி ஆசாரி பார்த்துக் கொண்டார். தொண்ணூற்றாறு தத்துவங்களுக்கும் உட்பட்டாற் போல் தொண்ணூற்றாறு கழுக்கோல்கள் கூரையாய் அமைக்கப்பட்டன...

பதியின் அலங்காரம் வானவர் கோயிலாய் வடிவமைக்கப்பட்டது....

பெருமாள் நாடாரும் வைகுண்டரின்அடியாராய்ப் பணிந்து நின்றார்....

குட்டி ஆசாரி குடும்பம் புடைசூழ திருநாமம் சாற்றி அய்யாவின் மெய்வழியில் அடிபோற்றி வாழ்ந்தார்.... அம்பலப் பதியாகி உசரவிளை மூலகுண்டப் பதியாய் மேலுலகக் குருநாதன் புகழ்பாடிக் கிடந்தது!

குட்டி ஆசாரி வாரம் தவறாமல் பதிக்கு வந்து சென்றார்.... குட்ட நோய் குணமான செய்திகளை ஊராரும் உறவுகளும் அறிந்து கொண்டனர். அய்யாவின் அற்புதங்களைக் காண அறிந்தவர்கள் எல்லோரும் பதிக்கு வந்து சென்றனர். வைகுண்டர் திருநாமம் பாடிக் களித்தனர். தலைப்பாகையும் நேர் நாமமுமாய் அய்யாவின் புகழ்பாடி வணங்கினர்.... அம்பலப் பதி அடியார்களின் கோயிலாய் அழகு கொண்டது... தான தர்மங்கள் அங்கே மலிந்து கிடந்தன... பாட்டும் பரதமும் பெண்கள் ஆடிக் களித்தனர்.. சிவனடியார்கள் கூடி சித்தம் களித்துக் கிடந்தனர்.... பண்டாரங்கள் எல்லோரும் வைகுண்டர் பாதமலர் போற்றி தவம் செய்து கிடந்தனர்.... மகளிர் பட்டாடை அணிந்து வந்து பிள்ளை குட்டிகளோடு வைகுண்டரை வணங்கி மகிழ்ந்தனர்... அங்கே முத்திரிக் கிணறு முறையாய் அமையப் பெற்றது. மண்டபமும் தேரும் அழகுபதிக்கென்று அழகாய் அமைக்கப்பட்டது.

மூலப்பதியில் நிலைக் கண்ணாடி நல்லாசனத்தில் பொருத்தப் பட்டது.... காவி ஆடைகளால் கச்சையிடப்பட்டது.... துளப மாலைகளைச் சுற்றிலும் அணிந்து கொண்டார்கள். தவமாய் தவமிருந்து நல்வாழ்வு தந்தவர் அய்யா வைகுண்டர் என்று மக்கள் போற்றிப் பணிந்தனர்.....

பச்சரிசி பாலும் பச்சைப் பயிறும் பொங்கலிட்டு படைத்தனர். பிச்சி மலர் வெள்ளை மலர்சூடி மகிழ்ந்தனர்... முத்திரியில் நீராடி முகுந்தனைத் தொழுதனர்... மூன்று வேளைக் குளித்து முப்போதும் வணங்கினர்... குட்டம் குறைநோவு பெரும் பிணிகள் யாவும் நீங்கி நலம் கண்டனர்... சுத்தம் சுகம் பேணி நலமாய் வாழ்ந்தனர்..... நித்தம் திருநாள் நடத்தி மகிழ்ச்சி அடைந்தனர்.... அம்பலப்பதியின் அழகும் அருளும் அகிலமெங்கும் பரந்தது.... அய்யாவை நாடி மக்கள் கூட்டம் கூட்டமாய் வந்தனர்.... கன்னியர் சூழந்திருக்க கணநாதன் வைகுண்டர் பக்தர்களுக்கு நல்லருள் வழங்கினார். மக்களெல்லாம் ஆத்மீக பயிற்சி பெற்று விழிப்போடு வாழ்ந்தனர். தர்மம் தளைத்து தாரணி மகிழ்ந்தது...... உசரவிளை ஊர் மக்கள் போற்றும் அம்பலப்பதியாய் வளர்ந்து சிறந்தது.

●

53

அடர் வனங்கள் அணிவகுத்துக் கிடந்ததால் சேரநாடு அழகுவனமாய்க் காட்சியளித்தது!

தென்னையும் புன்னையும் பாக்கு தேக்கு மரங்கள் அங்கே வளர்ந்து வளம் சேர்த்தன. அவ்வனத்தில் கரு மேகங்கள் உலாவருவதுபோல யானைகள் கூட்டங்கூட்டமாய் நடமாடிக் கொண்டிருக்கும்.

மலையும் மணிநீரும் நிறைந்து கிடந்ததால் செல்வங்களும் குப்பையாய்க் குவிந்து கிடந்தன...! பள்ளத்தைக் கண்டு பாய்ந்தோடும் நதிகளாய் செல்வவளங் கண்டோர் பலரும் இங்கு வந்து சென்றனர்.

கொள்முதல் செய்வோரும் கொள்ளையடிப்போரும் அங்கே கூட்டமாய் வாழ்ந்தனர்.... வாணிகம் செய்வதற்கென்று கடல்வழியாக அங்கே மேலை நாட்டவர்களும் வந்து சென்றனர்...!

காலச் சூழலுக்கேற்ப தடம் மாறும் பறவைகளைப் போல பாரத தேசத்தின் பல பாகத்திலிருந்தும் மக்கள் இங்கே வந்து சென்றனர்....

சேரநாடு பல்லினப் பெருக்கத்தால் கலப்புற்றுக் கிடந்தது!

பன்னாட்டு கலாச்சாரங்களும் அங்கே விரவிக் கிடந்தன.

வர்த்தகம் செய்ய வந்தவர்கள் மதபோதகர்களையும் அழைத்து வந்தனர். இதனால் பன்மதப் பெருக்கமும் அங்கே அதிகமாய் வளர்ந்து பரவியது..!

போரும் பூசலும் அவ்வப்போது தலை தூக்கிச் செல்வதுண்டு....

பிரிவினைகளும் கலவரங்களும் ஆர்ப்பாட்டமுமாய் சேரநாடு சிலநேரங்களில் போர்க்களப் பூமியாய்த் தோன்றும்...!

புதிது புதிதாய் வருவோர் எல்லாம் சமாதானப் பேச்சுக்களில் ஈடுபடலாயினர்..!

பிரிவினைகளால் சாதிகள் பதினெட்டாய் வளர்ந்து சதுராட்டம் செய்தன....

உயர்சாதியாய் உற்பத்தியாயினர் சிலர்... அவர்கள் மேலைநாட்டாரின் ஆதிக்கத்தைச் சார்ந்து நடக்கத் தயாராயினர்.....

மன்னனும் மேலைநாட்டார் செல்வங்களிலும் அவர்தரும் மதுபான போகங்களிலும் மயங்கிக் கிடந்தான்...

இதனால் சேரநாடு நன்னிலை இழந்தது...! ஆங்கிலேயரின் ஆதிக்கத்தில் அடிமைப் பட்டது! திருவிதாங்கூர்- கொச்சி சமஸ்தானங்களாய் பிரிவினை கண்டது...!

மேட்டுக்குடி மக்களின் ஆலோசனைகளை ஆங்கிலேயர்கள் கேட்டனர்...

ஆங்கிலேயர் அதிகாரத்தில் மன்னன்ஆட்சி நடந்தது!

வரிக்கொடுமைகள் மலர்ந்தன.. தீண்டாமை தலை விரித்து ஆடியது; பெண்கள் உரிமைகளை இழந்தனர்; வீட்டுக்குள்ளே அடிமைப்பட்டுக் கிடந்தனர்...

சாதிக் கலவரங்கள் தலை விரித்தாடின; நாடாண்ட மக்கள் விரட்டியடிக்கப்பட்டனர்; அடிமைகளாய் அடக்கியாண்டனர். வெளிநாட்டார் அன்புவழி காட்டுவதாய் அவதரித்துக் கொண்டனர்...

ஒடுக்கப்பட்ட மக்களுக்கு நல்வழி காட்டுவது போல மதமாற்றங்களில் ஈடுபட்டனர்... ஆலய நுழைவு மறுக்கப்பட்டதால் சாதி இந்துக்கள் விரட்டியடிக்கப்பட்டனர்...... அடிமைப்படுத்தினர்.... அடிமைப்பட்ட மக்களை மதமாற்றங்களில் ஈடுபடுத்தினர்.

சாதியாலும் மதத்தாலும் சேரநாடு தன்னிலை இழந்து தாழ்ந்து கிடந்தது!

மன்னர்கள் வெள்ளையர்களின் ஆதிக்கத்தில் கப்பம் செலுத்தி நாடாண்டு மகிழ்ந்தனர். தாழ்த்தப்பட்ட மக்கள் இழந்த உரிமைகளுக்காய்ப் போராடித் தவித்தனர். இக் காலகட்டத்தில் நாடு பல துண்டுகளாகப் பிரிந்தது..... அங்கே தர்மம் குன்றியது; அதர்மம் மேலோங்கியது; தர்மத்தைக் காப்பதற்காக அடியார் பலர் தோன்றி வளர்ந்தனர்......... அறம் பலக் கூறி ஆறுதல் செய்தனர்... ஆண்ட அரசர்கள் அறிஞர்களின் அறங்களைச் செவிகளில் கேட்காது ஒழிந்தனர்... பைத்தியக்காரரின் பூமியாய் சேரநாடு பொலிவிழந்து கிடந்தது.. இக்காலத்தில் தான் தர்மத்தைக் காப்பதற்காக மூலப் பரம்பொருள் அய்யா நாராயணர் வைகுண்டராக அவதாரம் செய்தார்.... அம்பலப்பதியில் ஆடித் தவம் செய்தார்..... அங்கே அடியார்கள் குவிந்து கிடந்தனர்...

●

54

தேவாரம் பாடிச் சிறப்பித்த திருத்தலம் வடிவீஸ்வரம்..... அன்னை பார்வதி தேவி அழகம்மன் என்னும் திருநாமத்தோடு அங்கே கோவில் கொண்டு அருள் பாலித்துக் கொண்டிருந்தாள்.... கவிமணி தேசிக விநாயகம் பிள்ளை இவ்வம்மனைப் பாடியுள்ளார்.

இவ்வூர் நாகர்கோவில் நகருக்கு வளம்சேர்த்துக் கிடந்தது!

வடிவீஸ்வரத்துக்கு அருகே கோட்டையடி என்று ஓர் அழகான சிற்றூர்...!

தென்னந்தோப்புகளும் வயல்வெளிகளுமாய் அழகு கோலம் கொண்டிருந்த ஊர் அது...!

வடிவீசுவரத்தருகே வளம் நிறைந்த இன்னொரு சிற்றூர் தளவாய்....

தளவாய் கிராமத்தில் வெங்கடாசலம் – இலட்சுமி தம்பதியர் பக்திமயமாய் வாழ்ந்தனர்... இவர்கள் வேதமந்திரங்களைக் கற்றுணர்ந்த ஐயர் மரபைச் சார்ந்திருந்தனர்... அழகம்மனுக்கு அர்ச்சனை செய்வதும் ஆராதனை செய்வதுமாய் இவர்கள் குடும்பம் வாழ்ந்து கொண்டிருந்தது....

பக்திமணங் கமழும் இத்தம்பதியருக்குக் குழந்தைகள் பிறக்கும். பிறந்த சில தினங்களிலேயே அக்குழந்தைகள் இறந்து போய்விடும்... இதனால் இத்தம்பதியர்கள் பிள்ளைப்பேறு வாய்க்கப் பெறாதோராய் நீண்ட காலம் வாழ்ந்தனர்... அக்கால வழக்கப்படி குழந்தைப் பேறு இன்மையால் கோயில் செல்வதையும் திருவிழாக்களில் கலந்து கொள்வதையும் தவிர்த்து வாழ்ந்து வந்தனர்..... நாளும் உடல் மெலிந்து சிந்தை கலங்கி வாடிக் கிடந்தனர்..... அம்பலப்பதி அருள்மணம் வீசி வைகுண்டர் புகழ்பாடிக் கிடப்பதை இத் தம்பதியர் அறிந்தனர்...

வைகுண்டர் அவதார மகிமைகளைப் பண்டாரங்கள் சொல்லக் கேட்டனர்....

மேட்டுக் குடியில் பிறந்தோர் என்பதால் வைகுண்டரைக் கண்டு தம் குறைகளைக் கூறுவதற்குத் தயங்கிக் கிடந்தனர்... குலம் தழைப்பதற்கு பிள்ளைப் பேறு வேண்டுமே என வெங்கடாச்சலம் ஐயரின் துணைவியார் லட்சுமி அம்மாள் இறைவனை வேண்டி மன்றாடினாள். கணவரின் தோள்களைப் பற்றிக் கொண்டு அழுது புலம்பினாள். வெங்கடாசலம்ஐயர் தன்மனதைத் தேற்றிக் கொண்டார். அம்பலப்பதி நோக்கி நடந்தார். அழகுபதியின் ஓரமாய் நின்று அய்யாவின் அவதார மகிமைகளைக் கண்குளிரக் கண்டார்.... அவர் மனம் நம்பிக்கை கொண்டது. வீட்டிற்குச் சென்றவர் தம் துணைவியாரை அழைத்துக் கொண்டு பதிநோக்கி விரைந்தார்....

அய்யா தொட்டிலில் அமர்ந்து கொண்டு உலகநடப்புகளைக் காண்டமாய்ப் பாடிக்கொண்டிருந்தார்...

வெங்கடாச்சலம் அய்யர் தம்பதியரின் கதைகளையும் பாடினார்... சீடர்கள் பதியின் நாலாப் பக்கங்களையும் பார்த்துக் கொண்டனர். ஐயரைத் தேடினர். ஐயர் தம்பதியர் வைகுண்டர் அருகே வந்து பணிந்து நின்றனர்.

அய்யா திருமண் எடுத்து ஐயரின் நெற்றியில் திருநாமப் பொட்டிட்டார்....

பிள்ளைவரம் தந்தேன் போய்வாரும் என்றார்... ஐயர்தம்பதியர் அம்பலப்பதி சுற்றி மந்திரம்பாடி வந்தனர்... வைகுண்டரும் பதம் தெளித்து ஆசி வழங்கினார்....

ஊருக்குச் சென்றவர்கள் வைகுண்டரைப் போற்றினார்கள்...

சில மாதங்களில் ஐயருக்கு அழகான ஆண்குழந்தை பிறந்தது...!

முத்துக்குட்டி ஐயர் என வைகுண்டர் திருநாமப் பெயரிட்டு வளர்த்தனர்..

தொடர்ந்து குழந்தைகள் ஆணும் பெண்ணுமாய் மூன்றாயின...

முறை தவறாமல் மனைவி மக்களோடு ஐயர் வைகுண்டரைப் போற்றி பதிவலம் வந்தார்... அவர் வாழ்வில் எல்லா வளங்களும் கிடைக்கப் பெற்று சுகமாய் வாழ்ந்தார்.....

ஐயர் குடும்பம் தவறாமல் திருநாமம் அணிந்து பதிக்குச் சென்று வந்தனர்....

மேட்டுக்குடியார் பலரும் அவரை வைதும் ஏளனம் செய்தும் இன்புற்றிருந்தனர்... வெங்கடாசலம் தம்பதியரின் மணவாழ்வின் சிறப்பினைக் கண்ட மற்றவர்களும் அய்யாவை நாடி பக்தர்கள் நேர்நாமம் அணிந்தவர்களாய் பதிக்கு வந்து சென்றனர்...

அவர்கள் வீடுகளில் கோலமிட்டும் திருவிளக்கிட்டும் அய்யாவை வணங்கினர்.....

வடிவீஸ்வரம் அய்யாவின் அருள்கோலத்தால் அழகு நிறைந்து கிடந்தது... வடிவீஸ்வரம் எங்கும் வெங்கடாசலம் ஐயரின் பேச்சாகவே இருந்தது... அழகம்மன் ஆலயத்தை விட்டு

விட்டு இவன் அம்பலப்பதிக்குச் செல்கிறானே என்று ஊரார் வைதனர்.... வைதவர்களும் சில நாட்களில் தலைப்பாகை அணிந்து நேர்நாமம் இட்டவர்களாய் வைகுண்டபதிக்குச் செல்லத் தயாராயினர்...

●

55

வடிவீஸ்வரம் பல ஊர்களால் பெருமைபெற்ற திருத்தலம். கோட்டையடி என்பது ஆங்கோர் அழகான கிராமம்.

அக்கிராமம் முத்துக்கள் சிந்திக் கிடக்கும் வளமான கிராமம்.

தென்னை மரத்தோப்புகளும் பச்சை வயல்களுமாய் வளம் சூழ்ந்து கிடக்கும்.

அங்கே லண்டன் மிஷன் சபையார் தேவாலயம் ஒன்றைக் கட்டியிருந்தனர்... அங்கே நாள்தோறும் வழிபாடுகள் நடைபெறும். எனினும் ஞாயிற்றுக் கிழமைகளில் சிறப்பு ஆராதனைகள் நடக்கும் ஆராதனையை இராஜமணி நாடார் என்னும் போதகர் நடத்தி வந்தார்...

அவர் மக்களால் டீக்கனார் எனவும் நாட்டைய்யர் எனவும் மதிப்போடு போற்றப் பட்டு வந்தார்....

பண்டார வடிவாய்ச் செல்லும் அய்யாவின் பக்தர்களைக் கண்டால் அவருக்கு எரிச்சல் வரும்...

வைகுண்டரை வணங்கி வழிபடச் செல்லும் பெண்களை அவர் பேயாகப் பார்ப்பார்... முகம் சுளிப்பார்.... நெற்றியில் திருநாமம் இடுவதைக் கேலி செய்வார்; வெங்கடாசலம் ஐயரும்

மனைவியும் திருநாமம் அணிந்து தலைப்பாகையுடன் வருவதை அவர் காண்பார்...

வடிவீஸ்வரத்தில் கோயில் கொண்டிருக்கும் அன்னை பராசக்தியைப் பேயாய் வருணிப்பார்....

அய்யாவின் பக்தர்களை ஏளனம் செய்வதும் பழித்துப் பேசுவதும் அவருக்குப் பொழுது போக்காயிற்று...! பச்சரிசி பாலும் பயிறு வகைகளுடன் எலுமிச்சைக் காய்கறிகளைப் பக்தர்கள் எடுத்துச் செல்வதை இழிவாகக் கூறுவார்...

பக்தர்களும் வைகுண்டர் உண்டெனவே பொறுமையோடு சென்று வந்தனர்... அரகரா மந்திரம் பாடி மனதைத் தேற்றினர்...

ஒருநாள் ஞாயிற்றுக்கிழமை....

விடிந்ததும் விடியாததுமாய்ப் புலர்காலைப் பொழுது....! வெங்கடாச்சலம் ஐயர்–மனைவி குழந்தைகளோடு பண்டம் பலகாரமாய் வைகுண்டர் பாதம் சேவித்திட தோப்புப்பதிக்குச் சென்று கொண்டிருந்தார்.....

இராஜமணிக்கு மனம் பொறுக்கவில்லை.... வீட்டில் சமைத்து சாப்பிட வேண்டியதுதானே ஐயரே! வீணுக்கு எங்கே கொண்டு செல்கிறீர்? என வீணாட்டம் பேசினார்...

ஐயர் ஏதும் பேசவில்லை... அவர் அய்யா பொறுமை தாரும் என்று மனதுக்குள் வேண்டியவாறு நடந்து சென்றார்....

காலங்கள் சென்றன.. .. காட்சிகள் மாறின..... இராஜமணி நாட்டையருக்கு நாக்கு உள்ளே இழுத்துக் கொண்டது... முகம் ஒருபக்கமாய் கோட்டிக் கிடந்தது.... அவரால் பேச முடியவில்லை... பிரார்த்தனையும் கூடுகையுமாய் மன்றாடினர்... அவர் குடும்பமும் பக்தர்களும் மருத்துவம் பார்த்தனர்..பேச்சு வரவில்லை...

இராஜமணி நாடார் குலத்தவர். வெங்கடாசலம் ஐயரை நாடினர்... மன்றாடினர்...... வைகுண்டரைக் கண்டு வணங்கி வர வேண்டினர்.... மன்னிப்புக் கோரினர்.... ஐயரும் இராஜமணி

போதகரைத் தோப்புப் பதிக்கு அழைத்துச் சென்றார்.. தொட்டிலில் அமர்ந்த அய்யா இராஜமணியைப் பார்த்தார். திருக்காண்டம் பாடினார்... திருநாமப் பொட்டிட்டார்.... பதமாய் நீர் தெளித்தார்... சிவ சிவ மந்திரம் ஓதி உணர்த்தினார்....

இராஜமணி சிவ சிவ அரகர மந்திரத்தை ஓதி ஒலித்தார். அவருக்குப் பேச்சு வந்தது. பிணி நீங்கியது.... இராஜமணியும் குடும்பமும் அய்யாவின் பக்தர்கள் ஆனார்கள்... கோட்டையடியில் ஓர் நிழல் தாங்கல் அமைத்து அய்யாவுக்குப் பணிவிடை செய்தார்... கோட்டையடி வைகுண்டரின் திருநாமத்தால் தெய்வீகத் திருத்தலமாய் பெருமை கொண்டது...

●

56

இயற்கையின் எழில் கொஞ்சிக் கிடக்கும் அம்பலப்பதியில் அய்யா தவமிருந்தார்....

அடியார்கள் கூட்டம் அவரை மலர்களை மொய்க்கும் வண்டுகளாய் கூடிக்கிடந்தது!

சிவ சிவா என்று சிவகதி பெறுவோரும் அரகரா என்று அய்யாவைத் தொழுவோரும் அங்கே வழிபட்டுக் கிடந்தார்கள்..! ஒடுக்கப்பட்ட மக்களெல்லாம் ஓங்கார நாதன் இவரென்றுப் போற்றிப் பரவினார்கள்... தாழ்த்தபட்ட மக்கள் எல்லாம் தற்காத்துக் கொள்வதற்காய் தற்பரனை வழிபட்டுக் கிடந்தார்கள். அருள்மொழி கேட்டுப் பாவவினை அறுப்போராய் மேட்டுக் குடி மக்களும் மேலோனை அடிதொழுது வணங்கினர்..

பச்சரிசிப் பாலும் எலுமிச்சை பிச்சியுமாய் அய்யாவுக்குப் படைத்து மகிழ்ந்தனர்...

பண்டாரங்கள் எல்லாம் பரநாதனே தஞ்சமெனத் துவைத்துக் குளித்து சமைத்துண்டு வாழ்ந்தனர். வானவர் போற்றும் தெய்வத் திருப்பதியாய் அம்பலப்பதி அருட்கோலம் கொண்டிருந்தது! பணிவிடைகள் யாவும் அய்யாவுக் கென்று பக்தியோடு செய்து மகிழ்ந்தனர்...

அய்யாவும் அருட்சக்தியாய் அடியாரின் உட்புகுந்து ஆட்டுவித்து அருள்வாக்கு உரைப்பார்...

ஆன்மீகப் பயிற்சியும் அருள்நூல் விளக்கமும் அங்கே நாள்தோறும் நடைபெறும்...

ஒடுக்கப்பட்ட மக்களெல்லாம் பகவானைத் தொழும் பாக்கியம் கிடைத்ததென்று வைகுண்டரைப் போற்றி மகிழ்ந்தனர்..

பண்டாரங்களை நாட்டில் தவக்கோலத்தில் உலாவரச் செய்வார்...

ஊர்கள் தோறும் தாழ்வுற்ற மக்களெல்லாம் சமதர்மம் பெற்றுவாழத் தாங்கல்களை ஏற்படுத்தினார்...

தாமே தாங்கல்கள் தோறும் சென்று அறவழிகள் போதனை செய்தார்...

ஆத்மீகமும் பண்பாடும் எடுத்துரைப்பார்.. கலியின் கொடுமைகளைக் கூறி கலியறுக்கும் உபாயங்களைக் கூறுவார்.

தாங்கல்களில் எல்லாம் நிலைக் கண்ணாடி அமைத்து அதில் தன்னில் தலைவனைக் காணச் செய்வார்... பக்தியில்லாத மக்களும் பக்தி மயமாயினர்...! அன்பில்லாத மக்களை அன்புவழிப் படுத்தினார்! பசிப்பிணி போக்கி அன்னமிட்டு ஆதரிக்கச் சொல்வார்...

மக்கள் எல்லாம் பண்பாய் ஓரிடத்தில் கூடி பரமனைத் தொழுதனர்...

கள் குடித்தலை நிறுத்தினர். கொலை களவு காமங்களைத் துறந்தனர்.

பேய்பிசாசு வழிபாடுகளை மறந்தனர். ஆடுகடா கோழி பலியிடுவதை நிறுத்தினர்... காணிக்கை கைகூலி காவடி தேரோட்டம் செய்யாது ஒழிந்தனர்.

மூடப்பழக்கங்களின் முதுகெலும்பை உடைத்து புதுமை நெறி கண்டு புத்துயிர் பெற்றனர்.

தாமரைக்குளம்பதிப் பண்டாரங்களும், சுவாமி தோப்புப் பதி அடியார்களும் முட்டப்பதி தவசிகளும், வாவைப்பதி அன்பர்களுமாய் அம்பலப்பதியில் கூடித் தவம் செய்தனர்.

கலியழிக்க வந்த அய்யாவும் வெள்ளாடை ஆபரணத்தில் பொன்மேனி ஒளிரத் தொட்டிலில் அமர்ந்திருந்தார்... அடியார்களை எல்லாம் அருகழைத்தார். கன்னியர்கள் பெற்ற பிள்ளைகள் திருமுடிசூடி சீமையாளச் செய்யவேண்டும் எனத் திருவுளங் கொண்டார். தீண்டாமைத் தீட்டறுத்து அம்மைமார் கோயிலெல்லாம் சமதர்மம் காண வேண்டுமெனச் சித்தத்தில் இருத்தினார். சான்றோர் மக்களெல்லாம் வளம் பெற்று வாழ வழிகாட்டி வழிபாடுகள் செய்தார்....

57

நாஞ்சில் நாட்டில் கோதையாறும் பறளியாறும் கூடி வளம் சேர்த்துக் கிடந்தது கல்குளம்.

நானில வளங்களால் மக்கள் நல்லறிவு பெற்று விளங்கினர்.... கிளியும் பருந்தும் ஓரிடத்தில் கூடி வாழ்ந்தன...

சாதிக் கொடுமைகளால் மக்கள் மட்டும் அஞ்சி வாழ்ந்தனர்... சுடலைமாட சாமியும் இசக்கி அம்மனும் குலதெய்வமாய்க் கொண்டாடி மகிழ்ந்தனர்...

குருதிப் பலியும் பலிக் கொடையும் அங்கே வழிபாடுகளாய் வளர்ந்தன...

வேத ஆகம ஆசாரங்களை மறந்து கிடந்தார்கள்.... பேயாட்டும் கூட்டமுமாய் குழம்பிக் கிடந்தார்கள் மக்கள். சுடலை முத்து நாடார் சிவபக்தியில் சிறந்தவர்.. கோயில் செல்லும் உரிமை இழந்து கிடந்த கொடுமையான அக்காலம் கண்டு சிந்தை கலங்கிக் கிடந்தார் அவர். ஆனால் அவர் சித்தத்தால் சிவனைத் தொழுது வந்தார். தோப்புப் பதியில் அய்யா வைகுண்டர் அமர்ந்து தவம் செய்வதும் அற்புதங்களை நிகழ்த்துவதும் அறிந்தார். அவரைப் பார்த்து வணங்க ஆய்த்தமானார்... அம்பலப்பதி நோக்கி நடந்தார்.. அய்யாவைக் கண்டார்...வைகுண்டரை நேரில் பார்த்தவர் சிவபெருமானைப்

பார்த்தவராகவே மனமுருகி நின்றார். வைகுண்டரின் தீவிர பக்தரானார்...

கற்றைச் சடையும் ஆடிய பாதமும் சூலமும் குண்டிகையுமாய் ஆடிக் களிக்கும் தில்லை நாதனைச் சித்தத்துள் கொண்டார். வைகுண்டரும் மெய்கண்ட சீடராய் அன்பு காட்டி அவரை அரவணைத்தார்...

நேர் நாமமும் முத்திரிப் பதமும் தந்தார்... வாரம் தவறாமல் தோப்புப்பதி வந்து அய்யாவைச் சேவித்து அருள் பெற்றார்... அவர் குடும்பமும் அய்யாவின் அடியாராய் பக்திப் பெருக்கில் மூழ்கிக் கிடந்தது...!

தவமும் தானமுமாய் தர்மம் பல செய்து தர்மப்பதி வாழ்வுக்குப் பொறுமை உடையோராய் பூமியில் வாழ்ந்தனர். வெள்ளாடை உடுத்து வெண்மேனி திருமண் திருநாமமிட்டுத் தவக்கோலங் கண்ட பலரும் அவர்வழி வாழ்ந்து அய்யாவைச் சார்ந்து அவர் வழியைப் பின்பற்றினர்.....

அச்சம் தவிர்த்து அவனியில் வாழ்ந்தனர்.... பொய்கொண்ட சாதியார் புலம்பித் திரிந்தனர்....

சுடலைமுத்து நாடார் பதிகள் தோறும் பண்டாரங்களைப் போல வலம் வரத் தொடங்கினார்...

காவியுடை தரித்து துளபமாலை கழுத்திலிட்டு கைப்பிரம்பும் நார்ப்பெட்டியுமாய் கால்நடையாய் நடந்து வருவார்...

பக்தர்கள் பண்டாரம் என்றே அவரைப் பணிந்தனர்... நார்ப்பெட்டியிலிருந்து திருமண் எடுத்து நெற்றியில் தொட்டு நாமம் சாற்றுவார்...

தொட்டு நாமம் அணிவதைச் சான்றோர் மக்கள் பெருமையாய்க் கருதினர்...

அய்யாவைச் சார்ந்திருந்து சார்கதியைப் பெற்று தழைத்து வாழ்ந்தனர்...

ஞாயிறுதோறும் தோப்புப் பதி வந்து வைகுண்ட நாதனின் மெய்வரம் பெற்றனர்...

அம்பலப்பதியை வலம்வந்து வணங்கினர்... முட்டப்பதியைச் சுற்றித் தவம் புரிந்தனர்...

பூப்பதி சேர்ந்து புண்ணியம் கிடைக்கப் பெற்றனர்... தோப்புப்பதி விழா கண்டு மகிழ்ந்திருந்தது!

பண்டாரங்கள் எல்லாம் ஒரு தலத்தில் கூடியிருந்தனர். சுடலைமுத்து நாடார் வைகுண்டரைப் பணிந்து வணங்கினார்.

வைகுண்டரும் அவருக்குப் பதமிட்டு காண்டம் பாடி கருணை செய்தார்...

நாடாருக்குக் கண்கள் அருவியாய் நனைந்து ஆனந்தப்படுத்தியது!

வைகுண்ட நாதனும் இடக்கையால் தம் சடையினை விரித்துத் தட்டினார்...

சுடலைமுத்து நாடார் எண்ணெய் காணாத இச்சடை தலைக்குப் பாரமாய் இருக்குமே! என்று எள்ளி நகையாடுவதுபோல மனதில் நினைத்தார்.

அடுத்த கணம்... மகனே! எனது சடையைப் பரிகாசம் செய்தாய்... நாட்டில் நடக்கும் பாவவினைகளின் முடிச்சினை அவிழ்த்தேன்... தட்டித் துடைத்தேன்...நீயும் அப்பணிக்காகவே பிறந்தாய்... சடையும் கோலமுமாய் நீயும் பண்டாரம் ஆவாய் என்றார்.....

மனதில் நினைத்ததை அறிந்தாரே இவர் என்று மன்னிக்க வேண்டினார் நாடார். மன்னித்துவிட்டேன் என்று நெற்றியில் நாமமிட்டு அனுப்பினார். என்ன அற்புதம்! வீட்டிற்குச் சென்ற நாடாரின் தலையில் மூன்று சடைகள் முளைக்கக் கண்டார்.... சடையும் வளர்ந்தது! சடாதாரி போல் சாமியானார்... தவமாய் தவமிருந்தார்...பன்னிரண்டு ஆண்டுகளில் சமாதி நிலையானார்.

கட்டிமாங்கோடு அய்யாவின் திருவருள் சக்தியால் இணைப்பதியும் தாங்கலுமாய் அறச்சாலைகள் பல கண்டு அருளாட்சி செய்கிறது. சடையாண்டி சாமி திருப்பதி என்று அப்பதி இன்றும் அழைக்கப்படுகிறது..

58

பிறப்பினால் அவள் பெருமை உடையவள். குலத்தினால் இழிகுலமாய் கருதி அவளை சமூகம் ஒதுக்கி வைத்திருந்தது!

அழகும் இளமையும் அவள் மேனியைப் பொலிவு சேர்த்திருந்தது! நாணமும் பக்தியும் அணிகலனாய்க் கொண்டிருந்தது...

பக்தியும் ஒழுக்கமும் அவளை உயர்குலம்போல் காட்டியது

பார்ப்போரை அவள் அழகு கவர்ந்திருந்தது. பிச்சம்மாள் என்பது அவள் பெயர்.

தாய்தந்தையர்களை இளமையிலேயே இழந்து தனிமரமாய் தளர்வின்றி வாழ்ந்தாள்...

புள்ளிமானைக் கண்ட புலிக்கூட்டங்களைப் போல பலரும் அவள் அழகைப் பருக ஆசைப்பட்டதுண்டு. கவரிமானாய் அவள் வாழ்ந்தாள்....

பக்திப் பெருக்கில் பஜனை செய்வதும் நாமாவளி கூறிப் பாடிப் பரவுவதுமாய் அவள் காலம் கழிந்தது. காளையர் பலரும் அவள் கற்பினைச் சூறையாட நினைத்தனரேயன்றி வாழ்வுதர இசையவில்லை...

அவள் ஆண்டாளின் பக்தியாய் இறைநாட்டம் கொண்டு வாழ்ந்தாள்...

தோப்புப்பதி தவத்தில் சிறந்த தவ சீடர்களை உருவாக்கிக் கொண்டிருந்தது..!

நாட்டில் சாதித்தீ தலைவிரித்தாடிக் கொண்டிருந்தது....!

சாதி பிணக்கில்லாத சமத்துவ சமுதாயம் அமைத்திட வைகுண்டர் தவமியற்றினார்..... சீடர்களை அழைத்தார்...

சாதிப்பிணிகளால் ஒடுக்கப்பட்டுக் கிடக்கும் மக்களிடையே சென்று சமுதாயப் பணி செய்யக் கட்டளையிட்டார்...

பிரம்பும் நாமப் பெட்டியும் கையிலெடுத்தவர்களாய் சீடர்கள் அரிசன மக்களின் இருப்பிடம் சென்றனர்...

அம்மக்கள் இறைவழிபாடுகள் இல்லாது கிடந்தனர். தொழிலும் வளமும் இல்லாமல் வறுமையில் வாடினர்... அறியாமையில் மூழ்கி அல்லல் பட்டனர்... பேய்களால் பல இன்னல்களுக்கு ஆளாகித் துயரப்பட்டனர்...

பேய்களின் அச்சத்தில் நோயுற்றுக் கிடந்தனர்...

சீடர்கள் அவ்விடங்களுக்கு வந்தனர்... வைகுண்டர் போதனைகளைக் கூறினர்... திருநாமம் அணியச் செய்தனர்... நம்பிக்கை பெற்றனர்..

பிச்சம்மாள் பக்தியில் சிறந்திருந்தாலும் அவள் தனிமை அவளுக்குச் சுதந்திரமாய் வாழும் உரிமை தரவில்லை..

அவள் இறைவனுடைய பிரார்த்தனையிலேயே வாழ்ந்தாள்.

ஓர் நாள் அவள் ஓர் கனவு கண்டாள்...! அவள் வீட்டிற்குச் சீடர்கள் நால்வர் வருவதாகக் கண்டாள்...

பக்தி பஜனைகள் நடத்துவதாகக் கண்டாள். சீடர்களின் பஜனையில் தானும் ஆடிப்பாடுவதுபோல் அவள் கண்டாள்..!

கண் விழித்தவள் களிப்புற்றாள்...!

சீடர்கள் வருவார்கள் என்று அவள் வீட்டைத் தூய்மை செய்தாள்...

கோலமிட்டு அலங்கரித்தாள்...

அறுசுவை உணவு சமைத்தாள்...!

உண்ணாமல் சீடர்களுக்காகக் காத்திருந்தாள்! சீடர்கள் வந்தார்கள்...!

கனவில் கண்ட காட்சி கடவுள் காட்சியாய் அவள் களிப்புற்றாள்...

பஜனை சத்சங்கம் ஆகியவை நடத்தப்பட்டன....

இறை வழிபாட்டில் அவள் ஆனந்தக் கண்ணீர் வடித்தாள்....

சீடர்கள் புறப்படத் தயாரானார்கள்...! பிச்சம்மாள் உணவுண்டு இளைப்பாறிச் செல்ல வேண்டினாள்...!

சீடர்கள் மறுத்தனர்...

அவள் மன்றாடிக் கேட்டாள்....

சீடர்கள் அவள் வேண்டுதலுக்குச் செவி சாய்க்கவில்லை...!

திருநாமம் அணிந்தாள்...... !

அவள் தூய உள்ளம் சீடர்களின் சாதி பேதத்தை நினைத்துக் கலங்கியது....!

அவள் அன்று உணவினை உண்ணாமலேயே உறங்கினாள்....

சீடர்கள் சாமித் தோப்புக்குச் சென்றனர்..... வைகுண்டர் பாதம் வணங்கினர்....

வைகுண்டர் சீடர்களைப் பார்த்தார்... பார்த்துக்கொண்டே இருந்தார்...

சீடர்களுக்கு ஒன்றும் புரியவில்லை... வைகுண்டர் சொன்னார்... சீடர்களே!

ஒரு புத்தியாய் இருங்கோ! பூலோகம் ஆள வைப்பேன்...!

பிச்சம்மாள் வீட்டிற்குச் சென்றீர்களா? சென்றோம்....! அங்கே என்ன கண்டீர்கள்....!

பஜனை சத்சங்கம் நிகழ்த்தினோம்...! வேறு என்ன நிகழ்ந்தது...!

அவள் பக்தி எங்களைப் பிரமிக்க வைத்தது! அப்படியென்றால்....? அவள் பக்தியில் சிறந்தவள்தானே....?

ஆம்! அவள் பக்திக்கு ஈடு இணை இல்லை...! அவ்வாறெனில் அவள் சமைத்த அன்னத்தை ஏன் உண்ணாமல் வந்தீர்கள்...?

சீடர்கள் தலை கவிழ்ந்தனர்....!

அன்புக்கு ஈடு இணை உண்டோ? ஊண் உறக்கம் இல்லாது தவிக்கின்றாள் அவள்.. ஓடிச் செல்லுங்கள்... ! அவள் சமைத்த உணவு அவ்வாறே இருக்கிறது.... சாப்பிட்டு வாருங்கள்...! சீடர்கள் சென்றார்கள்.... !

பிச்சம்மாள் உணவிட்டு மகிழ்ந்தாள்.... அய்யா வைகுண்டரின் தவத்தை மெச்சினாள்...! வைகுண்டரை நாடி வந்தாள்....!

சாதி வரம்பு தப்பி நிலை மாறியது.... பிச்சம்மாள் வாழ்ந்த குலம் இனிதே தழைத்தது....! கடற்கரையில் வைகுண்டபதி இணைப்பதியாய் வளர்ந்து பெருமை கண்டது.

59

கணவனை இழந்தவள் அவள்...

ஐந்து குழந்தைகளுக்குத் தாயானவள்...

மக்கள் செல்வம் அல்லாது வேறு செல்வம் கிடைக்கப் பெறாத அபலைத் தாய் அவள்...

வயிறு பிழைப்பதற்கு நெல்லினை வாங்கி வேக வைத்து உலர்த்தி அரிசியாக்கி விற்றுப் பிழைத்தவள்.... அவள் கணவனை இழந்ததால் காதுகளில் ஒற்றைப் பாம்படங்கள் மின்னி அசைந்தாடிக் கிடந்தன... உழைப்புக்கு ஏற்ற ஊதியம் கிடைக்கப் பெறாமையால் பசியும் பஞ்சமும் அவளை வாட்டி வருத்தியது... தோப்புப்பதியில் அய்யா தவம் செய்து வருகிறார் என்பதை அறிந்த அவளுக்கு அங்கு செல்ல வேண்டும் என்ற எண்ணம் வந்திருந்தது!

சாத்தான்குளம் அருகே வேப்பங்காடு என்பதுதான் அவள் ஊர்.....

கால்நடையாக நடந்து தனது மூத்த மகன் அய்யாப் பழத்தைத் துணையாக அழைத்துக் கொண்டு அவள் நடந்தாள்...

வறுமை முன்செல்ல அவள் மகனின் துணையோடு நடந்தாள்....

குடிகாரர் இருவர் அவளைப் பின்தொடர்ந்து வந்து கொண்ருந்தனர்...

வேலை வெட்டி இன்றி வீணாகச் சுற்றித் திரியும் பஞ்சப் பரதேசிகளாய் அவர்கள் நடந்தனர்.... கள்ளுண்டு களிப்பதற்குக் காசின்றிக் களவாடி பிழைப்பவர்கள்... முன்னே நடந்து செல்லும் உமயபார்வதியின் காதுகளில் அசைந்தாடும் பாம்படங்கள் அவர்களின் கண்களில் தோன்றின...

ஆளரவம் இல்லாதக் காட்டு வழி என்பதால் அவர்கள் களிப்பெய்தி நடந்தனர்....

முரட்டுத் தனமாகச் சிறுவனைச் சீறினால் பாம்படத்தைப் பறித்து விடலாம் என்று எண்ணி நடந்தனர்... டேய் ... நில்லடா? என்றது ஓர் குரல்.... மற்றவன்... சிறுவனை நோக்கிப் பாய்ந்தான்...

சிறுவன் அம்மா! என அலறினான்.. உமயபார்வதி.. மகனை விட்டுவிடுங்கள் ... கெஞ்சினாள்...

பாம்படத்தைக் கழற்றிக் கொடு...! இல்லை... மகனை... மிரட்டினார்கள் ... அவர்கள்..

மகனை ஒன்றும் செய்து விடாதீர்கள்...! பாம்படத்தைத் தருகிறேன் .... என்றவள் கழற்றிக் கொடுத்தாள்..... இருந்ததும் தொலைந்தது... அவள் மகனுடன் நடந்தாள்....

சாமித்தோப்புப் பதிநோக்கிச் சென்றாள்....!

குடிகாரர்கள் பாம்படத்தை கள்ளுக்கடைக் காரர்களிடம் கொடுத்தனர்.

போதை ஏற ஏறக் கள் குடித்து களித்தனர்.... அவள் அய்யாவின் தவ நிலையைக் கண்டாள்... அங்கே பக்தர்கள் கூடிக் கிடந்தார்கள்... அய்யா அவளைப் பார்த்தார்...

முத்திரிப் பதம் தெளித்தார்...! திருநாமம் அணிந்து ஆறுதல் தந்தார்...

அழாதே மகளே... பாம்படத்தை உனக்கு நான் தருவேன் ... என்றார்...!

சொல்லாத ஒன்றை அய்யா அறிந்தது எப்படி என அவள் வியப்புற்றாள்...! சிவசிவ என்று அவள் சிந்தை நினைத்துக் களித்தது.....

கள்ளுக் கடைக்காரர் பாம்படத்தைக் கல்லாப் பெட்டியில் வைத்தார்....!

ஏன் ஏதென்று கேட்கவில்லை...

சிறிது நேரம் சென்றது... கல்லாப் பெட்டியைத் திறந்தவர்... அய்யோ! என அலறினார்...... குடிகாரர்கள் கூடினர்....

கல்லாப் பெட்டியிலிருந்து இரண்டு கட்டுவிரியன்கள் படம் எடுத்து ஆடி வந்தன....

குடிகாரர்கள் குழப்பம் ஆயினர்....

கள்ளுக்கடைக்காரர் பாம்படங்களைக் கொண்டு வந்தவர்களைத் தேடிப் பிடித்தார்.... அதட்டினார்..! தோப்புப் பதி சென்ற உமயபார்வதியின் பாம்படத்தைப் பறித்துவந்த செய்தியைக் கூறினர் குடிகாரர்கள்...! கடைக்காரர் பெட்டியை உற்று நோக்கினார்.... பாம்புகள் பாம்படங்களாய் மின்னித் திளைத்தன..! பாம்படங்களைக் கையில் எடுத்தார் அவர்....நடையும் ஓட்டமுமாய் ஓடி அய்யாவின் பாதத்தில் விழுந்தார்...! மன்னிக்க வேண்டும் என மன்றாடினார்...! அய்யா அவர் நெற்றியில் திருநாமம் அணிந்தார்...! அழுது கொண்டிருக்கும் உமய பார்வதியை அழைத்தார்... பாம்படங்கள் கிடைத்து விட்டன.... அவள் கண்களில் ஆனந்தக் கண்ணீர் சொரிந்தன.... அய்யாவின் அற்புதங்களை எண்ணி அவள் ஆனந்தப்பட்டாள்...!

கள்ளுக் கடைக்காரர் கள் விற்பதை நிறுத்தி வேறு தொழிலுக்கு மாறினார்....

உமய பார்வதி வேப்பங்காடு சென்று அய்யாவுக்கு ஆலயம் அமைத்தாள்... பணிவிடை செய்தாள்.... வேப்பங்காடு பகுதியின் பெருமை நெல்லை மாவட்டம் எங்கும் பரவியது...!

மெய்ஞான புரத்திலிருந்து வந்த குழந்தைப் பேறு இல்லாத சிவஞானம்-பாக்கியம் தம்பதியர்கள்... வேப்பங்காடு வந்து சென்றனர்..... அய்யாவின் நிழல்தாங்கலைக் கண்டு வணங்கினர்.. தோப்புப் பதி வந்து மெய்கொண்ட நாதனுக்குப் பணிவிடை செய்தனர். சில நாட்களில் குழந்தை பேறு கிடைக்கப் பெற்று இன்புற்று மகிழ்ந்தனர்... மெய்ஞான புரத்தில் இணைப்பதி தாங்கல் இன்பமாய் அமைத்தனர். அப்பதி இன்றும் அய்யாவின் அருள்பதியாய் பெருமை பெற்று விளங்குகிறது.

●

60

அம்பலப்பதியில் அய்யா கன்னியரை மணம் செய்து களிப்பெய்தி இருந்தார்.... அவர் தோப்புப்பதி செல்ல நினைத்தார்... அந்நாளும் வந்தது .... வெள்ளாடை ஆபரணத்தில் பொன்மேனி ஒளிர தொட்டிலில் அமர்ந்தார்..... அடியார்களை அருகழைத்தார். கன்னியர்கள் பெற்ற பிள்ளைகளுக்குத் திருமுடிசூடி சீமையாளச் செய்கிறேன் என்றார்.... சான்றோர் மக்களெல்லாம் கொண்டாடி மகிழ்ந்தார்கள்..... திருமகளை மணங்கொள்ளத் திருவுள்ளங் கொண்டார்... அந்நாளும் வந்தது...

பண்டாரங்களெல்லாம் பார்த்திருக்க கற்பனையாய் மனத்திருத்தி மங்கலநாண் பூட்டினார்... செல்வம் கிடைக்கப் பெற்றோமென்று அடியார்கள் ஆடிப்பாடினர். எல்லார்க்கும் எல்லாம் கிடைக்கப் பெற்றது என்று சிவலோகத்தார் மலர்மாரி பொழிந்தனர்... சுவாமி தோப்புப்பதி அடியார் கூட்டத்தால் ஆத்மபதியாய் விளங்கியது...

கடலலைத் தாலாட்டிக் கண்ணுறங்கச் செய்யும் கன்னியாகுமரி. கன்னியாகுமரி பகவதி அம்மன் கோயில் கொண்ட திருத்தலம். பகவதித் தாயாரை தன்னகங் கொள்ள வேண்டுமென்று சிந்தித்துத் தவம் செய்தார் வைகுண்டர்....

சித்தம் சிவமானாற் போல கிழவனாய் வடிவம் கொண்டார்... தள்ளாடி நடைபயின்றார்... அணுவுக்கு அணுவாகி அன்னையவள் ஆலயத்துள் புகுந்தார்! குமரி பகவதியும் காற்றுப் புகமுடியாத இத்திருத்தலத்தில் புகுந்தவர் யாரோ? எனக் கண் கலங்கினாள்...

வைகுண்டரும் தள்ளாடிக் கிடக்கும் தாயகத்தை மீட்டிட தள்ளாடுங் கிழவனாய் புண்ணிய நீராடி பாவவினை யறுக்க வந்த செய்திகளைக் கூறினார்...! கண்ட பதிகளில் எல்லாம் எப்பதிதான் உயர்ந்த பதி? தாயாரின் கேள்வி அது! அம்பலப்பதி ஆனபதி அதுவே நல்ல அழகுபதி என்பதாய்க் கூறினார். நானும் பார்க்க வேண்டும் என்றாள் குமரி!

போவோம் என்று போனார்கள்...! அம்பலப்பதியில் அழகெல்லாம் கண்டார்கள்...

கன்னியர்கள் அங்கே ஆடிக் களித்தார்கள்...! பண்டாரங்கள் அங்கே பணிவிடை செய்தார்கள்...! கொண்டாடி மகிழக் கூட்டமாய்க் கிடந்தார்கள்...! வைகுண்ட நாதனங்கே நாரண வடிவம் கொண்டார்; நாட்டிய வடிவில் நின்றார்....

குமரியைத் தனதாக்கிச் சமதர்மம் காப்பதற்கு மங்கல மணநாள் கண்டு மகிழ்ச்சியுற்று அருள் செய்தார்.

மக்கள் மலர் மாரி தூவினர். வானவர் போற்றினர். சான்றோர் குலமக்களுக்குக் கல்வி மறுக்கப்பட்ட காலம் அது.

கல்விக்குக் கலைமகளாய் மண்டைக் காட்டில் பகவதி கோவில் கொண்டிருந்தாள்! கற்ற கலை கல்வியெல்லாம் சான்றோர் மக்கள் பெற்று வாழ வேண்டுமென்று அரிநாராயணர் ஓர் சூட்சுமம் செய்தார்....

மண்டைக் காட்டாளை மாமணம் செய்வதற்கு மங்கை உருக்கொண்டு மாயம் பல புரிந்தார்! தோழியெனத் தோள்பற்றி நாட்டின் இருளறுக்க ஆடித்தவம் புரிந்து அம்பலப்பதி சேர்ந்தார்... தோகையர் எல்லாம் ஆடிமகிழ்வுற்று அருள்நெறிப் பரவசத்தில் மூழ்கிக் கிடந்தார்கள்...

மயக்கம் போக்கி மாதவங்கள் செய்தவராய் அய்யா மண்டைக்காட்டாளைக் கரம்பற்றி மாமணம் புரிந்தார்...

மக்களெல்லாமம் அறியாமை இருளறுத்துப் பகலவனாய் பாரில் வாழ்ந்தோம் என்று அய்யாவைப் போற்றி மகிழ்ந்தனர்...

சக்தியெல்லாம் தன்னகத்தே ஆனதென்று வைகுண்டர் ஆடி அருள்வாக்குரைப்பார்...

தெய்வயானை வள்ளியையும் சித்தத்துள் சிவமாக்கி தன்னகத்தில் ஆக்கிக் கொண்டார்...! நாளெல்லாம் மணமும் மங்களமுமாய் அம்பலப்பதி அவனியில் சிறந்து விளங்கியது...! மக்களெல்லாம் ஒன்றாய்க்கூடி மயக்கங்களை விலக்கி வழிபாடு செய்தனர்.

சுத்தம் பேணினர்; தூய்மை காத்தனர்; அறியாமை நீக்கினர், அறிவு பெற்றனர்; அச்சம் நீங்கினர்; அமைதியாய் வாழ்ந்தனர்.

அம்பலப்பதி சமத்துவப் பதியாய் சாதனை செய்தது! ஆண்டிகளும் ஆண்டிச்சிகளுமாய்க் கூடி அங்கே ஆராதனை செய்து மகிழ்ந்தனர்...

நாட்டின் நாலா பாகத்து மக்களும் நாதன் வைகுண்டரைக் கண்டு பக்தி செலுத்தினர்... பாலாடும் பசுக்களுமாய் கொண்டு குவித்தார்கள். நெல்லும் அரிசியும் பிச்சிமலர் கனிவகையும் அய்யா நாராயணர்க்கு ஆகும் என்று சுமந்து வந்தார்கள். கருப்புகட்டி பலகாரங்களும் தேனோடு வகைவகையாய் கொண்டு வந்து குவித்தார்கள்...

சாதி பதினெட்டும் வைகுண்டம் சிவனென்று வாழ்த்திசைத்துக் கூடினார்கள்.

வைகுண்டரை நாடெங்கும் அழைப்பிட்டு அருள்வாக்குக் கேட்டனர்...

கலியில் சிக்குண்டு கலிமாசு கொண்டவர்கள் பாவவினை அறுத்து நல்லறிவு பெற்றனர்.... கூடி ஒரிடத்தல் சேர்ந்து வாழத்தொடங்கினர்.... கதிரவனின் ஒளிபட்டுக் காரிருள்

நீங்குவது போல பிரிவினை பேதங்கள் சிறிது சிறிதாய் மறைந்தன.... புடமிட்டுப் பொன்னொளி சேர்ப்பது போல் வைகுண்டர் ஆத்மீக போதனைகளை நல்லறமாய் மக்களுக்கு ஊட்டி உணர்த்தினர்...

ஆண்டான் அடிமை பேதங்கள் மறையத் தொடங்கின....

நாட்டில் கொலை களவு வஞ்சனை சூது காமம் என்னும் புலைத் தொழில்கள் குறைந்தன...

எல்லா உயிர்களிலும் இறைவன் உள்ளான் என்னும் அருள் உணர்வு பெற்று மக்கள் அன்பு செய்தனர்.... அன்பினாற் கூடி மக்கள் தான தர்மம் செய்தனர்.... நாட்டில் வேற்றுமை குறைந்து ஒற்றுமை மலர்ந்தது. அய்யா அம்பலப்பதி கண்டு மணவைப்பதி செல்லச் சித்தமானார்.

கொண்டாடிக் களித்திருந்த மக்களுக்கு வேண்டிய நிலபுலன்கள் செல்வமெல்லாம் கிடைக்கச் செய்தார்..... மாடு, ஆடு, வீடு, நிலன், மனைவி, மக்கள் எனப் பக்தர்கள் மகிழ்ச்சியோடு வாழ்ந்தனர்....

வறுமை நிலை நீங்கி வளம் பெற்று உயர்ந்தனர்.... ஆணும் பெண்ணுமாய்க் கூடி ஆசாரம் செய்தனர். கண்டு மகிழ்ந்தார் வைகுண்டர்... மணவைப்பதிச் செல்கிறேன்.. என்று கூடிநின்ற மக்களுக்குக் கூறினாார்...

●

61

அம்பலப்பதி கண்ட நாதன் வைகுண்டர் மணவைப்பதிக்கு வரவிரும்பினார். பண்டாரங்கள் எல்லாம் ஒரு சேர வந்தனர்.... முத்திரியில் நீராடி திருநாமம் அணிந்தனர்...... உகப்பாட்டுப்பாடி உலக நாதனை மகிழ்வித்தனர்.... தொட்டில் கட்டி அமரச் செய்தனர்.... தோளில் சுமந்து அம்பலப்பதியைச் சுற்றி வந்தனர்.... தேவர்கள் மலர்மாரி பொழிந்தனர்... தேவ அரம்பயைர்கள் குரவையிட்டு ஆடினர்.... பண்டாரங்களோடு சீடர்களும் சிவகாண்டம் பாடி வைகுண்டரைப் போற்றினர்....

அம்பலப்பதி தோப்புப் பதிபோல் வாழ வாழ்த்தினார் வைகுண்டர்...

கன்னியரை மணம் செய்து மகிழ்ச்சி தந்த பதி மணவைப்பதி. அதனால் அது ஆத்மீகப் பதியானது. அய்யாவைப் பண்டாரங்கள் தொட்டிலில் அமரச் செய்தனர்...

தோளில் சுமந்தனர்; மணவைப்பதி நோக்கிக் கொண்டு சென்றனர்... வழி நெடுகிலும் மக்கள் அய்யா சிவசிவ அரகர முழங்கிக் கிடந்தனர். பண்டாரங்களுக்குப் பண்டங்களை ஊரார் வாரி வழங்கினர்... தானமும் தவமும் நிறைந்து கிடந்தன....

ஊர்வலமாய்க் கூட்டம் மணவைப்பதி வந்தடைந்தது! மணவைப் பதிவாழ் பக்தர்கள் வைகுண்டம் வாழ்க என வாழ்த்தினர்... ஆடிப்பாடிக் கொண்டாடினர்....

மேட்டுக் குடியாரும் மேலுலகம் வேண்டுமென மண்டியிட்டுப் போற்றினர்...!

தோப்புப் பதி தெய்வ மணம் கமழ்ந்து கிடந்தது..! முத்திரியில் நீராடி மக்கள் முதல்வோனைப் போற்றினர். குளித்துத் துவைத்துத் துவையல் தவம் செய்தனர்.... ஒரு பானையில் பொங்கிச் சமைத்து ஓரிடத்தில் அமர்ந்து உண்டு மகிழ்ந்தனர்...

சோர்வுற்ற மக்களெல்லாம் இளைப்பாற அய்யா நிழலானார் என்று வெப்பம் தணித்தனர்.... சீடர்கள் எல்லாம் சிவச்சிந்தை மாறாமல் அய்யாவுக்குப் பணிவிடை செய்தனர்.....

தேவர்கள் புடைசூழ தேவமாதரெல்லாம் அவதார மகிமைகளைக் காண்டமாய்ப் பாடி சூழ்ந்து நின்றனர்! நாடெல்லாம் வாழ நல்லுபதேசங்களைக் கூறிநின்றார் அய்யா வைகுண்டர்....

குருமொழி இதுவென்று பண்டாரங்களெல்லாம் பணிவுடன் கேட்டு வாழ்ந்தனர்...

தொட்டிலில் அமர்ந்திருந்தார் அய்யா!

அவர் பொன்மேனி நடுங்கியது...!

பிரம்பினைக் கையில் எடுத்தார்; ஓங்கி நிலத்தில் அடித்தார்....! பூவரசு ஆளப் போகிறேன்..... பூமடந்தை சூரங்குடி அருகே தவமாய் தவமிருக்கிறாள்... அவள் உலகளந்த நாதன் வைகுண்டம் என்று நாளும் தவம் செய்கிறாள். அவளை மணம் கொண்டு மாலையிடப் போகிறேன்....

சீடர்களே...! அவ்விடம் சென்று அவளை மணம் பேசி வாருங்கள்...என்றார்...

சீடர்கள் காவி புனைந்தனர்; துளசி மாலை அணிந்தனர்.. தலையில் தலைப்பாகைக் கட்டினர். நெற்றியில் திருநாமம் இட்டனர். சுரைக்கூடும் பிரம்புமாய் சூரங்குடி நோக்கிச் சென்றனர்....

பண்டாரங்களைக் கண்டு பாவவினை அறுப்பார் போல சீடர்களைப் பக்தர்கள் வரவேற்றனர்... மோரும் நீரும் வழியெங்கும் தந்தனர்...!

ஆடைகளும் பண்டங்களும் அன்பாக வழங்கினர்... சீடர்கள் பக்தர்களின் நெற்றியில் திருநாமம் இட்டு சிவ மந்திரம் ஓதினர்...

பண்டாரங்களைக் கண்ட மக்களெல்லாம் பின் தொடர்ந்தனர்.... சூரங்குடி நோக்கிக் காவிப்படை ஊர்வலம்போல் சென்றது..!

சீதையைக் கண்டு மகிழ்ந்த வானரங்களாய் சீடர்கள் மகிழ்ச்சி கொண்டனர்......

பூமடந்தை இல்லத்தை நாடிச் சென்றனர்... வீட்டாரும் இன்புற்று வரவேற்றனர்...

வந்த காரியம் யாதோ? என வினவினார் தந்தை...!

முதல் சீடர் முதல்வோனின் கருத்தறிந்து மெல்லிய குரலில் மணவைப் பதிநாதன் வைகுண்டர் வேண்டுதலால் வந்தோம் ... என்றார்...

கன்னிகையாகியக் காரிகையாய் பூமடந்தை வைகுண்ட நாதனைக் கரம் பற்றி மணஞ்செய்ய மாதவம் செய்தாள்...

வைகுண்டர் வேண்டுதலால் வந்தோம் என்றதும் மெய்சிலிர்த்து நின்றாள் பூமடந்தை...!

முகம் வளர்பிறையின் ஒளிபோல புன்னகையில் பூரித்து மகிழ்ந்தது...

தந்தையருகே தயவோடு வந்து நின்றாள்..!

காரணக் குருநாதன் கரம்பற்றி மாலையிடும் நாளும் வந்ததோ? என அவள் மனம் துள்ளி ஆடியது...

தந்தை எதற்காக வந்தீர்கள் என்றார்...! பூமடந்தையைப் பெண் கேட்டு வந்தோம்.... என்றனர்..... யாருக்கு? கன்னிகை இவளைக் கலியாணம் செய்யவா? என்றார் தந்தை.

தோப்புப் பதிநாதன் தேவியரை மணங்கொண்டு பூவுலகை ஆள்வதற்குப் பூமடந்தையை மணமுடிக்க விரும்புகிறார் என்றனர் சீடர்கள்....

தந்தை சீயமாய்ச் சீற்றங் கொண்டார்...அடியார்களை எல்லாம் அடியாட்கள் அடித்து நொறுக்கினர்; பூமடந்தையை வீட்டுக் காவலில் பூட்டிச் சிறை வைத்தனர்..

பூமடந்தை வீட்டுச் சிறையில் காவல் கிடந்தாள்.... சிங்காரத் தோப்பில் அய்யா சிறையிருந்தது போல அவள் வீட்டுச் சிறையில் தவம் செய்தாள்...

பெண் கேட்டு வந்த அடியார்கள் விரட்டப் பட்டனர். ஓட ஓட விரட்டி அடித்தனர்...

தோப்புப் பதியில் வைகுண்டர் நடப்பவற்றையெல்லாம் தன் ஞான உணர்வால் தெரிந்தார்.....

அவர் நடையாய் நடந்து சூரங்குடி நோக்கி வந்து கொண்டிருந்தார்..

அய்யாவின் அடியார்கள் வைகுண்டர் பாதத்தில் தஞ்சம் அடைந்தார்கள்!

அடியாட்கள் கம்புதடிகளை ஏந்தியவாறு அடியார்களைத் துரத்தி வந்தனர்.

வைகுண்டர் அவர்களைப் பார்த்தார்...!

ஓங்கிய கைகள் ஓங்கியவாறு அசைவற்று நின்றன... நடந்த கால்கள் நடையற்று முடங்கிக் கிடந்தன... விரட்டியவர்கள் விழுந்து கிடந்தார்கள்... வைகுண்டர் அடியார்க்கு அருள் செய்தார்..... நின்ற இடத்திலேயே நின்று தவம்செய்தார்... திருநாமமிட்டு சீடர்களின் அச்சத்தைப் போக்கினார்....

சீடர்கள் சிந்தை தெளிந்து உணர்வு பெற்றார்கள்... நடந்தவற்றை எல்லாம் ஒளிவு மறைவின்றிக் கூறினர்.

பூமடந்தை சிறைவிடுத்து ஓடிவரவேண்டும் என்று ஓங்கார நாதன் உருகித் தவம் நின்றார்...

வீட்டுச்சிறைக் கதவுகள் ஓசையின்றி திறந்து கொண்டன... வாசல்கள் வழிவிட்டு வாழ்த்தின..

பூமடந்தை யாரோ வழிகாட்டத் தன்னந் தனியாளாய் நடந்தாள்...

சிவசிவா என்று அவள் சிந்தை சிவனை வணங்கிப் போற்றியது...!

அரகரா என்று அவள் மனம் அரனாரைப் போற்றித் துதித்தது...!

நடையாய் நடந்தவள் நாதன் வைகுண்டம் நின்று கொண்டிருப்பதைக் கண்டாள்....

அடியார்கள் மொய்க்க ஆடிய பாதத்தாராய் அய்யா துளவமாலையைக் கைகளால் உருட்டிக் கொண்டே இருந்தார்.

பார்மடந்தையான பூமடந்தை வைகுண்டர் பாதத்தில் விழுந்து வணங்கினாள்...!

வானவர் பூமாரி பொழிந்தனர்; வைகுண்டம் வாழ்க எனப் பண்டாரங்கள் வாழ்த்தினர்..

அடியற்ற மரமாய் அடியாட்கள் கிடப்பதைக் கண்டாள் பூமடந்தை...

எல்லோரும் உற்றார் உறவினரும் அண்டை அயலாருமாய்க் கிடந்தனர்...

உற்றுப் பார்த்தவள் ஏங்கி அழுதாள்... உறவினர்களை அழைத்து விம்மி அழுதாள்....

அய்யா வைகுண்டர் கன்னியவள் கண்ணீரைத் துடைத்தார்; காண்டம் பாடினார்; பூவரசு ஆள பூமடந்தை தவம்

செய்த கோலத்தைக் கூறினார். மலைமகளும் திருமகளும் கலைமகளும் ஐக்கியமான கதையெல்லாம் பாடினார்....

அடியார் தொழுது ஆர்ப்பரித்தனர்....

அடியாட்களுக்கு அபயம் தந்தார் வைகுண்டர்.... எல்லோரும் உறங்கி விழித்தவர்களைப் போல எழுந்தனர்...

வைகுண்டர் பாதத்தை வணங்கிச் சேவித்தனர்.

நாமம் அணிந்து அகங்காரம் நீங்கினர்..

வையம் வாழ்த்தியது... வைகுண்டர் மணக்கோலம் தரித்தார். பூமடந்தையை அற்புதம் போல் கற்பனையால் கலியாணம் செய்தார்... பண்டாரங்கள் எல்லாரும் பணிவிடை செய்து வணங்கினர். பூமடந்தை வாழ்ந்தபதி பூப்பதியாய் இன்றும் பொலிவுற்றுத் திகழ்கிறது...

பூமடந்தை புடைசூழ பூப்பதி பொற்பதியாய் வைகுண்டர் பாதம் போற்றிக் கிடந்தது...!

பகைத்தோர்கள் எல்லாம் சரணாகதியாய்ச் சார்ந்து கிடந்தனர்....

அன்னமடங்களும் தர்ம சாலைகளுமாய் அடியார்கள் புடைசூழ அறச்சாலையானது பூப்பதி.....

பார்மடந்தை பதிசுற்றி வலம் வந்தாள்..... பக்தர்கள் கதி பெற்றோம் என்று வைகுண்டர் புகழ்பாடிக் கிடந்தனர்....

●

62

மணவைப் பதிநாதன் தோப்புப் பதியில் சூட்சுமம் போல் அவதார மகிமை காட்டினார். வாய் பேசாமல் ஊமையாய் வந்தவர்களும் வாழ்வு பெற்றுச் சென்றனர்.. முடமாகி முடங்கிக் கிடந்தவர்களும் நடை நடந்து வைகுண்டரைப் போற்றினர்..... தீராத நோய்பிணிகள் உடையோரும் திடமாய் வாழ்ந்து பதிகண்டு உயர்ந்தனர்..... வைகுண்டர் கலியழித்து தர்மப்பதியாள சித்தமானார்.... தோப்புப் பதிக்கு முன்னமர்ந்த காட்சிபோல திருக்கோலம் கொண்டார்...

கன்னியரும் மக்களுமாய் சுற்றம் சூழ வைகுண்டர் நாமம் பாடிப் புகழ்ந்தனர்....

மந்திர ஒலியும் திருவிழாக் காட்சியுமாய் திசையெல்லாம் பக்திமணம் கமழ்ந்தது...!

பசித்தோர்கள் எல்லாம் பசி நீங்கி இளைப்பாறினர்..

நோயுற்ற மக்கள் நோய் நீங்கி சுகம் பெற்றனர்! ஒடுக்கப்பட்ட மக்களெல்லாம் விடுதலை கிடைத்ததாய் மகிழ்ச்சி கொண்டனர்...

தீண்டத் தகாதோராய் ஒதுக்கப்பட்டவர்கள் எல்லாம் அய்யாவின் திருவடியைச் சூழ்ந்து கிடந்தனர்..

தவமாய் தவமிருந்து அய்யா கலியழிக்கக் காரணத்தை ஆராய்ந்தார்...

முடியாட்சி செய்யும் மன்னர்களின் முடியிறக்கி மக்களாட்சி மலர சித்தமானார்....

நாட்டில் எங்கும் உழைக்கும் மக்களின் குரல்கள் ஓங்கி ஒலித்தன....

கார்ல் மார்க்சுகளும் மகாத்மாக்களும் ஆங்காங்கே தோன்றி வளரச்செய்தார்...

சாக்ரடீசுகளும் விவேகானந்தர்களும் தத்துவ வாதிகளாய்ப் புரட்சி புனல் பாய்ச்சினர்....

இட்லர்களும் இடி அமீன்களும் நாட்டில் இல்லையாக வேண்டுமென மன்றாட்டுப் பல செய்தார்...

முசோலினிகளும் நாதர்சாக்களும் நாசமுற வேண்டும் என இறை முழக்கம் செய்தார்..

வாணிகத்தின் பெயரால் வஞ்சனை செய்து நாடு பிடித்து அடிமை கொண்டவர்கள் கெட்டொழிய வேண்டுமெனச் சித்தம் கொண்டார். அலக்சாண்டர்களும் நெப்போலியன்களும் ஆடும் ஆட்டத்தை அடக்கி ஆளத் திருவுளங் கொண்டார்.

அடிமை வாழ்வொழிந்து எல்லாரும் எல்லாம் பெற்று வைகுண்டர் பாதம் போற்றி வாழ வேண்டும் என்று உபதேசம் செய்தார்.....

நாடாளும் மக்கள் எல்லாம் நாடாண்டு முடிசூடி தர்மம் தழைக்க வேண்டுமென மனதிற் கொண்டார். பொய் சூது வஞ்சனைகள் கொலை களவு காமம் இல்லாத உலகு வேண்டும் என்று சிந்தை கலங்கினார். வைகுண்டம் பிறந்ததால் கலியழியக் கண்டோம் என்று நல்லோர்கள் போற்றினர்...

அடிமை வாழ்வழிந்து மக்கள் ஒன்றாய் ஒரு இனம் போல் வாழ்ந்து சிறக்கக் கண்டனர்..

தாழக் கிடந்த மக்கள் எல்லாம் தற்பரா என்று வைகுண்டரைப் போற்றிப் பாடினர்...

ஆணுடன் பெண்ணும் பெற்று மக்களும் கிளையுமாக நாளெல்லாம் வாழ்க என அடியாரை வாழ்த்தினார் அய்யா... ஆசீர் வதித்தார்..

ஞாயிறுதோறும் பதி அழகு செய்யப்பட்டது.... பாலும் பழமும் பணிவிடைகளாய் வழங்கப்பட்டன... முப்போதும் வழிபாடுகள் தப்பாது நடந்தேறின.... பழம், பால், பச்சரிசி, பயிறு, எலுமிச்சை, பிச்சி, மல்லிகை எனப் பக்தர்கள் பொருள்களைக் குவித்தனர்.... குளிப்பதும் துவைப்பதும் திருநாமம் இடுவதும், உகப்படிப்பு படிப்பதுமாய் தோப்புப் பதி மணம்வீசிக் கிடந்தது. பொங்கலிட்டு மக்கள் அன்பாய் ஓர் இடத்தில் கூடி மகிழ்ந்தனர்... ஆணும் பெண்ணுமாய்க் கூடி ஆராதனை செய்தனர்... வைகுண்டம் பிறந்ததால் வாழ்வு பெற்றோம் என்று மக்கள் கொண்டாடி மகிழ்ந்தனர்....

மனையும் மக்களுமாய் அய்யா தோப்புப் பதியெல்லாம் தர்மம் செழிக்க வாழ்ந்தார்..... அன்பாகப் பேசி அறம் போதித்தார்... கன்னியர்கள் எல்லாம் காதொளிரக் கேட்டு மகிழ்ந்தனர்!

●

63

மழைச்சாரலில் மாணிக்க மணிகள் சிந்தி உறவாடி மகிழும் மலைச்சாரல்கள்....

காய்களும் கனிகளுமாய் மலர்களோடு நிழல் வழங்கி பாய்ந்து மண்வளப்படுத்தி மகிழ்விக்கும் பேராறுகள்...

கரையெல்லாம் கண்விழித்துக் களிப்பூட்டும் மலர்ச்சோலைகள்....!

நீர்சிந்தி நிலம் களிக்கும் பச்சை வயல்வெளிகள் வாடையிலும் கோடையிலும் கொண்டலிலும் தவழ்ந்து வந்து கொடிமலரின் வாசத்தில் வசந்தத்தை வீசிவரும் தென்றல்கள்! அகிலத்தை ஆள்வதற்கு சுற்றும் மதிலெழுப்பி மணற்மேட்டில் அலைவிரித்து ஆர்ப்பரிக்கும் நீலப்பெருங்கடல்கள்...! வாழ்கின்ற உயிர்களுக்கு வாழ்விடங்கள் பல தந்து வாழையடி வாழையென வழுவாமல் வாழ்வதற்கு வாய்ப்பளிக்கும் மண்வளம்! பக்தியோடு வருவார்க்கு முக்திநிலை அருளும் கடவுள் கோயில்கள். அன்புநெறி காட்டி அகிலத்தில் வாழ்வார்க்கு அறநெறிகள் பல தந்து அரவணைக்கும் அறநூல்கள்...

வழிநடையாய் வருவோரை வரவேற்று வாழ்வளிக்கும் தவச்சாலைகள்! சாவடிகள்....

வழிநடப்பார் வரும் வழியில் இளைப்பாறிச் செல்வதற்குச் சத்திரங்கள் ! சாவடிகள்! தண்ணீர் பந்தல்கள்...! பசித்துவரும் மக்களெல்லாம் பசியாறி களைப்பாற அன்னமடங்கள்....

ஆய்ந்து ஆய்ந்து அறிவு பெறுவார்க்கு கலைக் கூடங்கள்! இலக்கியப் பட்டறைகள்...!

ஆடவரும் மகளிரும் அன்போடு உறவாடி ஆடிப்பாடிக் களித்திட ஆடலரங்குகள்...!

பூம்புனலில் ஆடி விளையாடி உள்ளம் களிப்பதற்கென்றே பூங்காக்கள்...! நந்தவனங்கள்...!

வையத்துள் இவையெல்லாம் ஒருசேர அமையப்பெற்ற நன்னாடு சேரநாடு....

தென்னை மரங்கள் அணிவகுத்துக் கிடந்ததால் அது சேரலமாய் வளர்ந்தது..!

சேரமான் பெருமாளுக்குப் பின் கேரளப் பெருமாள் ஆண்டு வளங்குன்றிக் கிடந்ததால் அது கேரளமாய்த் திரிந்தது....!

மன்னர் வழி ஆட்சியை வீழ்த்தி மக்கள் வழி ஆளுகைக்கு அது வித்திட்டது...!

ஆயிரம் ஆண்டுகளாய் ஆதிக்கப் போராட்டத்தில் சுக்கு நூறாகிச் சிதலமடைந்ததால் கிடைத்த ஒரு பகுதிதான் திருவிதாங்கூர் சமஸ்தானமாய் சுருங்கிக் கிடந்தது...! ஆதிக்க சக்திகளால் அங்கே அறநெறிகள் குன்றிப் போயின... நீதி தேவதையின் கண்கள் மூடப்பட்டன....

மங்கல மணிவிளக்காய் போற்றப்பட்ட பெண்களெல்லாம் மார்பில் துணியின்றி மானபங்கப் படுத்தப்பட்டனர்....

தண்டவரிகளும் தான இறைகளுமாய்த் தர்மம் தலைகுன்றி அதர்மம் அரசோச்சியது...!

சொத்தாஸ்தி வஸ்து வகையெல்லாம் ஆதிக்க சக்திகளால் அன்னியமாயின.....

வீடுமனை மறந்து மக்கள் நாடோடிகளாய் அலைந்து திரிந்தனர்...

உழைக்கின்ற மக்களுக்கு ஊதியம் தராமல் ஊதாரிகளாக்கினர்.

வயல்வெளியில் உழைப்பாரை வாழாவெட்டி என வீதிகளில் செல்வதற்கும் தடைபோட்டுத் தண்டித்தனர்....

பனைத்தொழில் செய்வாரைப் பார்க்கும் இடமெங்கும் எட்டிப்போ என்று ஏளனம் செய்தனர்.....

நீர்நிலையில் குளிப்பாரையும் துவைப்பாரையும் நித்தமும் அடித்துக் கொடுமை செய்தனர்......

கற்றுணர்ந்த கல்விக் கூடமெல்லாம் வேத கலாசாலையாக்கி வேதியர்க்கு என்றனர்... வேதனை செய்தனர்...

பசியும் பிணியும் அங்கே தலைவிரித்தாடியது! சாதியும் பேதமும் அங்கே தழைத்தோங்கி வளர்ந்தது...!

மாதர் குலமெல்லாம் மாண்பொழிந்து கிடந்தது...! ஆன்மீகக் கூடமெல்லாம் ஆலோசனைக் கூடமாயின...! கல்விக் கூடமெல்லாம் கலவிக் கூடமாய் மாண்பிழந்து போயின...

அனந்த பத்மநாபனும் சாதிப்பட்டறையில் அந்நியர் ஆனான்...!

அவல ஒலி அங்கும் அலங்காரம் ஆனது.....

அபலைகளின் ஆர்ப்பரிப்பில் அய்யா வைகுண்டம் தோன்றியது; அகில ஒளியால் அது ஆர்ப்பரித்து மகிழ்ந்தது..

கோடையில் இளைப்பாறுவோருக்கு நிழல்மரம்போல் மக்கள் வழிபடுவதற்காக இணைத் தாங்கல்கள் எங்கும் தோன்றின...

அய்யாவின் சீடர்கள் இணைத்தாங்கல்களுக்குச் சென்று வழிபடும் முறைகளைக் கற்றுத் தந்தனர்...

அறப்பாடசாலைகள் தொடங்கப்பட்டன.. ஆன்மீகமும் அறிவும் போதனையானது... அவதார மகிமைகள் கற்பிக்கப்பட்டன..... யுகம்யுகமாக அரக்கர்கள் தோன்றி அகிலத்தைக் கொடுமைப்படுத்தியதும் அவதாரமாய்க் கடவுள் உருவெடுத்துக் காத்ததுவும் கதையாகவும் தத்துவமாகவும் விளக்கப்பட்டன.....

உயிர்ப்பலிகள் இல்லாத சாத்வீக வழிபாடுகள் விதைக்கப்பட்டன....

மூன்று வேளை குளிக்கவும், துவைத்து ஆடை அணியவும் அறிவுறுத்தினர்....

மூன்று வேளைகளிலும் இறைவனை வழிபட்டு உணர்வதற்கான வழிபாடுகள் கற்பிக்கப்பட்டன. பாலும் பச்சரிசிப் பயிறும் பழமும் பொங்கலிட்டு படைத்து மகிழச் செய்தனர்..

நெற்றியில் திருநாமம் இடுவதும் தலையில் தலைப்பாகைக் கட்டுவதும் கட்டாயமாக்கப் பட்டது. கைகட்டி சேவிப்பதும் மதியாதாரை மதித்து உபசாரம் செய்வதும் மறுக்கப்பட்டது..

பெண்கள் கூட்டமாய்க் குழுமி அணிமணிகள் அணிந்து வரவேண்டும் என அறிவுறுத்தப்பட்டனர். திருவிளக்கு இடுவதும் சிவகாண்டம் படிப்பதும் உரிமையாக்கப்பட்டன.

வைகுண்டர் காப்பார் எனப் பொதுமக்கள் நம்பிக்கை கொண்டனர்....

ஞாயிறு, செவ்வாய் வெள்ளிக் கிழமைகளில் நித்தம் இறைவழிபாடுகள் எங்கும் நடைபெற்றன....வைகுண்டரை நாடி வருவோர்க்கு வையத்தில் எதிரி இல்லை என்றானது..!

எதிர்த்தவர்களும் சூரியக் கதிரொளியில் விண்மீன் கூட்டம் போல் காணாமல் போயினர். அய்யாவும் அருட்சக்தி வடிவாகி அகிலமெங்கும் அவதார மகிமைகளை மக்களுக்குக் காட்டினார்...

அடைபட்டுக் கிடந்தவர்கள் எல்லாம் அய்யாவை வணங்க விடுதலை பெற்று வெளியே வந்தனர்...

ஆத்ம போதனையில் அறிவு ஞானம் பெற்றனர்... கல்வி அறிவு பெற்று மேதைகளாய் உலகில் வலம் வந்தனர்...

தானதர்மம் செய்து தரணியில் வாழ்ந்தனர்...

பண்டாரங்களும் சீடர்களும் அடியார்களுக்கு வழிகாட்டினர்..

அண்டி வந்தோரை ஆதரித்து மகிழ்ந்தனர்..... சாதியப் பிணக்குகளின் தடைகளை உடைத்தனர். மேட்டுக்குடியார்கள் வணங்கி வழிபடும் இறைவனை வணங்க ஒடுக்கப்பட்டோருக்கும் உரிமை உண்டு எனக் கூறினர். பேய்களை வழிபட்டு உயிர்ப்பலி கொடுப்பதும் நிறுத்தப்பட்டது....

ஆலய வழிபாடு அனைவருக்கும் உரிமையாக்கப்பட்டது.

ஒடுக்கப்பட்ட மக்களெல்லாம் ஓரிடத்தில் கூடி சிவநாமம் பாடி மகிழ்ந்தனர்...

நாட்டில் வேற்றுமை நீங்கி பெண்கள் உரிமை பெற்றுயர்ந்தனர்.

ஆண்டான் அடிமை நிலைமாறி அய்யாவின் இணைத்தாங்கல்கள் சமத்துவப் பந்தலாய் காட்சி தந்தன..... அருளுரைகளைக் கேட்டு அறிவிழந்த மக்களெல்லாம் ஆறுதல் அடைந்தனர்....

சாதித் தீயினால் மூழ்கிக் கிடந்த அஞ்ஞான இருளறுத்து அய்யா அகிலத்தின் ஒளியானார்..

64

வந்தவர் யாவரும் வலியவர் ஆயினர்....!
வாழ்ந்தவர் மண்ணில் வறியோர் ஆயினர்....
பொய் வேதங்கள் பூமியில் தோன்றின......
மெய் வேதங்கள் அறியாது மயங்கினர்...

வாடிய பயிருக்கு மழைபோல வாரியில் வைகுண்டம் நாராயணமாய் பண்டாரமாய் வந்து தோன்றியது....! அகில ஒளியாய் எங்கும் வளர்ந்தது.....! தர்மம் பெரிதென்றுத் தாங்கி நின்றது....! பொறுமை உயர்வென்று புதுமை செய்தது...!

அடக்கம் அழகென்று ஆட்சி செய்தது...!
தான தர்மங்கள் தரணியில் வளர்ந்தன...!
முத்திரிக் கிணறு தூய்மை வளர்த்தது...!
சமத்துவப் பந்தலில் சாதனை செய்தது...!

துவையல் தவசு உடல்நலம் காத்தது; அன்ன தர்மம் ... பசிப்பிணி களைந்தது...! அறநெறி யாவும் அவனியில் வளர்ந்தது.... பதிகள் யாவும் பக்தியை வளர்த்தன......

பக்தர்கள் எல்லாம் பணிவினைப் பேணினர்.... இணைத்தாங்கல்கள் எங்கும் வளர்ந்தன...! இணைத்து மக்களை ஒன்றாய் சேர்த்தன... உகப்பாட்டும் உச்சிப்படிப்பும் வாழாப்படிப்பும் எங்கும் ஒலித்தன...

கல்வியில் மகத்துவம் யாவரும் அறிந்தனர்...! வார நாட்களும் வைகுண்டர்க்கு ஆயின; மக்கள் எல்லாம் நம்பிக்கை கொண்டனர்....

சாதி பதினெட்டும் ஒன்றாய்க் கூடினர்... சமத்துவப் பந்தலாய் சமநீதி கண்டனர்....

பெண்களும் ஒன்றாய் பதிவலம் வந்தனர்... பெண்ணடிமை நீங்கி பெருமைகள் அடைந்தனர்.... அரச நீதிகள் யாவர்க்கும் ஆயின;

மக்கள் ஆட்சி மண்ணில் மலர்ந்தது! ஒடுக்கப்பட்டோர் உயர்ந்தோர் ஆயினர்.... உயர்ந்தோர் எல்லாம் சேவகர் ஆயினர்....!

பொய்மைகள் யாவும் பூமியில் மடிந்தன; மெய்மைகள் மண்ணில் மலர்ந்து மணந்தன..

அகில ஒளி எங்கும் பரந்தது; சிவசிவ அரகரா மந்திரம் மலர்ந்து விரிந்தது....

ஆணவ இருளை அழித்து எரித்தது; அன்பெனும் மலையில் மானிடம் தவழ்ந்தது..

வைகுண்டர் தவம் மண்ணில் வளர்ந்தது!

ஒன்றாய் உலகம் கூடிக் களித்தது!

பதிகள் யாவும் பண்பினை வளர்த்தன; பக்தர்கள் ஒன்றாய் வழிபாடியற்றினர்.... உயிர்ப்பலி யாவும் இல்லாதொழிந்தது;

ஆடுமாடுகள் உரிமையாய் வாழ்ந்தன...! வைகுண்டர் உலகம் வாழ்வுகண்டு வையமும் மகிழ்ந்தது;

பண்டாரங்கள் பவனியாய் வந்தனர்; பாரில் அறங்கள் மலிவாய் வளர்ந்தன.

சீடர்கள் எல்லாம் சேவைகள் செய்தனர்; பக்தி விதையிட்டு பண்பாடு வளர்த்தனர்....

வைகுண்டர் அவதாரம் தன்னிறைவு பெற்றது....!

தரணியில் தர்மம் தழைத்து வளர்ந்தது...!

வானவர் உலகம் போற்றி மகிழ்ந்தது...! வைகுண்டர் தவமும் அடங்கக் கண்டது...!

தோப்புப்பதி தெய்வப்பதியாய் மணந்து வளர்ந்தது...!

கன்னியரும் சான்றோர் மக்களும் காண்டம் பாடி காலம் களித்தனர்....

அய்யா தொட்டிலில் அமர்ந்திருந்தார்.... காவி உடை மேனியை அழகு செய்திருந்தது! துளவமாலை மார்பில் அசைந்தாடிக் கிடந்தது...!

தலைப்பாகை தன்மானத்தை உலகுக்கு உணர்த்திக் கொண்டிருந்தது!

கைப்பிரம்பும் தண்டிகையும் தாங்கித் தவமிருந்தார்.... துளவமாலை மணிகளை விரல்கள் உருட்டிக் கொண்டிருந்தன.....

அய்யா தன் பவள வாய் திறந்தார்.... இன்னும் சில நாளையிலே என்னைத்தேடிக் கொள்வீர் என திருவாய் மலர்ந்தருளினார்..... தேவியர்கள் எல்லாம் மாயாண்டி இவரொருவர் மாயத்தால் சூட்சம் செய்வார் என்று பேசிச் சிரித்தனர்.

அய்யா வைகுண்டம் செல்ல நாளாச்சுது என்றார்... பண்டாரங்கள் எல்லாம் நையாண்டி செய்தனர்... சீடர்கள் எல்லாரும் அருகில் அமர்ந்தனர்....அய்யா சிவகாண்ட பத்திரமும் அருள்சீட்டும் வழங்கி சீடர்களுக்கு உபதேசம் செய்தார்.....

அய்யா மெல்லியக் குரலில் வைகுண்டம் செல்லும் நேரமாச்சு என்றார்...!

விளையாடிக் களிப்பதில் இதுவும் ஓர் விளையாட்டு என்றே கன்னியர்கள் கருதினர். அய்யா வைகுண்டம் போகிறேன் என்றார். அங்கே புஷ்பக விமானம் ஒன்று வாசலில் வந்து நின்றது! சிவச் சிந்தையில் சிறிது நேரம் மூச்சடக்கி நின்றார் வைகுண்டர்....

வைகுண்டர் மெய்மெலிந்து மெய்யோன் உணர்வோடு ஒன்றி இருந்தார்.....

நாராயணரை நாளெல்லாம் நினைத்துத் தவஞ்செய்தார்.

மெய் தளர்ந்து போகுமுன்னே வைகுண்டம் அழைத்து கொண்டு போங்கள் தந்தையே! என தாழ்மையுடன் வேண்டினார்...

வானவர்கள் வைகுண்டரின் தவமும் ஒழுக்கமும் ஆராய்ந்து பார்த்தனர்... வாரியில் சொன்ன விஞ்சை மொழி மாறாமல் தவம் செய்தார் என்று முனிவர்கள் தேவர்களுக்குக் கூறினர்...

வானவர் உலகம் வைகுண்டர் உலகமாய் அலங்காரம் ஆனது...

வானவர் வாழ்த்தும் அரம்பையர் ஆடலுமாய் வானவர் உலகம் மணந்து பொலிந்தது...!

புஷ்பக விமானம் தோப்புப் பதியில் வந்து நின்றது; வைகுண்டர் தம்மை வருக! என்றது. **ஆயிரத்து இருபத்தாறு வைகாசி மாதம் இருபத்து ஒன்றாம் நாள் திங்கட்கிழமை நண்பகல் பன்னிரண்டு மணி தோப்புப்பதி தெய்வீக ஒளியில் திளைத்திருந்தது. பக்தர்கள் வைகுண்டா சரணம்! நாராயணா சரணம்! என முழக்கமிட்டனர்...... முனியும் ஓர் குரலில் வைகுண்டா! அபயம் என்றார்...** எவரும் காணாத வண்ணம் வைகுண்டர்தம் கண்கள் மூடியது. விமானம் பறந்தது; விஞ்சையர் ஆடலில் வானம் களித்தது....

வானவர் மகிழ்ந்தனர்... வைகுண்ட மாமணி வருக! என வானவர் போற்றி வணங்கினர்... சிங்கமுக ஆசனம் அமைத்தனர் தேவர்...தங்கத் திருமுடி அணிந்தார் திருமால்... செங்கோல் கையில் சிவனவர் தந்தார்..... ஒரு குடைக்குகீழ் அரசாள்வாய் என்று வாழ்த்தினர் அமரர்.... வைகுண்டர் நாமம் நாளும் வளர்ந்தது.... அகிலஒளி எங்கும் பரந்தது..... வைகுண்டப் பேரொளியாய் அது மலர்ந்து விரிந்தது.....

●